காற்று, மணல், நட்சத்திரங்கள்

அந்த்வான் து செந்த்-எக்சுபெரி

பிரெஞ்சிலிருந்து தமிழில்

வெ. ஸ்ரீராம்

க்ரியா

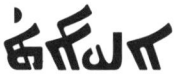

Cre-A: is a contributor to Bookshare, the world's largest online digital library for people with print disabilities.

Kaattru, Manal, Natchaththirangal a Tamil translation of the French novel **Terre Des Hommes**, *by Antoine de Saint-Exupéry.*

This Tamil translation © Cre-A:

Translated directly from French by V. Sriram

first edition: January 2017

published by
*Cre-A:
new no. 2, old No. 25
17th east street
kamarajar nagar
thiruvanmiyur
chennai- 600 041.
phone: 72999 05950
email: creapublishers@gmail.com
website: www.crea.in*

printed at
*Sudarsan Graphics Pvt. Ltd.,
chennai- 600 017*

ISBN: 978-93-82394-23-5

Price: Rs. 190

The work is published with the support of
the Publication Programmes of the Institut français.

"காற்று, மணல், நட்சத்திரங்கள்" பிரதியைக் குறித்து செந்த்-எக்சுபெரியின் குறிப்பு*

புத்தகங்கள் எல்லாவற்றையும்விட பூமி நமக்கு நிறையவே கற்றுக்கொடுக் கிறது. ஏனென்றால், நம்மை எதிர்க்கும் திறன் அதற்கு இருக்கிறது. தடையை எதிர்கொள்ளும்போதுதான் மனிதன் தன் திறனை அறிகிறான். ஆனால், தடையை வெல்ல அவனுக்குக் கருவி ஒன்று அவசியம். ஒரு ரம்பமோ அல் லது ஒரு கலப்பையோ அவசியம். உழுதுகொண்டே செல்லும் உழவன் இயற்கையின் சில ரகசியங்களைத் தோண்டி எடுக்கிறான்; அதிலிருந்து வெளிப்படுவது பிரபஞ்ச உண்மை. அதைப் போலவே விமான நிறுவனங் களின் கருவியான விமானம் உலகின் எல்லாவிதப் பழைய பிரச்சினை களுடனும் மனிதனைப் பிணைக்கிறது.

முதல்முதலாக அர்ஜன்டீனாவை நோக்கி நான் பறந்தபோது, கரிய இருளில் நட்சத்திரங்களைப் போலச் சமவெளியில் இங்குமங்குமாகச் சில விளக்குகள் ஒளிர்ந்துகொண்டிருந்த அந்த இரவு இன்னமும் என் மனக் கண்ணில் தெரிகிறது.

அந்த இருண்ட கடலில் அந்த விளக்குகள் ஒவ்வொன்றும் ஒரு பிரக் ஞையின் அற்புதத்தை அறிவித்துக்கொண்டிருந்தன. ஒரு வீட்டில் சிலர் படித்துக்கொண்டோ, சிந்தித்துக்கொண்டோ, ரகசியங்களைப் பகிர்ந்து கொண்டோ இருந்தார்கள். இன்னும் சிலர் வானவெளியினூடே உற்று நோக்கி, ஆன்ட்ரெமெடா நட்சத்திர மண்டலத்தைத் தேடிப் பிடிக்கும் வானவியல் கணக்குகளில் சோர்ந்துபோய்க்கொண்டிருந்தார்கள். மற்றொன் றில், சிலர் உடலுறவில் மகிழ்ந்திருந்தார்கள். அந்த நிலப்பரப்பில் ஒன்றுக் கொன்று சற்றே தொலைவில் தங்களுக்குத் தேவையான எரிபொருளைக் கோரியவாறு இந்தச் சுடர்களெல்லாம் மிளிர்ந்துகொண்டிருந்தன. அவற் றுள் மிக எளிமையானவைகூட—கவிஞர், ஆசிரியர், தச்சர் என்ற சுடர்கள். ஆனால், உயிர்த்திருக்கும் இந்த நட்சத்திரங்களின் இடையேதான் எவ்வ ளவு மூடிய ஜன்னல்கள், எவ்வளவு அணைந்துவிட்ட நட்சத்திரங்கள், எவ் வளவு தூங்கிக்கொண்டிருந்த மனிதர்கள்...

அவர்களுடன் போய்ச் சேர்ந்துகொள்வது அவசியம். அந்த நிலப்பரப் பில் ஒன்றுக்கொன்று தொலைவில் எரிந்துகொண்டிருக்கும் விளக்குகளில் சிலவற்றுடனாவது நாம் தொடர்புகொள்ள வேண்டியது அவசியம்.

---

* மூலத்தில் இந்தப் பகுதிக்குத் தலைப்பு எதுவும் தரப்படவில்லை.

என் தோழர் ஆன்ரி கியோமெயுக்கு

1

விமான நிறுவனம்

1926. லாதே கோயர் விமான நிறுவனத்தில் இளம் விமானியாகப் புதிதாக நான் வேலைக்குச் சேர்ந்திருந்த வருடம். ஏரோ போஸ்டல், அதையடுத்து ஏர் ஃபிரான்ஸ் போன்ற நிறுவனங்களுக்கு முன்பேயே தென் பிரான்ஸின் தூலூஸ்[1] நகரத்தையும், செனெகால் நாட்டுத் தலைநகரான டகாரையும் ஆகாய மார்க்கமாக இணைத்திருந்தது இந்த நிறுவனம். இங்குதான் நான் தொழிலைக் கற்றுக்கொண்டேன். விண்வழி அஞ்சல் விமானத்தின் விமானி என்ற பெருமையை அடைவதற்கு முன், என்னுடைய மற்ற தோழர்களைப் போலவே நானும் பயிற்சி பெறும் மாணவன் என்ற கட்டத்தில் இருந்தேன். விமானத்தில் சோதனை ஓட்டங்கள், தூலூஸ் நகரத்துக்கும் பெர்பிஞான்[2] நகரத்துக்கும் இடையே விண்ணில் பயணம், உறைய வைக்கும் குளிரில் விமானக் கொட்டகையின் கீழ் இருந்தபடி வானிலைபற்றிய சோகமயமான பாடங்கள், நாங்கள் இன்னும் அறிந்திருக்காத ஸ்பெயின் நாட்டு மலைகளைப் பற்றிய பயத்திலும், தொழிலில் எங்களுடைய மூத்தவர்கள்பால் இருந்த மரியாதையிலுமாக எங்களுடைய வாழ்க்கை ஓடிக்கொண்டிருந்தது.

எங்களிடமிருந்து சற்றே விலகி, மிக உயர்ந்த நிலையில் இருந்தபடி அறிவுரைகளை வழங்கி, பொதுவில் முசுடாக இருந்த இந்த மூத்தவர்களை உணவகத்தில்தான் நாங்கள் எப்போதும் சந்திப்போம். அவர்களில் ஒருவர் அலிகான்ட்டிலிருந்தோ[3] காஸாப்லாங்காவிலிருந்தோ[4] குறிப்பிட்ட நேரத்தைவிடத் தாமதமாக, சொட்டச்சொட்ட நனைந்து திரும்பிவரும்போது, எங்களில் ஒருவர் தயங்கியபடியே அவருடைய பயண அனுபவத்தைப் பற்றி விசாரிக்கும்போது அவர் அளிக்கும் சுருக்கமான பதில்களும், புயல் வீசிய நாட்களில் அவருக்கு ஏற்பட்ட அனுபவங்களும் எங்களுடைய மனக்கண் முன் ஒரு உலகைத் தோற்றுவித்தன. பொறிகளும் படுகுழிகளும்,

---

[1] தெற்கு பிரான்ஸில் இருக்கும் நகரம்.

[2] பிரான்ஸின் தென் கிழக்குக் கோடியில் இருக்கும் ஊர்.

[3] ஸ்பெயின் நாட்டின் கிழக்குக் கரையோரம் இருக்கும் ஊர்.

[4] மொரோக்காவின் மேற்குக் கரையோர நகரம்.

திடீரென்று எதிர்ப்படும் அதல பாதாளங்களும், பிரம்மாண்ட செடார் மரங்களையே வேருடன் பிடுங்கக்கூடிய சுழற்காற்றுகளும் நிறைந்த, கற்பனைக்கே எட்டாத உலகம். பள்ளத்தாக்குகளின் தொடக்கத்தில் டிராகன்கள் எங்களை எதிர்க்கும்; மின்னலின் ஒளிக்கற்றைகள் சிகரங்களுக்கு முடிசூட்டும். எங்களுடைய மரியாதையைச் சம்பாதிக்கும் கலையில் அவர்கள் சிறந்து விளங்கினார்கள். அவ்வப்போது அவர்களில் ஒருவர், என்றென்றும் மரியாதைக்குரியவராக, திரும்பி வராமலேயே இருப்பதும் உண்டு.

அப்படித்தான் ஒருமுறை மூத்த விமானி ப்யுரி திரும்பிவந்த சம்பவம் எனக்கு இப்போது நினைவுக்கு வருகிறது. பிற்காலத்தில் அவர் பிரான்ஸின் பிரென்னெ[5] மலைத்தொடர் பகுதியில் இறந்துபோனார். அம்முறை வயதான இந்த விமானி எங்கள் மத்தியில் வந்து அமர்ந்து ஒன்றும் பேசாமல் முனைப்புடன் சாப்பிட்டுக்கொண்டிருந்தார். வேலைச் சுமையில் சோர்வடைந்திருந்த தோள்கள். மோசமான வானிலை நிலவிய ஒருநாள் மாலைப்பொழுது. ஓடுபாதையின் ஒரு முனையிலிருந்து மறுமுனைவரை மாசுற்ற ஆகாயம். பாய்மரக் கப்பல் ஒன்றில் சரியாகப் பிணைக்கப்படாத பீரங்கிகள் அசைந்துஅசைந்து சேதப்படுத்தும் மேல்தளத்தைப் போல, மலைகளெல்லாம் ஒரே அழுக்குப் பிசுக்கால் சூழப்பட்டிருப்பதாக விமானிக்குத் தோன்றக்கூடிய வானிலை. ப்யுரியைப் பார்த்தேன். பயணம் நல்லபடியாக இருந்ததா என்று எச்சிலை மென்றுவிழுங்கியபடி அவரிடமே கேட்கத் துணிந்தேன். நெற்றியைச் சுருக்கியவாறு உணவுத் தட்டின் மேல் தலையைக் குனிந்தபடி இருந்த ப்யுரிக்குக் காதில் விழவில்லை. அந்தக் காலத்தியத் திறந்த விமானங்களில் பறக்கும்போது, வானிலை மோசமாக இருந்தால், சரியாகப் பார்ப்பதற்காக முன்புறக் கண்ணாடி ஜன்னலுக்கு வெளியே எட்டிப் பார்ப்பது வழக்கம். அப்போது தாக்கும் காற்றின் பலத்த அறை வெகுநேரம்வரை காதுகளில் விசிலடித்துக்கொண்டிருக்கும். ஒருவழியாக, ப்யுரி தலையைத் தூக்கி, நான் சொன்னதைக் காதில் வாங்கிக்கொண்டதைப் போலச் சற்றே யோசித்து, திடீரென்று கலகலவென்று சிரிக்க ஆரம்பித்தார். இந்தச் சிரிப்பு என்னை வியப்பில் ஆழ்த்தியது. ப்யுரி சிரிப்பதே அபூர்வம். அந்தச் சிரிப்பு அவருடைய களைப்பை ஒளிர்வித்தது. தன் வெற்றியைப் பற்றி வேறு எந்த விளக்கமும் அவர் அளிக்கவில்லை. குனிந்த தலையுடன் மௌனமாக அசைபோடுவதைத் தொடர்ந்தார். ஆனாலும், அந்த உணவகத்தின் மங்கிய ஒளியில், தங்களுடைய அன்றாட எளிய பணிகளின் களைப்பைப் போக்கிக்கொண்டிருந்த சாதாரண அரசு ஊழியர்களிடையே திரண்ட தோள்களுடன் இருந்த இந்த நண்பர், ஒருவித அசாதாரண மேன்மையுடன் இருப்பதாக எனக்குத் தோன்றினார்; அவருடைய முரட்டுத் தோலின் ஊடாக, டிராகனையே வென்ற ஒரு தேவ மகனை உணர முடிந்தது.

[5] பிரான்ஸ் - ஸ்பெயின் எல்லையில் இருக்கும் மலைத்தொடர்.

ஒரு மாலைப் பொழுதில் இயக்குநர் அலுவலகத்துக்கு நான் அழைக்கப்படும் முறையும் வந்தது. சுருக்கமாக என்னிடம் அவர் சொன்னார்:

''நாளைக்கு நீங்கள் கிளம்ப வேண்டும்.''

போகலாம் என்று எனக்கு அனுமதி கொடுப்பார் என்று எதிர்பார்த்து நின்றுகொண்டிருந்தேன். ஆனால் சிறிய மௌனத்துக்குப் பிறகு அவர் தொடர்ந்தார்:

''விதிமுறைகள் உங்களுக்குத் தெரியுமல்லவா?''

அந்த நாட்களில் இப்போது இருப்பதைப் போல இன்ஜின்கள் அவ்வளவு பாதுகாப்பை அளிக்கவில்லை. அடிக்கடி, எவ்வித முன்னறிவிப்பும் இன்றி, பீங்கான் தட்டுகள் உடைந்து நொறுங்குவதைப் போன்ற சத்தத்துடன், அவை எங்களைக் கைவிட்டுவிடும். எவ்வித அடைக்கலத்தையும் அளிக்காத ஸ்பெயின் நாட்டு மலையுச்சிகளாக இருந்தால், விமானத்தை அதன் போக்கிலேயே விட்டுவிடுவதுதான் நாங்கள் செய்யக் கூடியது. இங்கெல்லாம் இன்ஜின் பழுதுபட்டால் விமானமே மொத்தமாக உடைந்துவிட அதிக நேரமாகாது என்று எங்களிடையே நாங்கள் சொல்லிக்கொள்வது வழக்கம். ஆனால், விமானத்தைப் பொறுத்தவரை ஒன்று போனால் மற்றொன்று. எல்லாவற்றையும்விட முக்கியமானது என்னவென்றால், மலைகளின் மேல் கண்மூடித்தனமாகப் போகக் கூடாது. மலைப் பிரதேசங்களைச் சூழ்ந்துகொண்டிருக்கும் மேகக் கடல்களின் மேல் பறந்து செல்ல எங்களுக்குத் தடை விதிக்கப்பட்டிருந்தது. மீறினால் கடும் தண்டனை. இன்ஜின் பழுதுபட்டு இந்த வெண் பஞ்சு மெத்தையில் அமிழும் விமானி மலையுச்சிகளின் மீது கண் தெரியாமல் மோதிக்கொள்ளக்கூடும்.

அதனால்தான் அன்று மாலை நிதானமான ஒரு குரல் இறுதியாக ஒரு முறை விதிமுறைகளை வற்புறுத்திச் சொல்லிக்கொண்டிருந்தது.

''ஸ்பெயின் நாட்டில் மேகக் கடல்களுக்கு மேல் திசைமானியின் உதவியுடன் விமானத்தை ஓட்டிச்செல்வது நன்றாகத்தான் இருக்கும், மிகவும் சிறப்பாகவும் தோன்றும். ஆனால்...''

இன்னும் நிதானமாகவே தொடர்ந்து சொன்னார்

''... ஆனால், நினைவில் இருக்கட்டும்: மேகக் கடல்களுக்குக் கீழே இருப்பது... முடிவற்ற காலம்.''

உடனேயே, அமைதியான, ஒருமித்த, எளிமையான இந்த உலகம், மேகங்களிலிருந்து வெளிப்படும்போது நமக்குத் தென்படும் இந்த உலகம் எனக்கு இதுவரை தெரிந்திராத தன்மை ஒன்றை இப்போது பெற்றுவிட்டது. அதனுடைய மென்மையே ஒரு பொறியாக ஆகிவிட்டிருந்தது. பிரம்மாண்டமான வெண் பொறி என்னுடைய காலடியில் இருப்பதைக் கற்

பனைசெய்து பார்த்தேன். எல்லோரும் நினைப்பதைப் போல அந்த மேகங்களுக்குக் கீழே நிலவியது மனிதர்களின் அசைவுகளோ, ஆரவாரங்களோ, நகர வாழ்க்கை இரைச்சல்களோ அல்ல; மாறாக, மேகங்களிடையே இருப்பதைவிட அதீதமான நிசப்தமும், இன்னும் அறுதியான சாந்தமுமே. என்னைப் பொறுத்தவரை நிஜமானவை நிஜமில்லாதவை, தெரிந்தவை தெரிந்துகொள்ள முடியாதவை இவற்றுக்கு இடையே வரம்பாக இந்த வெண்மையான பிசின் படலம் இருந்தது. குறிப்பிட்ட ஒரு கலாச்சாரத்தின், நாகரிகத்தின், தொழில் திறனின் ஊடாகப் பார்த்தாலேயன்றி எந்த ஒரு காட்சிக்கும் அர்த்தமிருப்பதில்லை என்பது எனக்கு ஏற்கனவே புலப்பட ஆரம்பித்திருந்தது. மேகக் கடல்களைப் பற்றி மலைவாழ் மக்களுக்கும் தெரியும். இருந்தபோதும், இந்த விசித்திரமான திரையை அங்கே அவர்கள் கண்டதில்லை.

இயக்குநர் அலுவலகத்திலிருந்து வெளியே வந்தபோது சிறுபிள்ளைத்தனமான பெருமிதத்துடன் இருந்தேன். நாளை உதயம் ஆனதும் சில பயணிகளுக்கும் ஆப்பிரிக்கத் தபால்களுக்கும் பொறுப்பாளியாக நான் இருக்கப் போகிறேன். அதே சமயம், மிகுந்த தாழ்மையுணர்வு என்னிடம் இருப்பதாகவும் உணர்ந்தேன். போதுமான அளவு தயார் நிலையில் நான் இருக்கவில்லை என்று எனக்குத் தோன்றியது. ஸ்பெயினில் பாதுகாப்பான திடல்கள் மிகக் குறைவு; விமானத்துக்குப் பயங்கரமான பழுது ஏற்பட நேர்ந்தால் எனக்குத் தஞ்சமளிக்கக்கூடிய பாதுகாப்பான திடலை எங்கே தேடுவது என்று எனக்குத் தெரியாது என்று பயந்தேன். வறட்டு வரைபடங்களை எவ்வளவு கூர்ந்து பார்த்தாலும் எனக்குத் தேவையான தகவல்கள் கிடைக்கவில்லை; ஆகவே, மிரட்சி கலந்த பெருமிதம் நெஞ்சை நிறைத்திருக்க, போருக்கு முந்தைய கண்விழித்திருக்கும் இரவைக் கழிப்பதற்காக, என்னுடைய தோழர் கியோமெயின் வீட்டுக்குச் சென்றேன். எங்களுக்கெல்லாம் முன்பேயே கியோமெ இந்தத் தடங்களில் சென்றிருந்திருக்கிறார். ஸ்பெயின் நாட்டுக்குத் திறவுகோல்களை அளிக்கக்கூடிய சில உத்திகள் அவருக்குத் தெரிந்திருந்தன. கியோமெயின் அறிமுகப் பாடங்கள் எனக்குத் தேவைப்பட்டன.

அவருடைய வீட்டில் நான் நுழைந்தபோது என்னைப் பார்த்துப் புன்னகைத்தார்.

‘‘எனக்குச் சேதி தெரியும். மகிழ்ச்சிதானே?’’

அலமாரிவரை சென்று ‘போர்ட்டோ’ மதுவையும் சில கண்ணாடிக் கோப்பைகளையும் எடுத்துக்கொண்டு, புன்னகை செய்தபடியே என்னை நோக்கி வந்தார்.

''இந்த நல்ல சேதியைக் கொண்டாடக் குடிப்போம். பார்க்கத்தான் போகிறாய். எல்லாம் நல்லபடியே நடக்கும்.''

தென்அமெரிக்காவின் ஆண்டிஸ் மலைத்தொடரின் மேலும், தெற்கு அட்லான்டிக் பகுதியின் மலைத்தொடர்களின் மேலும் விண்வழி அஞ்சலை எடுத்துச்செல்வதில் பிற்காலத்தில் உலக சாதனை படைக்கவிருந்த இந்தத் தோழர், ஒளியைப் பரப்பும் விளக்கைப் போலத் தன்னம்பிக்கையை அளித்தார். விளக்கொளியின் கீழ் முழுக்கை சட்டை அணிந்து, கைகட்டியபடி மிகவும் இதமான புன்னகையுடன் அன்றிரவு என்னிடம் சாதாரணமாகச் சொன்னார்: ''புயல்களும் பனிமூட்டமும் பனிப்பொழிவும் சில சமயங்களில் உன்னைத் தொல்லைப்படுத்தலாம். உனக்கு முன்பேயே இவற்றை எதிர்கொண்டவர்களை இது போன்ற சமயங்களில் நினைத்துப்பார்த்து உனக்கு நீயே சொல்லிக்கொள்: மற்றவர்கள் வெற்றிகண்ட எதிலும் என்னாலும் வெற்றிகாண முடியும்.'' இருந்தாலும், என்னுடைய வரைபடங்களை விரித்துவைத்து, நான் போக வேண்டிய பாதையை இருவருமாக சேர்ந்து பார்க்கலாமா என்று கேட்டேன். விளக்கொளியின் அடியில் குனிந்து, மூத்தவரின் தோளோடுதோளாக இருந்த என் மனதில் பள்ளி மாணவனின் அமைதியை உணர்ந்தேன்.

ஆனால் எனக்குக் கிடைத்ததோ எவ்வளவு விநோதமான புவியியல் பாடம்! ஸ்பெயின் நாட்டைப் பற்றி கியோமெ எனக்குச் சொல்லிக் கொடுக்கவில்லை; ஸ்பெயினை என்னுடைய தோழியாக ஆக்கிவிட்டார். நீர்நிலைகள், மக்கள்தொகை, கால்நடை இவற்றைப் பற்றியெல்லாம் அவர் பேசவில்லை. குவாடிக்ஸ் என்ற ஊரைப் பற்றிச் சொல்லாமல் அங்கே வயல் ஓரமாக இருந்த மூன்று ஆரஞ்சு மரங்களைப் பற்றிச் சொன்னார். ''அவற்றிடம் கவனமாக இரு, அவற்றை உன் வரைபடத்தில் குறித்துக்கொள்...'' அதன் பின்னர் என் வரைபடத்தில் சியாரா நெவாடைவிட அந்த மூன்று ஆரஞ்சு மரங்கள் அதிக இடத்தைப் பிடித்தன. லோர்க்காவைப் பற்றி அவர் என்னிடம் சொல்லாமல், அதன் அருகே இருந்த எளிய பண்ணை ஒன்றைப் பற்றி என்னிடம் பேசினார். உயிர்த்துடிப்புள்ள பண்ணை ஒன்றைப் பற்றி. அந்தக் குடியானவரைப் பற்றி. அவருடைய மனைவியைப் பற்றி. எங்களிடமிருந்து பதினைந்தாயிரம் கிலோமீட்டர் தொலைவில், பரந்த வெளியில், கண்ணுக்கெட்டாமல் இருந்த இந்தத் தம்பதிகள் மிதமிஞ்சிய முக்கியத்துவத்தைப் பெற்றுவிட்டார்கள். மலைச்சரிவில் சௌகரியமாகக் குடியமர்ந்து, நட்சத்திரங்களின் கீழ் கலங்கரைவிளக்கக் காவலர்களைப் போல மனிதர்களுக்கு உதவ அவர்கள் தயாராக இருந்தார்கள்.

இப்படியாக உலகின் புவியியலாளர்கள் எவருக்குமே தெரிந்திராத விவரங்களை, மறந்துபோய்விட்ட நிலையிலிருந்த விவரங்களை, எண்ணிப்

பார்க்க முடியாத தொலைவிலிருந்து இழுத்துவந்தோம். பெரிய நகரங்களுக்கு நீர் வளத்தை அளித்துச் செல்லும் எப்ரோ[6] என்னும் நதியைப் பற்றி மட்டுமே புவியியலாளர்கள் அக்கறை கொள்கிறார்கள். ஆனால், மோட்ரில்[7] நகரின் மேற்குப் பகுதியில் புல்வெளிக்கடியில் மறைந்திருந்து சுமார் முப்பது வித மலர்களுக்கு ஊட்டமளிக்கும் வளர்ப்புத் தந்தையான அந்தச் சிறு ஓடையைப் பற்றி அவர்களுக்கு அக்கறையில்லை. ''இந்த ஓடையை நம்பாதே, உன் பாதையை அது மோசமாக்கிவிடும்... வரைபடத்தில் அதையும் குறித்துக்கொள்...'' ஆ! மோட்ரில் நகரின் அந்தப் பாம்பை நான் நிச்சயமாக நினைவில் கொள்வேன்! ஒன்றும் தெரியாததுபோல இருந்த அது, லேசான தன்னுடைய முணுமுணுப்பினால் சில தவளைகளை மட்டுமே வசியப்படுத்திக்கொண்டிருந்தாலும், ஒரு கண்ணை மட்டுமே மூடியபடி தூங்கிக்கொண்டிருந்தது. ஆபத்து சமயத்தில் விமானம் இறங்கும் சொர்க்கத் திடலில் புற்களிடையே நீண்டு கிடந்து, இரண்டாயிரம் கிலோமீட்டர் தொலைவிலிருந்து அது என்னை வேவு பார்த்துக்கொண்டிருந்தது. முதல் வாய்ப்பிலேயே என்னை அது தீப்பிழம்பாக மாற்றிவிடும்...

குன்றின் அருகில் எந்தச் சமயமும் என்னைத் தாக்கத் தயாராக இருக்கும் அந்த முப்பது சண்டை ஆடுகளையும் மன உறுதியுடன் எதிர்பார்த்துக்கொண்டிருந்தேன். ''அங்கே புல்வெளி காலியாக இருக்கிறது என்று நீ நினைத்துக்கொண்டிருக்கும்போது திடீரென்று அந்த முப்பது ஆடுகள் உன்னுடைய சக்கரங்களுக்கு அடியில் மோதி நுழையும்...'' இருந்தாலும் இவ்வளவு நயவஞ்சகமான அபாயத்துக்கு என்னுடைய பதிலாக வியப்பு கலந்த ஒரு புன்முறுவலைத்தான் அளித்தேன்.

கொஞ்சம்கொஞ்சமாக, அந்த விளக்கொளியில் தேவதைக் கதைகளில் வரும் தேசம்போல ஸ்பெயின் மாறிவிட்டது. குடியானவர், முப்பது ஆடுகள், சிறிய ஓடை இவற்றைக் குறித்துக்கொண்டேன். புவியியலாளர்கள் புறக்கணித்துவிட்டிருந்த ஆட்டு இடைச்சியையும் அவளுடைய இருப்பிடத்தில் துல்லியமாகக் குறித்துக்கொண்டேன்.

கியோமெயிடமிருந்து விடைபெற்றவுடன், பனி விழுந்துகொண்டிருந்த அந்தக் குளிர் கால இரவில் நடந்து செல்ல வேண்டும்போல இருந்தது. மேல்கோட்டின் காலரைத் தூக்கிவிட்டுக்கொண்டு, என்னைக் கடந்து சென்ற அறிவிலிகளின் மத்தியில் உற்சாகமான ஒரு இளைஞனாக நடந்தேன். என் ரகசியத்தை நெஞ்சில் புதைத்து, அறிமுகமற்ற இவர்களுடன் தோளோடு தோளாக இருந்ததில் பெருமிதம் அடைந்தேன். இந்த அந்நியர்களுக்கு என்னைத் தெரியாது. ஆனால், பொழுது விடிந்ததும் அஞ்சல் பைகளை எடுத்துச்செல்லும் பொறுப்புடன் தங்களுடைய கவலைகளை

---

[6] வடகிழக்கு ஸ்பெயினில் உள்ள சிறிய ஆறு.

[7] ஸ்பெயின் நாட்டின் தெற்குக் கடற்கரையோர ஊர்.

யும், உணர்ச்சிப் பெருக்குகளையும் என்னிடம்தான் இவர்கள் ஒப்படைக்கப்போகிறார்கள். என் கைகளில்தான் தங்களுடைய எதிர்பார்ப்புகளைக் கொடுத்து வைக்கப்போகிறார்கள். என் உடம்பைச் சுற்றிக்கொண்டிருந்த மேல்கோட்டுக்குள் பாதுகாவலனாக இவர்களிடையே நான் நடந்துசென்றாலும் எனக்கிருந்த அன்பான அக்கறையைப் பற்றி இவர்களுக்கு எதுவும் தெரிந்திருக்கவில்லை.

அது மட்டுமல்ல. அந்த இரவைப் பற்றி எனக்குக் கிடைத்திருந்த சில தகவல்களும் அவர்களுக்குக் கிடைத்திருக்கவில்லை. ஆனால், எனக்கோ, என் முதல் பயணத்தையே சிக்கலாக்கக்கூடிய பனிப்புயல் ஒன்று உருவாகலாம் என்ற நிலை என்னை உடல் ரீதியாகப் பாதித்துக்கொண்டிருந்தது. விண்மீன்கள் ஒன்றன்பின் ஒன்றாக அணைந்துகொண்டிருந்ததைப் பற்றி இங்கே உலாவுபவர்களுக்கு எப்படித் தெரிந்திருக்க முடியும்? எனக்கு மட்டுமே தெரிந்த ரகசியம் அது. போருக்கு முன்பேயே எதிராளியின் நிலைகள் எனக்கு அறிவிக்கப்பட்டிருந்தன.

இருந்தபோதிலும், கண்ணாடி ஜன்னல்களுக்குப் பின்னால் கிறிஸ்துமஸ் பரிசுப் பொருட்கள் ஒளிர்ந்துகொண்டிருந்த கடைகளின் அருகேதான் இவ்வளவு தீவிரமாக என்மீது சுமத்தப்பட்ட கட்டளையை நான் பெற்றேன். உலகின் நல்ல நுகர்பொருட்களெல்லாம் அந்த இரவில் அங்கே கண்காட்சியாக வைக்கப்பட்டிருந்ததைப் போலத் தோன்றியது; துறப்பதில் கிடைக்கும் பெருமிதம் கலந்த மயக்கத்தை நான் சுவைத்தேன். ஆபத்தை எதிர்கொள்ளும் போர்வீரனாக நான் இருந்தேன்: விமான நிறுவனம் ஒன்றின் விமானியான நான் ஏற்கனவே நுண்ணிய மழைச்சாரலில் குளித்துக்கொண்டிருந்தேன்; விண்பயண இரவுகளின் கசப்பான சதையில் பற்களைப் பதித்துக்கொண்டிருந்தேன்.

தூக்கத்திலிருந்து என்னை எழுப்பிவிட்டபோது அதிகாலை மணி மூன்று. ஜன்னல் கதவுகளைப் பட்டென்று திறந்து வெளியே மழை பெய்துகொண்டிருந்ததைப் பார்த்தேன். கவனமாக உடை அணிந்துகொண்டேன்.

அரை மணி நேரம் கழித்து, என்னை அழைத்துப்போக வரும் பேருந்தை நோக்கி, மழையில் பளபளத்துக்கொண்டிருந்த நடைபாதையில் என்னுடைய சிறிய பெட்டிமேல் உட்கார்ந்து என்னுடைய முறைக்காகக் காத்திருந்தேன். எனக்கும் முன்னால் எவ்வளவோ நண்பர்கள், பொறுப்பேற்கும் தங்களுடைய முதல் நாளன்று, நெஞ்சைக் கையில் பிடித்தவாறு இதே போலக் காத்திருப்பதை அனுபவித்திருக்கிறார்கள். ஒருவழியாக, காயலான்கடை இரைச்சலுடன் அந்தக் காலத்திய வண்டி ஒன்று தெரு முனையிலிருந்து வெளிப்பட்டது. என் நண்பர்களைப் போலவே, தூக்கம் இன்

னும் சரியாகக் கலையாத சுங்க அதிகாரிக்கும், சில அரசு ஊழியர்களுக்கும் இடையே பெஞ்சில் நெருக்கிக்கொண்டு உட்கார இப்போது நான் உரிமை பெற்றிருந்தேன். ஒரு மனிதனின் வாழ்க்கையே அமிழ்ந்துபோய்விடும் பழைய அலுவலகத்தின் அடைசல்களால் தூசி மண்டியிருந்த நிர்வாக அறையின் மணம் இந்தப் பேருந்தில் இருந்தது. அரை கிலோமீட்டருக்கு ஒரு முறை இன்னுமொரு செயலாளரையோ, சுங்க அதிகாரியையோ அல்லது ஆய்வாளரையோ ஏற்றிக்கொள்வதற்காகப் பேருந்து நிற்கும். அங்கே ஏற்கனவே தூங்கிவிட்டிருந்தவர்கள் புதிதாக வந்தவரின் வணக்கத்துக்குத் தெளிவற்ற ஒரு முனகலைப் பதிலாக அளிக்க, வந்தவர், முடிந்த அளவு தன்னை அங்கே நுழைத்துக்கொண்டு, அவருடைய முறைக்கு உடனேயே தூங்கிவிடுவார். கற்கள் பதித்த, சீரற்ற தூலூஸ் நகரச் சாலையில் சோகமான ஒருவிதக் கட்டைவண்டிப் பயணம் அது; அரசு அதிகாரிகளிடையே அவர்களிலிருந்து வேறுபட்டுத் தோன்றாமல்தான் விமானி இருந்தான்... ஆனால், விளக்குக் கம்பங்களோ ஒன்றன் பின் ஒன்றாகப் போய்க்கொண்டிருந்தன, ஓடுபாதை நெருங்கிக்கொண்டிருந்தது. உருமாற்றம் பெற்ற மனிதன் ஒருவன் வெளிப்பட்டு வரப்போகும் சாம்பல் நிறக் கூடுபோல இருந்தது ஆட்டம் கண்டுவிட்ட அந்தப் பழைய பேருந்து.

இதைப் போலவேதான், ஆய்வாளரின் மிரட்டல்களைப் பொறுத்துக்கொண்டு எந்நேரமும் ஆபத்துக்குள்ளாகக்கூடிய ஒவ்வொரு இளைஞனும் இதே போன்ற காலை வேளைகளில் ஸ்பெயின்-ஆப்பிரிக்க அஞ்சல்களை எடுத்துச்செல்லும் பொறுப்பாளி ஒருவன் தனக்குள் பிறப்பதை, அடுத்த மூன்று மணி நேரத்தில் ஹாஸ்பிடாலே[8] நகரின் டிராகனை இடிமின்னல்களுக்கு இடையே எதிர்கொள்ளப் போகும் ஒருவன் பிறப்பதை எனக்கு முன்பாகவே உணர்ந்திருப்பான். அவனே இன்னும் நான்கு மணி நேரத்தில், அந்த டிராகனை வென்ற பிறகு, தானாகவே முடிவெடுக்கும் அதிகாரத்தை முற்றிலும் பெற்றவனாக, கடல்மேல் திரும்பிப் போவதா அல்லது ஆல்காய்[9] மலைத்தொடரை நோக்கி நேராகச் செல்வதா என்று சுதந்திரமாகத் தீர்மானிப்பான். இனி கனமழை, மலை, கடல் இவற்றையும் சமாளிப்பான்.

ஐந்து மணி நேரத்துக்குப் பிறகு வடக்குப் பிரதேசத்தின் மழையையும் பனியையும் தாண்டி, குளிர் காலத்துக்கு மறுப்புத் தெரிவித்துவிட்டு, நல்ல கோடையில் ஸ்பெயின் அலிகான்ட் துறைமுகத்தின் பளிச்சிடும் வெயிலில் விமானத்தை இறக்கப்போகும் வல்லவன் ஒருவன் தன்னுள் வளர்ந்திருப்பதை, இது போன்ற காலைப் பொழுதில், தூலூஸின் குளிர் கால மூட்ட

[8] மேற்கு ஸ்பெயின் மலைப் பகுதியில் உள்ள நகரம்.

[9] தென்கிழக்கு ஸ்பெயினில் உள்ள மலைத்தொடர்.

மான சூழலில் முன்பின் தெரிந்திராதவர்கள் நடுவே அடையாளமற்று இருந்த ஒவ்வொரு தோழனும் உணர்ந்திருக்கிறான்.

அந்தப் பழைய பேருந்து இப்போது இல்லை. ஆனால் அதன் கடுமையும் வசதியின்மையும் என் நினைவில் பசுமையாக நிலைத்துவிட்டன. இந்தத் தொழிலின் சிரமமான இன்பங்களுக்காக எங்களுக்குத் தேவையான தயார் நிலையின் அடையாளமாக அந்தப் பேருந்து இருந்தது. எல்லாமே அங்கே கவனத்தை ஈர்க்கும் இறுக்கத்தைப் பெற்றிருந்தன. இந்த நிறுவனத்தில் பனிமூட்டமான ஒரு பகலிலோ இரவிலோ இதுவரை அமரத்துவம் பெற்றுவிட்டிருந்த நூறு விமானிகளில் ஒருவரான லெக்ரிவென் என்ற விமானி இறந்த செய்தியை, பத்தே வார்த்தைகள்கூடப் பரிமாறிக்கொள்ளப்படாத நிலையில், இதே பேருந்தில் மூன்று ஆண்டுகளுக்குப் பிறகு நான் அறிந்துகொண்டதும் இப்போது என் நினைவுக்கு வருகிறது.

ஒருநாள் அதிகாலை மூன்று மணிக்கு, கண்ணுக்குப் புலப்படாமல் நிழலில் இருந்த நிர்வாக இயக்குநர் ஆய்வாளரை நோக்கிக் குரலை உயர்த்திப் பேசியதை நாங்கள் கேட்டபோதும் இதே போன்ற அமைதியே நிலவியது.

‘‘நேற்றிரவு காஸாப்லாங்காவில் லெக்ரிவன் தரையில் இறங்கவில்லை.’’

‘‘ஓ, அப்படியா?’’ என்று பதிலளித்தார் ஆய்வாளர்.

கனவுலகிலிருந்து இழுக்கப்பட்ட அவர், விழித்துக்கொள்வதற்காகவும், தன்னுடைய ஈடுபாட்டைக் காட்டிக்கொள்வதற்காகவும் முயன்றபடி சொன்னார்:

‘‘ஆ, அப்படியா? அவர் நல்லபடியாக போய்ச் சேரவில்லையா? பாதியில் திரும்பிவிட்டாரா?’’

பேருந்தின் ஒரு கோடியிலிருந்து ‘இல்லை’ என்ற பதில் மட்டுமே வந்தது. அடுத்து வரப்போவதை எதிர்நோக்கி இருந்தோம், ஆனால் ஒரு வார்த்தைகூட வரவில்லை. வினாடிகள் செல்லச்செல்ல, இந்த ‘இல்லை’யை அடுத்து வேறு எந்தச் சொல்லும் வராது என்பதும், இந்த ‘இல்லை’யை மீறி மேல்முறையீடு செய்ய முடியாது என்பதும், காஸாப்லாங்காவில் லெக்ரிவென் தரையைத் தொடவில்லை என்பது மட்டுமன்றி, இனி அவர் ஒருபோதும் எங்கேயும் தரையைத் தொட மாட்டார் என்பதும் தெளிவாயின.

அப்படித்தான் அன்று காலையில், என் முதல் பயணத்தின் விடியலில், என் முறைக்கு இப்போது நான் இந்தத் தொழிலின் புனிதச் சடங்குகளுக்கு என்னை ஆட்படுத்திக்கொண்டேன். தெரு விளக்குகளைப் பிரதிபலித்துப் பளபளத்துக்கொண்டிருந்த தார் ரோட்டைக் கண்ணாடி ஜன்னல் வழியாகப் பார்த்தபோது நம்பிக்கை இழந்துவிடுவதைப் போல உணர்ந்தேன்.

அங்கே நீர்த் தகடுகளின் மேல் காற்று தென்னங்கீற்றுகளாக ஓடி மறைவதைப் பார்த்தேன். ‘‘என்னுடைய முதல் அஞ்சல் விமானப் பயணத்திலேயே இப்படியா... உண்மையில்... எனக்கு அதிர்ஷ்டமே இல்லை’’, என்று எண்ணினேன். ஆய்வாளரை நோக்கி நிமிர்ந்து ‘‘இது மோசமான வானிலையா?’’ என்று கேட்டேன். ஜன்னலை நோக்கிச் சோர்வுற்ற பார்வையை வீசிய ஆய்வாளர்: ‘‘இதை வைத்துக்கொண்டு ஒன்றும் சொல்ல முடியாது’’, என்றார். எந்த அறிகுறியை வைத்துக்கொண்டு மோசமான வானிலையைத் தெரிந்துகொள்வது என்று எனக்குப் புரியவில்லை. எங்களைப் பயமுறுத்தும் வகையில் மூத்தவர்கள் எங்களிடம் சொல்லியிருந்த கெட்ட சகுனங்களை நேற்றிரவு கியோமெ ஒரு புன்முறுவலாலேயே மறுத்துவிட்டிருந்தார். இருந்தாலும், அவை என் நினைவுக்கு வந்தன. ‘‘தன்னுடைய பாதையை, அங்குள்ள ஒவ்வொரு சிறு கல் உட்பட, தெரிந்துவைத்திருக்காத ஒருவன் பனிப்புயல் ஒன்றை எதிர்கொள்ள நேர்ந்தால் அவனுக்காகப் பரிதாபப்படுவேன்... ஆம், நிச்சயமாக! பரிதாபப்படுவேன்! ’’ சகுனங்களின் கௌரவத்தைக் காப்பாற்ற வேண்டியிருந்தது. எங்களிடம் காணப்பட்ட வெகுளித்தனத்துக்காகப் பரிதாபப்பட்டதைப் போல, சங்கடமான இரக்க உணர்வுடன் எங்களைப் பார்த்து அவை தலையாட்டின.

ஆம், உண்மையில் எங்களில் எத்தனை பேருக்கு இறுதிப் புகலிடமாக இந்தப் பேருந்து இருந்திருக்கிறது? அறுபதா, எண்பதா, எவ்வளவு? மழை கொட்டும் காலைப் பொழுதில் அதிகம் பேசாத அதே ஓட்டுநர். சுற்றும் முற்றும் பார்த்தேன்: வெளிச்சப் புள்ளிகள் இருட்டில் மின்ன, சிகரெட்டுகள் சிந்தனைகளுக்கு நிறுத்தப்புள்ளிகளாக இருந்தன; வயதான ஊழியர்களின் பணிவான சிந்தனைகள். எங்களில் எவ்வளவு பேருக்கு இறுதி ஊர்வலத்தின் தோழர்களாக இவர்கள் இருந்திருக்கிறார்கள்?

அது தவிர, தாழ்ந்த குரலில் அவரவர் சொந்த வாழ்க்கையைப் பற்றித் தங்களிடையே அவர்கள் பரிமாறிக்கொண்ட கிசுகிசுப்புகளும் என் காதில் விழுந்தன: நோய் நொடிகள், பணக் கஷ்டம், சோகமான குடும்பக் கவலைகள். அவர்கள் தங்களைத் தாங்களாகவே சிறைபடுத்திக்கொண்டிருந்த சுவர்களை நான் கண்டேன். திடீரென்று விதியின் முகமும் எனக்குத் தென்பட்டது.

முதிய அரசு ஊழியனே, என்னருகே இருக்கும் தோழனே, தப்பிச் செல்லும் வழியை உனக்காக யாரும் திறக்கவில்லை, அதற்காக உன்னைக் குறை சொல்லவும் முடியாது. கறையான்களைப் போல, வெளிச்சத்தை நோக்கிச் செல்லும் எல்லா துவாரங்களையும் சிமென்ட் போட்டு அடைத்து உன்னுடைய அமைதியை நீ நிர்மாணித்துக்கொண்டிருக்கிறாய். நகரவாசியின் பாதுகாப்புணர்விலும், உன்னுடைய அன்றாட பழக்கவழக்கங்களிலும், உன்னுடைய மூச்சுமுட்டும் கிராம வாழ்க்கைச் சடங்குகளிலும் உன்னை

நீயே நூல்கண்டைப் போலச் சுற்றிக்கொண்டிருக்கிறாய். காற்று, அலைகள், நட்சத்திரங்களுக்கு எதிராக எளிமையான இந்தக் கோட்டைச் சுவரை எழுப்பியிருக்கிறாய். பெரிய பிரச்சினைகளைக் குறித்துக் கவலைப்பட நீ விரும்பவில்லை, உன்னுடைய மானுட நிலையை மறப்பதற்கே உனக்குப் போதும்போதும் என்று ஆகிவிட்டிருக்கிறது. இங்குமங்குமாக அலையும் கிரகத்தில் வசிப்பவன் அல்ல நீ; விடையில்லாத கேள்விகளை நீ கேட்டுக் கொள்வதில்லை. தூலூஸ் நகரத்தில் நீ ஒரு அற்ப நடுத்தர வர்க்கக் குடிமகன். காலம் தாழ்ந்துவிட்ட நிலை வருவதற்கு முன்பேயே எவரும் உன் தோள்களைப் பற்றி உலுக்கியிருக்கவில்லை. இப்போதோ, உன்னை வடிவமைத்திருக்கும் களிமண் காய்ந்து இறுகிவிட்டிருக்கிறது. உனக்குள்ளேயே ஒருகாலத்தில் குடியிருந்திருக்கக்கூடிய வானவியலாளனையோ, கவிஞனையோ அல்லது உறக்கத்திலிருக்கும் இசைக் கலைஞனையோ உன்னிடமிருக்கும் எதுவும் எழுப்பிவிட முடியாது.

மழையுடன் கூடிய ஊதல் காற்றைப் பற்றி இனி எனக்குக் கவலையில்லை. என் தொழிலின் மாயாஜாலம் எனக்காகத் திறந்து காட்டும் உலகில் இன்னும் இரண்டு மணி நேரத்துக்குள் கருமேக டிராகன்களையும், நீல மின்னல் பிடரிக் கிரீடமணிந்த சிகரங்களையும் எதிர்கொண்டு, இரவின் இருட்டில் விடுதலை அடைந்தவனாய் விண்மீன்களிடையே என் பாதையைக் கண்டறிந்து செல்வேன்.

இப்படியாக, இந்தத் தொழிலில் ஞானஸ்நானம் பெற்று நாங்கள் பயணம் செய்யத் தொடங்கினோம். பெரும்பாலும் இந்தப் பயணங்கள் சொல்லிக்கொள்ளும்படியாக இருக்கவில்லை. எங்கள் களத்தின் ஆழங்களில் முத்துக் குளிப்பவர்களைப் போல அமைதியாக இறங்கினோம். இன்றோ, இந்தக் களம் நன்றாக ஆராய்ந்து அறியப்பட்டுவிட்டது. விமானியும் பொறியாளரும், ரேடியோ மூலம் தகவல் அனுப்புபவரும் சாகசங்கள் எதுவும் செய்ய முயல்வதில்லை, மாறாக, சோதனைக்கூடத்தில் அடைந்து கிடக்கிறார்கள். தங்கள் முன் விரியும் நிலப்பரப்பைத் தொடாமல் கருவிகளின் முட்களின் அசைவுக்கு அடிபணிகிறார்கள். வெளியே மலைகள் இருளில் மூழ்கியிருந்தாலும் வெறும் மலைகளாக மட்டும் அவை இல்லை. கண்ணுக்குத் தெரியாத சக்திகளாக அவை நெருங்குவதைக் கணித ரீதியாக அறிவது அவசியம். விளக்கொளியில் ரேடியோ புத்திசாலித்தனமாக எண்களைக் குறிப்பிட, பொறியாளர் வரைபடத்தைச் சுட்டிக்காட்ட, விமானி தன் பாதையைச் சரிசெய்துகொள்கிறான். அதாவது, மலைகள் அவனுடைய பாதையிலிருந்து விலகிவிட்டனவா அல்லது அவன் தனக்கு இடதுபுறமாகச் சுற்றியபடி கடந்து செல்ல நினைத்திருந்த சிகரங்கள் ராணுவ வியூகங்களின் ரகசியத்துடனும் ஓசையின்றியும் விரிந்துகொண்டிருக்கின்றனவா என்பதைப் பொறுத்துப் பாதையைச் சரிசெய்துகொள்கிறான்.

தரையில் உள்ள ரேடியோ கண்காணிப்பு அலுவலர்களோ தங்களுடைய தோழர் அனுப்பிய அதே வாசகத்தை, அதே கணத்தில் தங்களுடைய குறிப்பேடுகளில் கவனமாகக் குறித்துக்கொள்கிறார்கள்: ''இரவு மணி பன்னிரண்டு நாற்பது. பாதை 230இல் எல்லாம் நல்லபடியாக போய்க்கொண்டிருக்கிறது.''

இப்படித்தான் இன்றைய விமானிகள் பயணம் செய்கிறார்கள். தாங்கள் சலனித்துக்கொண்டே இருப்பதை இவர்கள் உணர்வதே இல்லை. போக வேண்டிய இடத்தின் அடையாளங்களிலிருந்து மிகத் தொலைவில், இரவு நேரக் கடல்மீது மிதப்பவர்கள் போல இருக்கிறார்கள். ஆனால், வெளிச்சமான இந்த அறையில் இயங்கிக்கொண்டிருக்கும் இன்ஜின்களின் லேசான அதிர்வு விமானி-அறையின் தன்மையை மாற்றிவிடுகிறது. நேரமோ ஓடிக்கொண்டிருக்கிறது. அந்தக் கருவிகளின் டயல்களில், ரேடியோ-விளக்குகளில், முட்களில் கண்ணுக்குத் தெரியாத ஒரு ரசவாதம் நிகழ்ந்துகொண்டிருக்கிறது. வினாடிக்கு வினாடி இந்த ரகசியச் சைகைகளும், பாதியில் விழுங்கப்பட்டுவிட்ட இந்தச் சொற்களும், உன்னிப்பான இந்தக் கவனமும் அந்த அற்புதத்தைத் தயார்செய்கின்றன. உரிய நேரம் வரும்போது விமானத்தின் முன்புறக் கண்ணாடிக் கதவின் மேல் விமானி நிச்சயமாக தன் நெற்றியை அழுத்திப் பார்க்க முடியும். சூனியத்திலிருந்து தங்கம் பிறந்துவிட்டது: விமான ஓடுதளத்தின் விளக்குகளில் அது பிரகாசிக்கிறது.

இருந்தாலும், இறங்க இரண்டு மணி நேரம் இருக்கும்போது திடீரென்று, ஒரு குறிப்பிட்ட கோணத்தில் தெரிவதை மட்டும் வைத்துக்கொண்டு, மேற்கிந்தியத் தீவுகளில்கூட நாங்கள் ஒருபோதும் உணர்ந்திருக்காத அளவுக்கு, இனிமேல் திரும்பிப் போக முடியும் என்ற நம்பிக்கையையும் இழக்கும் அளவுக்குத் தொலைந்துபோய்விட்டதாக நாங்கள் உணர்ந்த பயணங்களும் இருந்திருக்கின்றன.

நீர்ப் பரப்பின் மேல் இறங்கும் வசதி கொண்ட ஹைட்ரோ-ப்ளேன் என்ற விமானத்தில் முதல்முறையாக அட்லான்டிக் கடலை மெர்மோஸ் கடக்கும்போது பொழுது சாயும் வேளையில் டோல்ட்ரம்ஸ்[10] பகுதியை நெருங்கினார். ஒவ்வொரு நிமிடமும் தன் கண் முன்னால் சூறாவளியின் வால்கள் அடுக்கடுக்காக நெருக்கமடைந்து சுவர் ஒன்று எழுப்பப்படுவதைப் போலத் தோன்றுவதைப் பார்த்தார். அதைத் தொடர்ந்து, இந்த ஆயத்தங்கள் நடந்துகொண்டிருக்கும்போதே, இரவின் இருள் கவிழ்ந்து

[10] அட்லான்டிக், பசிபிக் சமுத்திரங்களில் பூமத்திய ரேகைக்கு அருகில் தாழ்வு அழுத்தத்தால் காற்று மேலெழும்பி, வடக்காகவும் தெற்காகவும் நகரும்போது, சில சமயம் புயலும், சூறாவளியும் தோன்றும்; சிலசமயம், சலனம் எதுவுமின்றி, மிக அமைதியாக இருக்கும். இம்மாதிரியான சமயங்களில், பாய்மரக் கப்பல்களை நாள் கணக்கில் நகர விடாமல் முடக்கிவிடும்.

அவற்றை மறைப்பதையும் பார்த்தார். ஒரு மணி நேரத்துக்குப் பிறகு, மேகங்களினூடே புகுந்து வளைந்து சென்றபோது அங்கே ஒரு அற்புதமான ராஜ்ஜியத்துக்குள் நுழைந்தார். சுழற்காற்றில் கடலின் மேல் செங்குத்தாக எழும்பி, அசைவற்று இருப்பதைப் போல் தோற்றமளித்த நீர்க்குழல்கள் ஒரு கோயிலின் கருப்புத் தூண்களைப் போல அங்கு வரிசையாகத் திரண்டு இருந்தன. புயலின் இருண்ட தாழ்வான கூரையை, இரு முனைகளிலும் பருமனாக இருந்த இந்தத் தூண்கள் தாங்கிப் பிடித்தபடி இருந்தன. ஆனால் இந்தக் கூரையின் விரிசல்களினூடாக ஒளிப் பிழம்புகள் விழுந்து, கடலின் குளிர்ந்த பலகைகளின் மேல் முழு நிலவின் ஒளி வீசியது. மனிதர்கள் அற்ற இந்தப் பாழ் மண்டபங்களிடையே புகுந்து தன் பாதையைத் தொடர்ந்தார் மெர்மோஸ். கடல் நீரைத் தாங்கி உறுமிக்கொண்டு மேலெழும்பிய ராட்சசத் தூண்களைச் சுற்றியபடி ஒரு ஒளிப்பாதையிலிருந்து இன்னொரு ஒளிப்பாதையை நோக்கிச் சாய்ந்து, வளைந்து சென்று, நிலவொளி வழிந் தோடிக்கொண்டிருந்த பாதை வழியாகக் கோயிலின் வாசலை நோக்கி நான்கு மணி நேரமாகத் தன் பாதையில் தொடர்ந்து போய்க்கொண்டிருந் தார். டோல்ட்ரம்ஸ் பகுதியைக் கடந்த பிறகுதான் பயப்படாமல் இருந் திருக்கிறோம் என்று உணர்ந்திருக்கிறார். அந்த அளவுக்கு இந்தக் காட்சி அவரை அசத்திவிட்டிருந்தது.

நிஜ உலகின் எல்லைகளுக்கு அப்பால் இம்மாதிரியான கணங்களில் ஒரு முறை நடந்த சம்பவம் இப்போது என் நினைவுக்கு வருகிறது: திசைகளை யும் நிலைகளையும் தெரிவிக்கும் ரேடியோ சாதனம் மூலமாக சஹாரா பாலைவனத்தின் விமானத் தளங்களிலிருந்து அன்றிரவு முழுவதும் வந்த குறிப்புகளெல்லாம் தவறாக இருந்தன; ரேடியோ-தந்தி நிபுணர் நேரியை யும் என்னையும் தவறாகச் செயல்பட வைத்தன. பனி மூட்டத்தின் பிளவு ஒன்றின் ஊடாக அதன் கோடியில் நீர் மின்னுவதைப் பார்த்தவுடன் கரையை நோக்கித் திடீரென்று விமானத்தைத் திருப்பிய பின்பும், இன் னும் ஆழ்கடலை நோக்கியேதான் நாங்கள் சென்றுகொண்டிருந்தோம் என்று எங்களுக்குத் தெரிந்திருக்க நியாயமில்லை.

கரையை அடைவோமா என்றும் நிச்சயமாக எங்களுக்குத் தெரிய வில்லை. எரிபொருள் போதுமானதாக இல்லாமலும் போய்விடலாம். அதையும் மீறிக்கரையை அடைந்துவிட்டாலும், விமானம் இறங்கப்போகும் தளத்தைக் கண்டுபிடித்தாக வேண்டியிருந்தது. அப்போதோ நிலவு அஸ்த மிக்கும் நேரம். திசையின் கோணங்கள் பற்றிய தகவல்கள் இல்லாமல் ஏற் கனவே காது கேளாமல் போயிருந்த நாங்கள், சிறிதுசிறிதாகப் பார்வை இழந் தவர்களாகவும் ஆகிக்கொண்டிருந்தோம். உலர்பனியினால் அன பலகை போல இருந்த மூட்டத்தில் வெளிறிய தணல் போன்ற நிலவொளி அப் போதுதான் அணைந்துவிட்டிருந்தது. தலைக்கு மேல் ஆகாயமோ மேகங்க

ளால் மூடப்பட்டிருந்தது. அதன்பின், எவ்வித ஒளியுமோ, எவ்வித ஜடப் பொருளுமோ அற்றுவிட்டிருந்த உலகில், மேகங்களுக்கும் பனிமூட்டத்துக் கும் நடுவிலேதான் நாங்கள் விமானத்தைச் செலுத்திக்கொண்டிருந்தோம்.

எங்களுக்குப் பதிலளித்த விமானத் தளங்கள், ''குறிப்புகள் கிடைக்க வில்லை... குறிப்புகள் இல்லை'' என்றபடி எங்களுக்கு வேண்டிய தகவல் களைத் தரும் முயற்சியைக் கைவிட்டன. ஏனென்றால், எங்களுடைய குரல் எல்லாப் பக்கங்களிலிருந்தும் வருவதைப் போலவும், எங்கிருந்துமே வரவில்லை போலவும் அவர்களுக்கு இருந்திருக்கிறது.

திடீரென்று, ஏற்கனவே நாங்கள் நம்பிக்கை இழந்திருந்த நிலையில், தொடுவானத்தின் முன் இடதுபுறத்தில் பிரகாசமான ஒரு புள்ளி திரையை விலக்கியபடி தோன்றியது. எனக்குள் மகிழ்ச்சி ஆரவாரமிடுவதை உணர்ந் தேன். நேரி என்னை நோக்கிக் குனிந்தான். அவன் பாடிக்கொண்டிருந்தது என் காதில் விழுந்தது! விமானத் தளமாகத்தான் அது இருக்க வேண்டும். அந்த ஒளி, அதனுடைய வழிகாட்டி விளக்காகத்தான் இருக்க வேண்டும். ஏனென்றால், இரவில் சஹாரா பாலைவனம் முற்றிலுமாக அணைந்து போய், ஒரு பெரிய வெற்றுப் பிரதேசமாகவே இருக்கும். இந்த ஒளியோ சற்றே மினுமினுத்துவிட்டு அணைந்துவிட்டது. பனிப்படலத்துக்கும் மேகங் களுக்குமிடையே அஸ்தமனம் ஆவதற்கு முன் சில நிமிடங்கள் மட்டுமே தொடுவானத்தில் தோன்றிய விண்மீன் ஒன்றை நோக்கித்தான் நாங்கள் போயிருந்திருக்கிறோம்.

அப்போது வேறு சில விளக்குகளும் உதயமாவதைப் பார்த்து, ஒன்றன் பின் ஒன்றாக ஒரு குருட்டு நம்பிக்கையில் அவற்றை நோக்கி விமானத் தைத் திருப்பினோம். அவற்றில் ஏதாவது ஒன்று தொடர்ந்து ஒளிர்ந்த போது எங்களுக்கு வாழ்வளிக்கும் முயற்சியை மேற்கொண்டோம். சிஸ் நெரோஸ் விமானத் தளத்துக்கு நேரி கட்டளையிட்டான்: ''விளக்கு ஒளி தெரிகிறது. மூன்று முறை விளக்கை அணைத்துஅணைத்து மீண்டும் ஏற்ற வும்.'' சிஸ்நெரோஸ் தளம் விளக்கை அணைத்து மீண்டும் ஏற்றிக்கொண்டு தான் இருந்தது. ஆனால், நாங்கள் கூர்ந்து கவனித்துக்கொண்டிருந்த இரக்க மற்ற விளக்கோ கண்சிமிட்டவே இல்லை: மசிந்துகொடுக்காத விண்மீன்.

எரிபொருள் தீர்ந்துபோய்க்கொண்டிருந்தபோதும், ஒவ்வொரு முறை யும் நாங்கள் தங்கத் தூண்டில் முள்ளைக் கடித்தாலும், ஒவ்வொரு முறை யும் அது உண்மையான கலங்கரை விளக்கொளியாக இருந்தாலும், ஒவ் வொரு முறையும் எங்களுக்கு வாழ்வளிக்கக்கூடிய விமானத் தளமாக இருந்தாலும், அதற்குப் பிறகு வேறு ஒரு விண்மீனுக்கு நாங்கள் மாற வேண்டியதாகிவிட்டது.

நமக்கு எட்டாத நூற்றுக் கணக்கான கிரகங்களுக்கு மத்தியில் பரந்த விண்வெளியில் தொலைந்துபோய்விட்ட நாங்கள், ஒரே ஒரு உண்மை

யான கிரகத்தை, எங்கள் சொந்த கிரகத்தைத் தேடி, எங்களுக்குப் பரிச்சய மான கிராமப் பகுதிகளும், தோழமை இல்லங்களும், எங்களுடைய பாசப் பிணைப்புகளும் இருந்த ஒரே ஒரு கிரகத்தைத் தேடிக்கொண்டிருந்தோம் என்பதை அதற்குப் பிறகுதான் உணர்ந்தோம்.

அந்தக் கிரகம்... என் மனக்கண்முன் தோன்றிய அந்த ஒரே ஒரு கிர கத்திலிருந்த காட்சியை விவரிக்கிறேன். குழந்தைத்தனமானதாக உங்க ளுக்கு அது தோன்றலாம். ஆபத்தின் மத்தியிலும் மனிதனின் தேவைகள் அப்படியேதான் இருக்கின்றன. எனக்குத் தாகமெடுத்தது, பசித்தது. சிஸ் நெரோஸ் தளத்தைக் கண்டுபிடித்துவிட்டோமானால், விமானத்தில் எரி பொருளை நிரப்பிக்கொண்டு பயணத்தைத் தொடர்ந்து, காஸாப்லாங்கா வில் அதிகாலைப் பொழுதின் புத்துணர்ச்சியில் தரையில் இறங்குவோம். பயணம் முடிந்துவிடும்! நேரியும் நானும் அந்த ஊருக்குள் செல்வோம். அங்கு விடியலிலேயே திறந்திருக்கும் சிறிய உணவகங்களைக் கண்டுபிடிப் போம். அங்கே பாதுகாப்பான சூழலில் மேஜையின் மேல் இருக்கும் பிறை வடிவ ரொட்டிகள், காப்பி இவற்றுக்கு முன் முந்தைய இரவை நினைத்துப் பார்த்து நேரியும் நானும் சிரித்துக்கொண்டு உட்கார்ந்திருப்போம். வாழ் வின் காலைப் பொழுது அளிக்கும் வெகுமதியை நாங்கள் பெறுவோம். ஒரு வண்ணப் படம், எளிய பதக்கம் அல்லது ஜெபமாலை மூலமாகவோதான் முதிய குடியானவப் பெண் ஒருத்தி தன்னுடைய கடவுளை அடையா ளம் கண்டுகொள்கிறாள்; நம்மைப் பற்றித் தெரிந்துகொள்ள வேண்டு மென்பவர்கள் அதற்கு நம்முடன் எளிய மொழியில் பேச வேண்டும். அதைப் போலவேதான் அமைதியான வயல்வெளிகள், வித்தியாசமான தோட்டங்கள், அறுவடைகளுடன் மட்டுமன்றி, இந்த உலகத்துடன் முழு மையாகத் தொடர்புகொள்ள உதவும் பால், காப்பி, கோதுமை கலந்த சூடான, மணமான இந்த முதல் முழுங்கு என் தொண்டையில் இறங்கும் போது வாழ்க்கையின் ஆனந்தம் எனக்காக ஒன்றுதிரண்டு இருப்பதை உணர்வேன். இவ்வளவு விண்மீன்களுக்கிடையே இந்த மணமுள்ள அதி காலை உணவை எங்களுக்குக் கிடைக்க வேண்டுமென்பதற்காகவே தயார் செய்யக் கூடியது ஒரே ஒரு கிரகம்தான்.

ஆனால், கடக்க முடியாத தூரங்கள் எங்கள் விமானத்துக்கும் மனிதர் கள் வாழும் பூமிக்கும் இடையே அதிகமாகிக்கொண்டே இருந்தன. நட் சத்திர மண்டலங்களிடையே அலைந்துகொண்டிருந்த ஒரு பொட்டுத் தூசி யில் உலகத்தின் வளங்கள் அனைத்தும் குடிகொண்டிருந்தன. அதைக் கண் டறிய முனைந்துகொண்டிருந்த ஜோதிடன் நேரியோ இன்னமும் நட்சத் திரங்களை வேண்டிக்கொண்டிருந்தான்.

திடீரென்று அவனுடைய கை என் தோளை உலுக்கியது. அந்த உலுக் கலைத் தொடர்ந்து வந்த காகிதத் துண்டில் இருந்ததைப் படித்தேன்: ‘‘எல்

லாம் நல்லபடியாக இருக்கிறது, அற்புதமான செய்தி வருகிறது.'' எங்களைக் காப்பாற்றக் கூடிய தந்தியின் அந்த ஐந்து அல்லது ஆறு வார்த்தைகளை ஒரு தாளில் அவன் எழுதி முடிக்கும்வரை துடிக்கும் இதயத்துடன் காத்திருந்தேன். ஒருவழியாக, சொர்க்கத்தின் அந்தப் பரிசு எனக்குக் கிடைத்தது.

அதில் குறிப்பிட்டிருந்த தேதிக்கு முந்தைய இரவுதான் நாங்கள் காஸாப் லாங்காவிலிருந்து கிளம்பியிருந்திருக்கிறோம். தாமதமாக அனுப்பப்பட்டிருந்த அந்தத் தந்தி, இரண்டாயிரம் கிலோமீட்டர்களைத் தாண்டி, மேகங்கள் பனி மூட்டம் இவற்றினிடையே, திக்குத் தெரியாமல் கடல்மேல் இருந்த எங்களை உடனே அடைந்துவிட்டது. காஸாப்லாங்கா விமானத் தளத்தின் அரசு அதிகாரியிடமிருந்து அந்தச் செய்தி வந்திருந்தது. நான் அதைப் படித்தேன்: ''திரு. செந்த்-எக்சுபெரி அவர்களே, பாரிஸிடம் உங்கள்மேல் ஒழுக்க நடவடிக்கை எடுக்கும்படி சொல்ல வேண்டிய கட்டாயத்தில் இருக்கிறேன். காஸாப்லாங்காவிலிருந்து கிளம்பும்போது விமானக்கூடத்துக்கு மிக அருகில் விமானத்தைத் திருப்பி ஓட்டியிருக்கிறீர்கள்.'' விமானக்கூடத்துக்கு வெகு அருகில் நான் விமானத்தைத் திருப்பி ஓட்டினேன் என்பது உண்மைதான். அதற்காகக் கோபமடையும் அவர் தன் கடமையைத்தான் செய்தார் என்பதும் உண்மைதான். விமான நிலைய அலுவலகமாக இருந்தால் இது போன்ற வசையை நான் பணிவுடன் ஏற்றுக்கொண்டிருந்திருப்பேன். ஆனால், எங்களுடன் அவர் தொடர்புகொள்ளத் தேவையில்லாத இடத்தில் அவர் தொடர்பு கொண்டார். இந்த அரிய நட்சத்திரங்கள், பனிமெத்தை, கடலின் பயமுறுத்தும் பசி இவற்றிடையே அவர் அபஸ்வரமாக ஒலித்தார். எங்கள் விதியையும், எங்களுடைய விமானம், அஞ்சல் இவற்றின் விதியையும் நாங்கள் கரங்களில் ஏந்திக்கொண்டிருந்தோம். விமானத்தைத் திசைத் திருப்பி ஓட்டி உயிர் பிழைத்தால் போதும் என்று சிரமப்பட்டுக்கொண்டிருந்தோம். ஆனால், இந்த மனிதரோ தன்னுடைய அற்ப மனக்கசப்பை எங்கள்மேல் கொட்டித்தீர்த்துக்கொண்டிருந்தார். இருந்தாலும், எரிச்சல் அடைவதற்கு முற்றிலும் மாறாக, நேரியும் நானும் திடீரென்று ஒருவித மகிழ்ச்சிப் பெருக்கை உணர்ந்தோம். இங்கு நாங்கள் தான் ராஜாக்கள், அதை நாங்கள் உணர்வதற்கு அவர் உதவினார். சாதாரணச் சிப்பாயாக இருந்த அவர், நாங்கள் கேப்டனாகவே ஆகிவிட்டிருந்தோம் என்பதைக்கூட எங்களுடைய சட்டையின் கைப்பட்டையைப் பார்த்துத் தெரிந்துகொள்ளவில்லையா? சப்தரிஷி மண்டலத்துக்கும் தனுர் ராசிக்கும் இடையே நாங்கள் மும்முரமாகப் போய்வந்துகொண்டிருந்த போது, விமானத் திசைகாட்டி முட்களில் எங்கள் கவனத்தை ஈர்த்த ஒரே ஒரு விவகாரம் எங்களைக் கைவிட்டுவிட்ட நிலவின் செயல்தான் என்றிருந்தபோது, இவரோ எங்கள் கனவைக் கலைத்துவிட்டார்...

இப்போது உடனடியாகச் செய்யப்பட வேண்டிய கடமை, இது போன்ற மனிதரை தன்னிடையே வைத்திருக்கும் இந்தக் கிரகம் செய்ய வேண்டிய ஒரே ஒரு கடமை என்னவென்றால், நட்சத்திரங்களின் நடுவே சரியாகக் கணக்கிட்டு ஓட்டிச்செல்ல உதவும் துல்லியமான புள்ளிவிவரங்களை எங்களுக்கு அளிப்பதுதான். அந்தப் புள்ளிவிவரங்களோ தவறாக இருந்தன. மற்ற படி இப்போதைக்கு பூமிக் கிரகம் பேசாமல் இருந்தாலே போதும். நேரி எனக்கு எழுதிக் காட்டினான்: "அற்பப் பிரச்சினைகளை வைத்துக்கொண்டு விளையாடுவதற்கு' பதிலாக அவர்கள் நம்மை எங்காவது இட்டுச்சென்றால் நல்லது." அவனைப் பொறுத்தவரையில் 'அவர்கள்' என்பதில் உலகத்தின் அனைத்து மக்களும் அடக்கம்—அந்த மக்களின் பாராளுமன்றங்கள், மேல்சபைகள், கப்பற்படைகள், ராணுவம், பேரரசர்கள் உட்பட. எங்களுக்கு உதவியாக இருப்பதாகத் தானாகவே நினைத்துக்கொண்டிருந்த அறிவற்ற ஒருவனின் செய்தியைப் படித்தபடியே புதன் கிரகம் இருந்த திசையை நோக்கி எங்கள் விமானத்தைத் திருப்பினோம்.

மிகவும் விசித்திரமான ஒரு தற்செயலால் நாங்கள் காப்பாற்றப்பட்டோம்: சிஸ்நெரோஸ் தளத்தை எப்போதாவது அடைவோம் என்ற நம்பிக்கையைத் துறந்து, கரை இருக்கும் திசையை நோக்கிச் செங்கோணப் பாதையில் திரும்பி, எரிபொருள் தீர்ந்துபோகும்வரை நிலப் பகுதியின் முனையை நோக்கியே செல்ல நான் முடிவு செய்ய நேர்ந்தது. அப்படிச் செய்வதால் கடலில் விழுந்து மூழ்காமல் இருக்கும் சாத்தியக்கூறுகள் இருக்கும்படி பார்த்துக்கொண்டேன். துரதிர்ஷ்டவசமாக, கண்களை ஏமாற்றுவது போன்றிருந்த வழிகாட்டி விளக்குகள் எவற்றை நோக்கி ஈர்க்கப்பட்டன என்பது கடவுளுக்குத்தான் வெளிச்சம். மேலும் துரதிர்ஷ்டவசமாக, கரிய இருளில் இறங்க வேண்டியிருக்கும் நிர்ப்பந்தத்துக்கு எங்களை ஆளாக்கியிருந்த திரண்ட பனிமூட்டம் நாங்கள் விபத்தின்றித் தரையில் இறங்கும் வாய்ப்புகளைக் குறைத்துவிட்டிருந்தது. ஆக, எந்தத் தேர்வு செய்வதும் என் கையில் இருக்கவில்லை.

நிலைமை அவ்வளவு தெள்ளத்தெளிவாக இருந்ததால், நேரி என்னிடம் ஒரு செய்தியை நீட்டியபோது சோகமாக என் தோள்களைக் குலுக்கிக்கொண்டேன். ஒரு மணி நேரத்துக்கு முன் வந்திருந்தால் அந்தச் செய்தி எங்களைக் காப்பாற்றியிருக்கும்: "சிஸ்நெரோஸ் நமக்குத் திசை காட்ட முடிவு செய்துள்ளது. கிட்டத்தட்ட 216 என்று சிஸ்நெரோஸ் குறிப்பிடுகிறது." ஆகவே சிஸ்நெரோஸ் இனியும் இருளில் மூழ்கியிருக்கவில்லை, சிஸ்நெரோஸ் தன்னைக் காட்டிக்கொள்கிறது, ஸ்தூலமாக, எங்களுக்கு இடது புறத்தில். ஆனால் எவ்வளவு தொலைவில்? நேரியும் நானும் ஒரு சிறிய விவாதமே செய்தோம். மிகவும் காலம் தாழ்ந்துவிட்டது. அதில் எங்களுக்கு உடன்பாடு இருந்தது. சிஸ்நெரோஸை நோக்கிப் பறந்தால் கரையைக்

கோட்டைவிடும் அபாயம் அதிகரித்துவிடும். ஆகவே, நேரி பதிலளித்தான்: "ஒரு மணி நேரத்துக்குண்டான எரிபொருள் மட்டுமே இருப்பதால், தொண்ணூற்று மூன்று டிகிரி கோணத்தில் தொடர்கிறோம்."

இருந்தபோதிலும் விமானத் தளங்கள் ஒன்றன்பின் ஒன்றாக விழித்துக் கொண்டுவிட்டன. அகாதிர், காஸாப்லாங்கா, டகார் விமானத் தளங்களி லிருந்து குரல்கள் எங்கள் சம்பாஷணையுடன் கலந்தன. எல்லா நகரங்களின் வானொலி நிலையங்களும் தங்கள் விமான நிலையங்களை எச்சரித்தன. விமான நிலையத் தலைவர்கள் தங்கள் சகாக்களை எச்சரித்தார்கள். சிறிது சிறிதாக எல்லோரும் நோயாளி ஒருவனின் படுக்கையைச் சுற்றி இருப்ப தைப் போல எங்களைச் சூழ்ந்துகொண்டார்கள். பயனற்ற கதகதப்பு, இருந் தாலும் கதகதப்புதான். மலட்டு அறிவுரைகள், ஆனாலும் எவ்வளவு கனி வானவை!

திடீரென்று தூலூஸ் நிலையம் முளைத்தது. தூலூஸ்! விமான நிறுவனத் தலைமை நிலையம். நாலாயிரம் கிலோமீட்டர்களுக்கு அப்பால், கீழே எங் கேயோ இருக்கும் நிலையம். தூலூஸ் எடுத்த எடுப்பிலேயே எங்களுடன் வந்து சேர்ந்து, சுற்றிவளைக்காமல் அறிவித்தது: "நீங்கள் ஓட்டும் விமானம் F தானே?" "ஆமாம்." "அப்படியானால் உங்களிடம் இன்னும் இரண்டு மணி நேரம் செல்வதற்கான எரிபொருள் இருக்கிறது. உங்கள் விமானத்தின் எரிபொருள் கலம் சராசரி விமானத்தையெல்லாம் போன்றதல்ல. சிஸ்நெ ரோஸ் திசை நோக்கித் திருப்பவும்."

இது போன்றுதான் குறிப்பிட்ட ஒரு தொழில் கட்டாயப்படுத்தும் அவ சியங்கள் உலகை மாறச் செய்து இன்னும் வளப்படுத்துகின்றன. பழகிப் போய்விட்ட காட்சிகளுக்கு ஒரு புதிய அர்த்தத்தைக் கண்டுபிடிக்க விமானி ஒருவனுக்கு இப்படிப்பட்ட ஒரு இரவு தேவைதான் என்றில்லை. வழிப்போக்கனுக்கு அலுப்பூட்டுவதாக இருக்கும் நிலப்பரப்பு விமானி களுக்கு ஏற்கனவே வேறு விதமாக இருக்கிறது. தொடுவானத்தை மறைக் கும் இந்த மேகத் திரட்டு அவனைப் பொறுத்தவரை வெறும் நாடகக் காட்சியமைப்பாக இருப்பதில்லை: அதன் பௌதிக அம்சங்கள் செயல் பட்டு அவனுக்குப் பிரச்சினையை உண்டாக்கும். அவன் அதை ஏற்கனவே கணக்கில் எடுத்துக்கொள்கிறான், அளந்துபார்க்கிறான், ஒருவித மொழி அதனுடன் அவனைப் பிணைக்கிறது. இதோ ஒரு சிகரம், இன்னும் தொலைவில்தான் இருக்கிறது: எந்த முகத்தை அது காட்டப்போகிறது? நிலவொளி இருந்தால், வழியைத் தெரிந்துகொள்ள ஒரு அடையாளமாக அதை எடுத்துக்கொள்ளலாம். ஆனால் இருட்டில் வழி தெரியாமல் பறந்து கொண்டு, விமானத்தின் போக்கைச் சரிசெய்துகொண்டு, அதன் அப்போ

தைய நிலையைக் குறித்துச் சந்தேகங்கள் இருக்கும்போது, அதே சிகரம் ஒரு வெடிகுண்டாக மாறி இரவு முழுவதையும் தன் அச்சுறுத்தலால் ஆக்கிரமித்துக்கொண்டிருக்கும். கடலில் மூழ்க வைக்கப்பட்டு, நீரின் இழுப்பில் இங்கும் அங்குமாக அலைந்துகொண்டிருக்கும் கண்ணிவெடி கடலின் அமைதியையே முழுவதுமாகக் கெடுத்துவிடுவதைப் போல.

அதே போலவேதான் கடல்களின் மேலும் மாற்றங்கள் ஏற்படுகின்றன. சாதாரணப் பயணிகளுக்குப் புயல் கண்ணுக்குத் தெரிவதில்லை: அந்த உயரத்திலிருந்து பார்க்கும்போது அலைகளின் எந்த ஏற்ற இறக்கங்களும் தெரிவதில்லை. அடர்ந்த நீர்த் திவலைகளின் மூட்டங்கள் சலனமற்று இருப்பதாகத் தோன்றும். அந்தப் பிரம்மாண்ட வெண்ணிறப் பனை ஓலைகள், அவற்றின் நரம்புகளுடனும் கீறல்களுடனும், ஏதோ உறைந்துபோய் விட்டதைப் போல விரிந்துகிடக்கும். ஆனால் இங்கு நீர்ப் பரப்பின் மேல் இறங்கவே கூடாது என்பது எந்த விமானிக்கும் தெரியும். அவனைப் பொறுத்தவரை இந்தப் பனை ஓலைகள் பெரிய விஷ மலர்களைப் போன்றவை.

பயணம் மகிழ்ச்சியாக அமைந்துவிட்டால்கூட எங்கேயோ தனக்கு அளிக்கப்பட்டிருக்கும் பகுதியில் விமானத்தை ஓட்டிச்செல்லும் விமானி காண்பதோ சாதாரணக் காட்சியல்ல. பூமியின், வானத்தின் அந்த வண்ணங்கள், கடற்பரப்பின் மீது காற்றின் தடங்கள், அந்தி சாயும் வேளையில் அந்தத் தங்க மேகங்கள் இவற்றையெல்லாம் அவன் வியந்து பார்ப்பதில்லை, ஆனால் அவற்றைப் பற்றி அவன் சிந்திக்கிறான். தன்னுடைய நிலங்களில் சுற்றிவரும் விவசாயி, வசந்த காலத்தின் நிகழ்வுகளையும், பனிக்கட்டியின் மிரட்டலையும், மழையின் வருகையையும் ஆயிரக்கணக்கான அறிகுறிகளின் மூலம் முன்கூட்டியே அறிவதைப் போல விமானத் தொழிலில் இருப்பவனும் பனியின் அறிகுறிகளை, மூட்டத்தின் அறிகுறிகளை, ஆனந்தமாக இருக்கப்போகும் இரவின் அறிகுறிகளைப் படித்து அறிகிறான். இயற்கையின் பெரும் பிரச்சினைகளிலிருந்து விமானியை விலக்கி அழைத்துச்செல்வதைப் போல முன்பு தோன்றிய இயந்திரம் இன்னும் அதிகத் தீவிரமாக அதே பிரச்சினைகளுக்கு அவனை ஆளாக்குகிறது. புயல் நேர வானம் அவனுக்காக அமைத்துவைத்திருக்கும் பெரும் நீதிமன்றத்தின் நடுவே, தன்னந்தனியாக, மூன்று இயற்கைத் தெய்வங்களிடம் தன்னுடைய அஞ்சல் பைகளுக்காக அந்த விமானி போராடுகிறான்: மலை, கடல், புயல்.

2

தோழர்கள்

I

தோழர் மெர்மோஸும் இன்னும் சில பிரெஞ்சுத் தோழர்களும் தான் ஆப்பிரிக்காவில் இன்னும் வெல்லப்பட்டிருக்காத சஹாரா பாலை வனத்தைக் கடந்து, காஸாப்லாங்காவிலிருந்து டகார்வரையிலான பிரான் ஸின் வான் தடத்தை அமைத்தார்கள். அந்தக் காலத்து இன்ஜின்களின் எதிர்ப்புச் சக்தி மிகக் குறைவாகவே இருந்ததால், ஒருமுறை இன்ஜின் பழுதடைந்து விமானத்தைத் தரை இறக்க வேண்டி வந்து, மூர்களிடம் மெர்மோஸ் சிக்கிக்கொண்டார்; அவரை வெட்டிக் கொல்லத் தயங்கிய அவர்கள், பதினைந்து நாட்கள் அவரைச் சிறைபடுத்தி வைத்துப் பின்னர் பிணைத் தொகை பெற்றுக்கொண்டு அவரை விடுவித்தார்கள். அதே பிர தேசத்தின் மேல் மீண்டும் அவர் அஞ்சல் விமானத்தில் பறந்தார்.

தெற்கு அமெரிக்காவுக்கு வான் தடத்தை அமைத்தபோது ப்யூனோஸ்-ஐரஸையும் சான்டியாகோவையும் இணைக்கும் பகுதியை ஆராய்ந்து, சஹாரா பாலைவனத்தின் மேல் அமைத்ததைப் போல ஆண்டிஸ் மலைத் தொடர் மேலும் வான் தடத்தை அமைக்கும் பொறுப்பு எப்போதும் முன் னோடியாக இருந்த மெர்மோஸுக்கு அளிக்கப்பட்டது. பதினேழாயிரம் அடி உயரம்வரை பறக்கும் சக்தியுடைய விமானம் அவரிடம் ஒப்படைக் கப்பட்டது. அப்பிரதேசத்தின் கார்டிலெரா மலைச் சிகரங்கள் ஏழாயிரம் மீட்டர்வரை உயர்ந்திருந்தன. அவற்றிடையே இடைவெளிகளைத் தேடு வதற்காக மெர்மோஸ் கிளம்பிப் பறந்தார். மணலுக்கு அடுத்தபடியாக இப்போது மலைகளை எதிர்கொண்டார்: அங்கு வீசிய காற்றில் தங்கள் கழுத்தைச் சுற்றியுள்ள உலர்பனித் துண்டை உதறி எரியும் சிகரங்கள், புய லுக்கு முன்னால் எல்லாமே வெளிறிப்போகும் அந்தச் சூழல், விமானியை ஒருவித கத்திச் சண்டைக்கு அழைப்பதைப் போலச் சுற்றிலும் பாறைகளின் மீது மோதிச் சுழன்றுசுழன்று அடிக்கும் காற்று—இவையெல்லாவற்றையும் எதிர்கொண்டார். தன் எதிரியைப் பற்றி எதுவும் தெரியாமல், இது போன்ற நேரடி மோதலிலிருந்து மீண்டும் உயிருடன் வர முடியுமா என்று தெரியாமல் இந்தச் சண்டையில் ஈடுபட்டார். மெர்மோஸ் ‘சோதனையை மேற்கொண்டார்’ , மற்றவர்களுக்காக.

கடைசியாக ஒருநாள், 'சோதனை மேற்கொண்டதன்' விளைவாக ஆண்டிஸ் மலைத்தொடரிடம் தான் சிக்கிக்கொண்டுவிட்டதைக் கண்டார்.

நாலாயிரம் மீட்டர் உயரத்தில், செங்குத்தான பாறைச் சுவர்களிடையே இருந்த சமவெளியில் விமானத்தை இறக்கிவிட்டிருந்த அவரும் அவருடைய மெக்கானிக்கும் தப்பிக்கும் வழியை இரண்டு நாட்களாகத் தேடினார்கள். அவர்கள் மாட்டிக்கொண்டுவிட்டிருந்தார்கள். அப்போது இறுதியாக ஒரு உத்தியைக் கையாண்டு பார்க்க முடிவு செய்தார்கள். கரடுமுரடான தரையில் சூனிய வெளியை நோக்கி எம்பிக் குதித்தபடியே விமானத்தை மலையின் விளிம்புவரை ஓட்டினார்கள். விளிம்பைத் தாண்டி பள்ளத்தில் விமானம் விழத் தொடங்கியது. விழுந்துகொண்டிருந்த விமானம், விமானியின் கட்டுப்பாட்டுக்குள் வரப் போதிய அளவு வேகத்தையும் பெற்றுவிட்டிருந்தது. இப்போது மெர்மோஸ் ஒரு மலை முகட்டை ஒட்டியிருந்த விளிம்பை நோக்கி விமானத்தை உயர்த்தியபோது முகட்டின் மேல் உரசினார். விமானத்தின் குழாய்களில் இரவின் குளிரில் நீர் உறைந்து வெடிப்புகள் ஏற்பட்டுப் பல இடங்களில் நீர் பீய்ச்சியடிக்க, ஏழு நிமிடப் பயணத்துக்குப் பிறகு மீண்டும் விமானம் பழுதடைந்துவிட்ட நிலையில், சிலி நாட்டின் சமவெளி தனக்குக் கீழே சொர்க்க பூமியைப் போலத் தோன்றுவதை மெர்மோஸ் பார்த்தார்.

அடுத்த நாள், மீண்டும் பணியைத் தொடர்ந்தார்.

ஆண்டிஸ் மலைத்தொடரை நன்கு ஆராய்ந்து கண்டறிந்துவிட்டு அதனூடே எப்படிச் செல்வதென்ற தொழில்நுட்பத்தையும் வகுத்துக்கொடுத்த பிறகு, அந்தப் பொறுப்பைத் தன் தோழர் கியோமெயிடம் ஒப்படைத்துவிட்டு இரவின் இருளை ஆராயச் சென்றுவிட்டார்.

அப்போதெல்லாம் விமான ஓடுபாதையில் போதுமான விளக்குகள் அமைக்கப்படாத நிலையில், நல்ல அடர்ந்த இருளில், தரையைத் தொடும் வேளையில் மெர்மோஸுக்கு எதிரில் மூன்று பெட்ரோலிய விளக்குகளை மட்டுமே வரிசையாக வைத்திருப்பார்கள்.

அவர் அதை வைத்துக்கொண்டே சமாளித்துப் பாதையைக் கண்டறிவார்.

இருளை வென்று தன் கட்டுக்குள் கொண்டுவந்த பின் மெர்மோஸ் கடற்பரப்பின் மேல் தன் முயற்சியை மேற்கொண்டார். 1931இல் தொடங்கி, முதல்முறையாக தூலூஸ் நகரத்திலிருந்து அர்ஜன்டீனாவின் ப்யுனோஸ்-ஐரஸுக்கு விமான அஞ்சல் நான்கே நாட்களில் எடுத்துச்செல்லப்பட்டது. மெர்மோஸ் திரும்பி வரும்போது தெற்கு அட்லான்டிக் கடலின் மேல் விமானத்தின் எண்ணெய் தீர்ந்துபோய், கடல் கொந்தளிப்பையும் எதிர்கொள்ள நேரிட்டது. அவரையும், அஞ்சல் பைகளையும், விமானப் பணியாளர்களையும் கப்பல் ஒன்று காப்பாற்றியது. இப்படியாக, மெர்மோஸ்

மணல் பிரதேசம், மலை, இருள், கடற்பரப்பு இவற்றையெல்லாம் வென்றிருந்தார். அவர் ஒவ்வொரு முறையும் திரும்பி வந்ததே மீண்டும் கிளம்பிச் செல்வதற்குத்தான்.

கடைசியாக, பன்னிரண்டு வருட உழைப்புக்குப் பின், தெற்கு அட்லாண்டிக்கின் மேல் அவர் மீண்டும் பறந்து சென்றபோது விமானத்தின் பின்வலது இன்ஜினைத் தான் நிறுத்தப்போவதாக ஒரு சிறிய செய்தியை அனுப்பினார். தொடர்ந்து மௌனம் நிலவியது.

அந்தச் செய்தி அப்படியொன்றும் கவலையளிப்பதாகத் தோன்றவில்லை. இருந்தாலும், பத்து நிமிட மௌனத்துக்குப் பிறகு பாரிஸிலிருந்து ப்யுனோஸ்-ஐரஸ்வரை அந்தத் தடத்தின் எல்லா வானொலி மையங்களும் கலக்கத்துடன் தங்கள் கண்விழிப்பைத் தொடங்கின. ஏனென்றால், அன்றாட வாழ்க்கையில் பத்து நிமிட மௌனத்துக்குப் பெரிய அர்த்தமொன்றும் இல்லையென்றாலும், விமானத் துறையில் அதுவே கனத்த முக்கியத்துவத்தைப் பெற்றுவிடுகிறது. சலனமற்ற அந்த நேரத்தின் ஆழத்தில் இன்னும் தெரிந்திராத நிகழ்வு ஒன்று அடைத்துவைக்கப்பட்டிருக்கும். முக்கியத்துவம் அற்றதோ, சோகமானதோ, ஏற்கனவே முடிந்துவிட்ட நிகழ்வு. விதி தன்னுடைய தீர்ப்பை அளித்துவிட்டிருக்கும், தீர்ப்பை எதிர்த்து மேல்முறையீடு இருக்காது: விமான ஓட்டுநர் குழுவை இரும்புக்கரம் ஒன்று கடற்பரப்பில் இறக்கிவிடவோ அல்லது மூழ்கடிக்கவோ செய்திருக்கிறது. ஆனால், காத்திருப்பவர்களுக்கு அந்தத் தீர்ப்பு அறிவிக்கப்பட்டிருக்கவில்லை.

எளிதில் நொறுங்கிவிடும் இவை போன்ற எதிர்பார்ப்புகளையோ, உயிர்க்கொல்லி நோயைப் போல நிமிடத்துக்கு நிமிடம் மோசமாகிக்கொண்டே போகும் மௌனத்தையோ அறிந்திராதவர்கள் எங்களிடையே யார்? நாங்கள் எதிர்பார்த்துக்கொண்டிருந்தோம், பல மணி நேரம் கழிந்தது, பிறகு காலம் தாழ்ந்துவிட்டது. எங்களுடைய தோழர்கள் திரும்பி வர மாட்டார்கள் என்பதையும், அவர்கள் அடிக்கடி உழுது சென்றிருந்த வானத்தின் கீழேயிருந்த தெற்கு அட்லான்டிக் கடலில் உறங்கச் சென்றுவிட்டார்கள் என்பதையும் நாங்கள் நன்றாகப் புரிந்துகொள்ள வேண்டியிருந்தது. அறுவடை செய்த பயிர்களைக் கற்றையாகக் கட்டிவைத்து, களத்திலேயே உறங்கப் போய்விடும் விவசாயியைப் போல மெர்மோஸூம் தன் பணியின் களத்தில் மறைந்துவிட்டார்.

தோழர் ஒருவர் இது போன்று இறக்கும்போது அவருடைய சாவு இந்தத் தொழிலுக்கு இயல்பானதே என்று தோன்றலாம்; ஒருவேளை முதலில் வேறெந்தச் சாவையும்விடக் குறைவான பாதிப்பையேகூட ஏற்படுத்தலாம். விமானி நிச்சயமாகத் தன்னுடைய இறுதிப் பணியைச் செய்தபின் காணாமல்போய்விட்டார்; அன்றாட உணவு கிடைக்கப் பெறாமல் இருப்

பதைப் போன்ற ஆழமான இழப்பு உணர்வை அவர் எங்களிடையே இல்லாதது இன்னும் ஏற்படுத்தியிருக்கவில்லை.

நாங்கள் ஒருவரையொருவர் சந்தித்துக்கொள்ள நீண்ட காலம் காத்திருப்பது எங்களுக்கு ஏற்கனவே பழகிவிட்டிருந்தது. ஏனென்றால், விமான நிறுவனத் தோழர்கள், தங்களுக்குள் ஒருவரோடொருவர் பேசிக்கொள்ளாத ராணுவக் காவலாளிகளைப் போல, பாரிஸிலிருந்து சிலி நாட்டின் சான்டியாகோவரை உலகம் முழுவதும் பரவலாக இருந்தார்கள். இப்படி இங்கும் அங்குமாகச் சிதறிக்கிடக்கும் இந்தத் தொழில் ரீதியிலான பெரிய குடும்ப அங்கத்தினர்களைப் பயணங்களின் தற்செயல் நிகழ்வுதான் ஒன்றுசேர்க்க முடியும். காஸாப்லாங்காவிலோ, டகாரிலோ, ப்யுனோஸ்-ஐரஸிலோ மாலை வேளையில் உணவு மேஜைக்கு முன்னால் உட்கார்ந்து, தடைபட்டுவிட்ட உரையாடல்களைப் பல வருஷ மௌனத்துக்குப் பிறகு தொடர்வோம்; பழைய நினைவுகளைச் சேர்த்து முடிவோம். நாங்கள் மீண்டும் புறப்பட்டுச் செல்கிறோம். இப்படித்தான் இந்தப் பூமி பாலையாகவும், அதே சமயம் செழிப்பாகவும் இருக்கிறது; ரகசியமாக, மறைத்து வைக்கப்பட்டு, எளிதில் சென்றடைய முடியாத தோட்டங்களால் செழிப்பான பூமி. ஆனாலும், இன்றில்லையென்றாலும் என்றாவது ஒரு நாள் இந்தத் தோட்டங்களுக்குத்தான் எங்களுடைய தொழில் எங்களை எப்போதுமே இட்டுச்செல்லும். ஒருவேளை நம் தோழர்களிடமிருந்து வாழ்க்கை நம்மைப் பிரித்து அவர்களைப் பற்றி அதிகமாக நினைத்துப்பார்க்க விடாமல் தடுத்தாலும் அவர்கள் எங்கேயோ, நமக்குத் தெரிந்தராத இடத்தில் மௌனமாக, மறக்கப்பட்டு, ஆனாலும் எவ்வளவோ விசுவாசமாக இருக்கிறார்கள்! அவர்களுடைய பாதையில் நாம் குறுக்கே வர நேர்ந்தால், எவ்வளவு அழகான மகிழ்ச்சிப் பெருக்குடன் நம் தோள்களைப் பற்றி உலுக்குகிறார்கள்! ஆமாம், நிச்சயமாக, காத்திருப்பது என்பது எங்களுக்குப் பழகிவிட்டிருந்தது…

ஆனால், சிறிதுசிறிதாக, அந்த விமானியின் ஒளிமயமான சிரிப்பை இனி நாங்கள் ஒருபோதும் கேட்க முடியாது என்பதையும், அந்தத் தோட்டம் எங்களுக்கு நிரந்தரமாகத் தடைசெய்யப்பட்டிருக்கிறது என்றும் உணர்கிறோம். நெஞ்சைப் பிளப்பதாக இல்லாவிட்டாலும் கொஞ்சம் கசப்பான அந்தத் துக்கம் அனுசரித்தல் அப்போதுதான் உண்மையில் தொடங்குகிறது.

இழந்துவிட்ட தோழரை எதுவும் ஒருபோதும் நிச்சயமாக ஈடுசெய்யாது. நெடுநாள் தோழரை ஒருவர் புதிதாக உருவாக்கிக்கொள்ள முடியாது. ஒன்றாகப் பகிர்ந்துகொண்ட எவ்வளவோ நினைவுகளுக்கும், ஒன்றாக எதிர்கொண்ட எவ்வளவோ சோதனையான நேரங்களுக்கும், எவ்வளவோ சண்டை-சச்சரவுகள், சமாதானங்கள், நெகிழ்வான உத்வேகங்களுக்கும் ஈடே கிடையாது. இவை போன்ற நட்பைப் புனரமைக்க முடியாது. 'ஓக்' மரம் ஒன்றை நட்டுவிட்டு, விரைவிலேயே அதன் நிழலில் இளைப்பாற எதிர்பார்ப்பது வீண்.

வாழ்க்கை அது போலத்தான் கழிகிறது. முதலில், பல வருடங்களாக மரங்களை நட்டு, வளர்த்து நம்மைச் செழிப்பாக்கிக்கொள்கிறோம். பின்னர் காலம் அந்தப் பணியை அழித்து, மரங்களை வெட்டிச் சாய்க்கும் வருடங்களும் வருகின்றன. ஒருவர்பின் ஒருவராக நம்முடைய தோழர்கள் தங்களுடைய நிழல்களை நம்மிடமிருந்து பிரித்துவிடுகிறார்கள். இனி நம்முடைய துக்கத்துடன், முதுமையடைகிறோம் என்ற ரகசிய சோகமும் கலந்துவிடுகிறது.

மெர்மோஸும், மற்ற தோழர்களும் கற்றுக்கொடுத்திருந்த ஒழுக்க நியதி இதுதான். ஒருவேளை, எல்லாவற்றுக்கும் மேலாக, மனிதர்களை ஒன்றிணைப்பதில்தான் ஒரு தொழிலின் மேன்மையே இருக்கிறது; உண்மையில் பொக்கிஷம் என்பது அதுதான், மனித உறவுகள்.

உலகாயதச் சொத்துகளுக்காக உழைத்து, நம்முடைய சிறையை நாமே எழுப்பிக்கொள்கிறோம். வாழ்க்கைக்கு மதிப்பு சேர்க்கும் எதையுமே வாங்க இயலாத சாம்பல் செல்வத்துடன் தனிமையில் முடங்கிவிடுகிறோம்.

என்னுடைய மனதில் நிரந்தரச் சுவையை விட்டுச் சென்றிருக்கும் நினைவுகளை நான் தேடும்போது, வாழ்க்கையின் முக்கியமான தருணங்களைக் கூட்டிக் கழித்துப்பார்க்கும்போது, வேறு எப்பேர்ப்பட்ட செல்வமும் எனக்குப் பெற்றுத் தந்திருக்காதவற்றையே நான் பார்க்கிறேன். ஒரு மெர்மோஸின் நட்பை விலைகொடுத்து வாங்க முடியாது, ஒன்றாகப் பகிர்ந்துகொண்ட அனுபவங்களால் எங்களுடன் நிரந்தரமாகப் பிணைந்திருந்த தோழனின் நட்பை.

ஒரு இரவில், ஒரு லட்சம் நட்சத்திரங்களிடையே ஆகாயப் பயணம், அந்த சாந்தம், சில மணி நேரம் நீடித்த அந்த இறையாண்மை—பணத்தால் இவற்றை வாங்க முடியாது.

பயணத்தின் கடினமான கட்டத்தைக் கடந்த பின் கிடைக்கும் உலகின் இந்தப் புது தரிசனம், இந்த மரங்கள், மலர்கள், பெண்கள், வாழ்க்கைத் துடிப்புடன் வண்ணம் தீட்டப்பட்டு விடியற்காலையில் எங்களுக்கு மீண்டும் அளிக்கப்படும் இந்தப் பசுமையான புன்முறுவல்கள்—பணத்தால் இவற்றையும் வாங்க முடியாது.

இப்போது என் நினைவுக்கு வரும் அந்தக் கலகக்கார பூமியில் கழிந்த இரவையும்தான்.

அன்றைய தினம் முடியும் நேரத்தில், ஏரோ போஸ்டால் விமான நிறுவனத்தின் மூன்று அணிகள் ரியோ தெ ஓரோ[11] கடற்கரையில் தரையில்

[11] ஆப்பிரிக்காவில் சஹாரா பிரதேசத்தின் மேற்குக் கடற்கரை.

இறங்கியிருந்தன. விமானத்தின் இரண்டு பாகங்களை இணைக்கும் ஒரு தண்டு உடைந்ததால், என் தோழன் ரிகெல்லின் விமானம் தரை இறங்கி யிருந்தது; அந்த விமானத்தைச் சரிசெய்ய இறங்கியிருந்த மற்றொரு தோழன் பூர்கா தன் விமானத்தின் சிறிய பழுது ஒன்றின் காரணமாகத் தரையிலேயே தங்கிவிட்டான். இறுதியாக நான் அங்கு வந்து இறங்கியபோது, இரவுப் பொழுது தொடங்கிவிட்டது. பூர்காவின் விமானத்தைக் காப்பாற்றுவது என்றும், பழுதுபார்க்கும் வேலையை வெற்றிகரமாக செய்வதற்காகப் பொழுது விடியும்வரை காத்திருப்பது என்றும் முடிவெடுத்தோம்.

சரியாக இதே இடத்தில்தான் ஒரு வருடத்துக்கு முன், தங்கள் விமானங் கள் பழுதடைந்த நிலையில் எங்களுடைய சக விமானிகள் கூர்ப்பும், எரா யிலும் அப்பிரதேசக் கிளர்ச்சியாளர்களால் கொடூரமாகக் கொல்லப்பட் டிருந்தார்கள். இதற்கு அருகிலிருந்த போஜாடோர் என்ற இடத்தில் எங் கேயோ துப்பாக்கி ஏந்திய முன்னூறு பேர் கொண்ட கொள்ளையர் கும் பல் முகாமிட்டிருந்தது என்று எங்களுக்குத் தெரிந்திருந்தது. தொலைவிலி ருந்தே கண்ணுக்குத் தெரியும் வகையில் இருந்த எங்களுடைய மூன்று தரை யிறங்கல்களும் ஒருவேளை அவர்களை எச்சரித்திருந்திருக்கலாம். ஆகவே, நாங்களும் எங்களுக்கு இறுதியாக இருந்திருக்கக் கூடிய கண்விழிப்பைத் தொடங்கினோம்.

ஆகவே, இரவில் அங்கேயே தங்குவதற்காக எங்களைத் தயார்செய்து கொண்டோம். விமானத்தின் சரக்கு அறையிலிருந்து ஐந்து அல்லது ஆறு சரக்குப் பெட்டிகளைக் கீழே இறக்கிக் காலிசெய்து, எங்களைச் சுற்றி வட் டமாக அவற்றை அமைத்தோம்; அவை ஒவ்வொன்றின் அடியிலும், காற் றைத் தடுக்கக்கூட முடியாமல் காவலர் கூண்டைப் போல இருந்த இடத் தில், பரிதாபமான ஒரு மெழுகுவர்த்தியை ஏற்றிவைத்தோம். இப்படியாக, பரந்த பாலையின் மத்தியில், பூமிக் கிரகத்தின் நிர்வாணப் புறத் தோலின் மேல், இவ்வுலகின் ஆதிகாலத்தின் தனிமைச் சூழலில், மானிடர்களின் கிராமம் ஒன்றை நாங்கள் அமைத்தோம்.

எங்களுடைய பெட்டிகளிலிருந்து வந்த நடுங்கும் ஒளிச் சுவாலைக ளால் வெளிச்சம் பெற்ற மணற்பரப்பில், எங்கள் கிராமத்தின் இந்தப் பெரிய சதுக்கத்தில், இரவில் ஒன்றாகக் கூடிக் காத்திருந்தோம்—எங்களைக் காப்பாற்றக் கூடிய விடியலுக்கு, அல்லது மூர்களுக்கு. அந்த இரவுக்கு கிறிஸ்துமஸ் இரவின் நறுமணச் சூழலை அளித்தது எது என்று எனக்குத் தெரியவில்லை. எங்களுடைய நினைவுகளை ஒருவருக்கொருவர் பரிமாறிக் கொண்டும், கிண்டல் செய்துகொண்டும், பாடிக்கொண்டும் இருந்தோம்.

நன்கு ஏற்பாடு செய்யப்பட்ட விழாவில் நிலவுவதைப் போல லேசான குதூகல உணர்வைச் சுவைத்தோம். இருந்தாலும், நாங்களோ அளவற்ற

வெறுமையில் இருந்தோம். காற்று, மணல், நட்சத்திரங்கள். டிராப்பிஸ்ட் டுக்கு[12] கூட கடினமாக இருக்கும் வாழ்க்கை முறை. ஆனாலும் மங்கிய வெளிச்சம் படர்ந்த இந்த மணற்பரப்பில், தங்களுடைய நினைவுகளைத் தவிர இந்த உலகில் வேறெதையும் சொந்தமாகப் பெற்றிராத ஆறு, ஏழு மனிதர்கள் கண்ணுக்குப் புலப்படாத சில பொக்கிஷங்களைத் தங்க ளிடையே பகிர்ந்துகொண்டார்கள்.

ஒருவழியாக நாங்கள் சந்தித்துக்கொண்டுவிட்டோம். அருகருகே இருந்தபடி வருடக் கணக்காக ஒன்றாகப் பயணம் செய்கிறோம், ஒவ் வொருவரும் தத்தம் மௌனங்களில் தங்களை மூடிக்கொண்டோ அல்லது அர்த்தமற்ற சொற்களைப் பரிமாறிக்கொண்டோ. ஆனால், அபாயகரமான நேரம் வந்தால் நாங்கள் தோளோடு தோள் சேர்ந்து நிற்போம். நாங்கள் எல்லோரும் ஒரே சமூகத்தைச் சேர்ந்தவர்கள் என்று அறிந்துகொள்வோம். மற்ற பிரக்ஞைகளையும் அறிந்துகொள்வதின் மூலம் நம்மை விரிவு படுத்திக்கொள்கிறோம். ஒருவரையொருவர் பார்த்துக்கொண்டு, மலர்ந்து புன்னகை செய்கிறோம். சிறையிலிருந்து விடுதலை பெற்று, கடலின் பிரம் மாண்டத்தைப் பார்த்துப் பிரமிக்கும் கைதியைப் போலாகிறோம்.

II

கியோமெ, உன்னைப் பற்றிச் சில வார்த்தைகள் சொல்லப்போகிறேன், ஆனால், உன்னுடைய துணிச்சலைப் பற்றியோ, தொழில் ரீதியிலான பண்பு களைப் பற்றியோ மிதமிஞ்சிப் புகழ்ந்து உன்னைச் சங்கடத்துக்குள்ளாக்க மாட்டேன். உன்னுடைய சாகசங்களில் மிக அற்புதமான ஒன்றை விவ ரிக்கும்போது நான் சொல்ல விரும்புவதே வேறு.

பெயரிட்டுச் சொல்ல முடியாத குணாதிசயம் ஒன்று இருக்கிறது. 'தீவிர ஈடுபாடு' என்று அதைச் சொல்லலாம், ஆனால், அந்தச் சொல் போதுமான அளவு திருப்தியளிப்பதாக இல்லை. ஏனென்றால், மகிழ்ச்சி ததும்பும் புன் முறுவலும் சேர்ந்து இந்தக் குணாதிசயத்தில் காணப்படலாம். மரத் தச்சன் ஒருவனிடம் காணப்படும் குணத்தைப் போன்றதே இது—தனக்கு முன் னால் இருக்கும் மரக்கட்டையைச் சரிசமமாகப் பாவித்து, அதைத் தடவிப் பார்த்து, அளவுகளை எடுத்து, எவ்விதத்திலும் அதை அலட்சியத்துடன் கருதாமல் தன்னுடைய திறமைகள் அனைத்தையும் ஒருங்கிணைத்துச் செயல்படும் மரத் தச்சன்.

கியோமெ, முன்பொரு முறை உன்னுடைய சாகசச் செயல் பற்றிய கதை ஒன்றைப் படித்தேன்; உண்மைக்குப் புறம்பான அந்தச் சித்தரிப்புக்கு

---

12 குழுவாக வாழ்ந்து, கடுமையான சடங்குகளைக் கடைப்பிடித்து, ஒருவருடன் ஒருவர் பேசிக்கொள்ளாத கத்தோலிக்க மதப் பிரிவினர்.

வெகு காலமாகவே சரியான பதிலடி கொடுக்க வேண்டும் என்றிருந்தேன். சாவுக்கு முன்னால் மோசமான அபாய நிலையில் இருக்கும்போது, பள்ளிச் சிறுவன் மாதிரி விரோதியை எள்ளல் செய்யும் அளவுக்குத் தாழ்ந்து விடுவதுதான் ஏதோ துணிச்சல் என்பதைப் போல மோசமாகக் கேலி பேசும் 'பொறுக்கி'யாகச் சித்தரிக்கப்பட்டிருந்தாய். அவர்களுக்கு உன்னைப் பற்றித் தெரியாது, கியோமெ, உன்னுடைய விரோதிகளை எதிர்கொள்வதற்கு முன்னால் அவர்களை மட்டம்தட்டிக் கேலி செய்ய வேண்டிய அவசியம் உனக்குக் கிடையாது. மோசமான புயல் ஒன்றை எதிர்கொள்ளும்போது உன்னுடைய கணிப்பு: ''இது ஒரு மோசமான புயல்.'' அதை நீ ஒப்புக்கொண்டு, மதிப்பிடுகிறாய்.

கியோமெ, என்னுடைய நினைவுகளை உண்மையாகப் பதிவுசெய்து உனக்கு அளிக்கிறேன்.

ஒரு கடும் குளிர் காலத்தில் ஆண்டிஸ் மலைத்தொடரைக் கடந்து பறந்த ஒரு சமயத்தில் ஐம்பது மணி நேரம் நீ காணாமல்போய்விட்டிருந்தாய். தென் கோடியில் படகோனியாவிலிருந்து கிளம்பி மென்டோஸாவில் விமானி தெலியுடன் சேர்ந்துகொள்ள நான் வந்தேன். விமானத்தில் பறந்தவாறே இந்த மலைகளின் குவியலுக்கிடையே ஐந்து நாட்களாக அவரும் நானும் தேடிப் பார்த்தோம், எதையுமே கண்டுபிடிக்க முடியாமல். எங்களுடைய இரண்டு விமானங்களுமே போதுமானவையாக இருக்கவில்லை. நூறு விமானப் படைகள் நூறு ஆண்டுகளாகப் பறந்து திரிந்தாலும், ஏழாயிரம் மீட்டர் உயரத்துக்கு எழும்பியிருந்த சிகரங்களைக் கொண்ட இந்தப் பிரம்மாண்ட மலைத்தொடரைத் துருவிப் பார்ப்பதை முடிக்க முடியாது என்று தோன்றியது. சுத்தமாக நம்பிக்கையிழந்துவிட்டிருந்தோம். அங்கே கீழே, கேவலம் ஐந்து ஃப்ராங்குகளுக்கு ஒரு பெரும் குற்றத்தைச் செய்யத் தயங்காத கடத்தல்காரர்களும் கொள்ளைக்காரர்களும்கூட மீட்புப் பணிக் குழுவுடன் மலையடிவாரத்தில் போய்த் தேட மறுத்தார்கள். ''எங்கள் உயிரையே பணயம் வைக்க வேண்டியிருக்கும்'', என்றார்கள் அவர்கள். ''குளிர் காலத்தில் ஆண்டிஸ் மலைத்தொடர் மனிதர்களைத் திரும்பத் தராது.'' தெலியோ அல்லது நானோ சான்டியாகோவில் தரையிறங்கிய போதெல்லாம் எங்களுடைய தேடல்களைக் கைவிடும்படி சிலி நாட்டு அதிகாரிகள்கூட அறிவுரை சொன்னார்கள். ''இது குளிர் காலம். நொறுங்கிய விமானத்திலிருந்து உங்களுடைய நண்பர் பிழைத்துவிட்டிருந்தாலும் இரவு நேரத்தைத் தாண்டியிருக்க மாட்டார். அங்கே மேலே, இரவு நேரத்தில் மனிதன்மேல் படரும் குளிர் காலம் அவனைப் பனிக்கட்டியாக மாற்றிவிடும்.'' மீண்டும் ஒரு முறை ஆண்டிஸ் மலைத்தொடரின் ராட்சதச் சுவர்களுக்கும் தூண்களுக்குமிடையே நுழைந்து போய்க்கொண்டிருக்கும் போது, ஏதோ இனியும் உன்னைத் தேட முடியாமல் பனியால் ஆன

ஒரு மாதா கோயிலில், அமைதியாக, உன் பிரேதத்துக்கு அருகே நீத்தார் கண்விழிப்புக்காக வந்தேனோ என்று தோன்றியது.

இறுதியாக, ஏழாவது நாளன்று இரண்டு பயணங்களுக்கிடையே மென்டோஸாவின் உணவு விடுதியில் மதிய உணவருந்திக்கொண்டிருந்த போது கதவைத் திறந்து உள்ளே வந்த ஒருவன் கத்தினான்—ஆ! ஒரே ஒரு வார்த்தை:

''கியோமெ... உயிருடன்!''

உணவு விடுதியில், பரஸ்பரம் அறிமுகம் இல்லாத எல்லோருமே ஒருவரையொருவர் தழுவிக்கொண்டார்கள்.

பத்தே நிமிடங்களுக்குப் பின், பொறியியலாளர்கள் லெஃபெவ்ர், ஆப்ரி ஆகிய இருவரையும் அழைத்துக்கொண்டு விமானத்தில் பறந்தேன். நாற்பது நிமிடங்களுக்குப் பிறகு, சேன் ராஃபேல் திசையிலிருந்து உன்னை, எங்கேயோ அழைத்துச்சென்ற வாகனத்தை எப்படியோ கண்டுகொண்டு, நீண்ட தெரு ஒன்றில் இறங்கினேன். அது ஒரு அழகான சந்திப்பு, நாங்கள் எல்லோரும் அழுதோம்; உயிருடன் இருந்த, மீண்டும் உயிர்பெற்ற உன்னை, இந்த அற்புதத்தின் படைப்பாளியான உன்னை, எங்கள் கைகளால் இறுகத் தழுவினோம். அப்போதுதான் நீ சொன்னாய், பாராட்டுக்குகந்த மானிடப் பெருமையுடன் உன்னிடமிருந்து வெளிப்பட்ட தெளிவான அந்த முதல் வாக்கியத்தை: ''நான் செய்திருப்பதை, சத்தியமாகச் சொல்வேன், அதை வேறெந்த மிருகமும் செய்திருக்காது.''

பிறகுதான், உனக்கு நேர்ந்த விபத்தைப் பற்றி எங்களிடம் சொன்னாய்.

பனிப்புயல் ஒன்று நாறபத்தியெட்டு மணி நேரத்தில் சிலி நாட்டின் ஆண்டிஸ் மலைச் சரிவுகளில் ஐந்து மீட்டர் உயரத்துக்குப் பனியைப் பொழிந்து, விமானத்தின் பாதையையே அடைத்திருந்தது; அமெரிக்காவின் பான்-ஏர் விமானம் ஏற்கனவே திரும்பிச் சென்றுவிட்டிருந்தது. இருந்தாலும், வானத்தில் ஏதாவதொரு திறப்பைத் தேடி நீ பறக்கக் கிளம்பினாய். இன்னும் சற்றுத் தெற்குத் திசையில் நீ அதைப் பார்த்தாய், சிக்கவைக்கும் அந்தப் பொறியை; சில சிகரங்கள் மட்டுமே மேலே தெரியும்படி ஆறாயிரம் மீட்டர் உயரம்வரை அடர்ந்திருந்த மேகங்களினிடையே அர்ஜன்டீனாவை நோக்கி ஆறாயிரத்து ஐநூறு மீட்டர் உயரத்தில் பறந்துகொண்டிருந்தாய்.

கீழ் நோக்கி அழுத்தும் காற்றின் விசை சில சமயங்களில் விமானிகளுக்கு ஒரு வினோத அசௌகரிய உணர்வை உண்டாக்கும். விமானத்தின் இயந்திரம் ஓடிக்கொண்டிருக்கும், ஆனால் நாம் அமிழ்ந்துகொண்டிருப்போம். விமானத்தின் மூக்கை மேற்புறமாகத் திருப்பி இன்னும் அதிக உயரத்தை அடைய முற்படுவோம், ஆனால் விமானத்தின் வேகம் குறைந்து, தொய்ந்துவிடும்; விடாமல் தொடர்ந்து அமிழ்ந்துகொண்டிருப்போம். மிதமிஞ்சி

உயரப் போக முயற்சி செய்துவிட்டோமோ என்று பயந்து, வேகத்தைக் குறைத்து, மலைச் சரிவை ஒட்டியிருக்கும் நீச்சல் குளப் பலகை போன்ற தோழமையான மலையோர விளிம்பு ஏதாவதொன்றைத் தேடி வலது புற மும் இடது புறமுமாக விமானத்தை மிதந்து செல்ல விடுவோம்; ஆனால் இன்னமும் அமிழ்ந்துகொண்டே இருப்போம். வானம் முழுவதுமே கீழி றங்கி வருவதைப் போலத் தோன்றும். அப்போதுதான் பிரபஞ்ச விபத் தொன்றில் மாட்டிக்கொண்டதை உணர்வோம். புகலிடம் இனி எதுவும் இருக்காது. காற்று வலுவாகவும் பெருமளவிலும் ஒரு தூணைப் போல விமா னத்தைத் தாங்கிப் பிடிக்கக் கூடிய பகுதியை நோக்கிப் பின்புறமாகத் திரும்பிப் போகும் முயற்சியும் வீணாகும். ஆனால், இப்போது அதைப் போன்ற தூண்களும் இல்லை. எல்லாமே கலைந்து சிதைகிறது, பஞ்சுபோல் நம்முடைய விமானம்வரை எழும்பி நம்மை அப்படியே உள்வாங்கிக் கொள் ளும் பனி மேகங்களை நோக்கி ஒருவிதப் பிரபஞ்சச் சிதைவில் சறுக்கிக் கொண்டிருப்போம்.

''ஏற்கனவே ஒருமுறை நான் கிட்டத்தட்ட மாட்டிக்கொள்ளவிருந் தேன்'', என்றாய் நீ. ''ஆனாலும், நான் அப்படி நினைக்கவில்லை. மேகங் களுக்கு மேலே சில சமயம் நாம் காணும் கீழிறங்கி வரும் இந்தக் காற்றமுழ்த் தம் நிலையாக இருப்பதைப் போலத்தான் தோன்றும். ஏனென்றால், அந்த உயரத்தில் அவை தங்கள் வடிவத்தை மாற்றியமைத்துக்கொண்டே இருக் கும். மிக உயரமான மலைகளிடையே எல்லாமே அவ்வளவு வினோதம் தான்...''

அதுவும் எப்பேர்ப்பட்ட மேகங்கள்!

''நான் மாட்டிக்கொண்ட உடனேயே விமானத்தை இயக்கும் பிடிகளை விடுத்து, வெளியே தூக்கியெறியப்படாமல் இருப்பதற்காக என் இருக் கையை இறுக்கிப் பிடித்தவாறு இருந்தேன். குலுக்கல் மிகவும் பலமாக இருந்ததால் இருக்கையின் பெல்ட்டுகள் என்னுடைய தோளில் அழுத்திப் புண்ணாக்கி அவை பிய்ந்தேவிடுவதைப் போல இருந்தன. மேலும், எனக் குப் பொதுவாகப் புலப்படும் செயற்கையான தொடுவானத்தைப் பனிப் படலம் மறைத்துவிட்டிருந்தது; ஆறாயிரம் மீட்டர் உயரத்திலிருந்து மூவா யிரத்து ஐந்து மீட்டர்வரை, ஒரு தொப்பியைப் போல உருட்டிவிடப் பட்டேன்.

''மூவாயிரத்து ஐந்து மீட்டர் உயரத்திலிருக்கும்போது, கிடைமட்ட மாக இருந்த ஒரு பெரிய கறுப்பு வடிவம் தென்பட்டு என் விமானத்தைக் கட்டுக்குள் கொண்டுவர உதவியது. ஏற்கனவே எனக்குத் தெரிந்திருந்த ஏரி தான் அது. லதூனா தியாமான்த். ஒரு பெரிய எரிமலைப் பள்ளத்தாக்கின் அடியில் அந்த ஏரி இருந்தது என்பது எனக்கு ஏற்கனவே தெரியும்; 'மாய்பு' என்ற அந்த எரிமலையின் ஒரு பக்கம் ஆறாயிரத்துத் தொள்ளாயிரம் மீட்

டர் உயரம் கொண்டது. மேகங்களிலிருந்து தப்பித்துவிட்டாலும், பனியின் அடர்ந்த சுழற்காற்று இன்னமும் என் பார்வையை மறைத்துக் கொண்டிருந்தது; இந்தப் பள்ளத்தின் பக்கவாட்டு மலைச் சரிவுகள் ஏதாவதொன்றின் மேல் மோதாமல் ஏரியைக் கடந்து போக முடியாத நிலையிலிருந்தேன். ஆகவே, விமானத்தின் எரிபொருள் தீரும்வரை முப்பது மீட்டர் உயரத்தில் ஏரியைச் சுற்றிச்சுற்றி வந்தேன். இரண்டு மணி நேர ராட்டினச் சுற்றுக்குப் பின் விமானத்தில் தரையிறங்கிப் புரண்டேன். விமானத்திலிருந்து என்னை விடுவித்துக்கொண்டு வந்தபின், சூறாவளிக் காற்று என்னைப் புரட்டிப்போட்டது. கால்களை ஊன்றி எழுந்து நின்றேன், மீண்டும் அது என்னை அடித்துத் தள்ளியது. விமானத்தில் இருக்கைகள் கொண்ட பகுதிக்கடியில் தவழ்ந்து போய், பனியிடமிருந்து எனக்கொரு அடைக்கலம் தேடினேன் என்னைச் சுற்றிலும் சில அஞ்சல் மூட்டைகளை அடுக்கிவைத்து நாற்பத்தியெட்டு மணி நேரம் காத்திருந்தேன்...''

''அதன் பிறகு, புயல் ஓய்ந்த பிறகு நடக்கத் தொடங்கினேன்; ஐந்து பகல் பொழுதுகளும் நான்கு இரவுகளுமாக நடந்தேன்.''

உன்னிடம் என்னதான் மிஞ்சியிருந்தது, கியோமெ? உன்னை நாங்கள் கண்டுபிடித்தோம் என்பது உண்மைதான், ஆனால் முதிய கிழவியைப் போல எவ்வளவு வாடி வறண்டுபோய், சுருங்கி, குறுகிப்போய்? அன்று மாலையே நான் உன்னை மென்டோஸாவுக்கு அழைத்துச்சென்றேன். அங்கே வெண்ணிறப் போர்வைகள் உன்மேல் சுகமளிக்கும் களிம்பைப் போலப் படர்ந்தன. ஆனால் அவை உன்னைக் குணப்படுத்தவில்லை. மாற்றிமாற்றித் திருப்பி, நல்ல தூக்கத்தில் உன்னை ஆழ்த்த முடியாமல் இருந்த உன்னுடைய அந்த உடல், உனக்குச் சுமையாக இருந்தது. அந்தப் பாறைகளையோ, பனியையோ உன் உடல் மறக்கவில்லை. அவை உன்மேல் தழும்புகளை விட்டுச் சென்றிருந்தன. அழுகிப்போய், அடிபட்டிருந்த பழத்தைப் போலிருந்த கறுத்த, வீங்கிய உன் முகத்தை நான் கவனித்தேன். நீ மிகவும் அசிங்கமாக, சீரழிந்து காணப்பட்டாய், ஏனெனில், உன் தொழிலின் இரண்டு முக்கியமான கருவிகளின் செயல்பாட்டை இழந்திருந்தாய்: உன்னுடைய கைகள் மரத்துவிட்டிருந்ததோடு அல்லாமல், நன்கு மூச்சு விடுவதற்காகக் கட்டிலின் விளிம்பில் நீ உட்கார்ந்தபோது, உறைந்துபோயிருந்த உன்னுடைய பாதங்கள் இரண்டு எடைக்கற்களைப் போலத் தொங்கிக்கொண்டிருந்தன. உன் பயணம் முடிந்திருக்காத நிலையில் அப்போது நீ மூச்சு வாங்கியபடி இருந்தாய். இப்போது நிம்மதியைத் தேடி உன்னுடைய தலையணையை நோக்கி நீ திரும்பியபோது, உன்னால் கட்டுப்படுத்த முடியாத பிம்பங்களின் ஊர்வலம், தங்களுடைய முறைக்காகப் பொறுமையின்றி காத்திருந்த பிம்பங்களின் அந்த ஊர்வலம், உடனேயே உன் கபா

லத்துக்கடியில் நகர்ந்து சென்றது. நகர்ந்து போய்க்கொண்டேயிருந்தது. தங்களுடைய சாம்பலிலிருந்து உயர்பெற்றெழுந்த அந்த விரோதிகளுடனான உன் போராட்டத்தை மீண்டும்மீண்டும் இருபது முறை நீ தொடர்ந்தாய்.

உனக்கு நான் கஷாயங்களை ஊற்றிக்கொடுத்தேன்.

"இதைக் குடி, அருமைத் தோழனே!"

"உனக்குத் தெரியுமா, என்னை மிகவும் வியப்படையச் செய்தது என்ன வென்றால்…"

குத்துச் சண்டையில் வெற்றியடைந்து, ஆனால் உடல் முழுவதும் தழும்புகளுடன் இருந்த வீரனைப் போல உன்னுடைய அபார சாகசங்களை நீ மீண்டும் நினைத்துப்பார்த்தாய். அவற்றைக் கொஞ்சம்கொஞ்சமாக உனக்குள்ளிருந்து வெளியே கொண்டுவந்தாய். அந்த இரவு நேரங்களில் உன்னுடைய அனுபவத்தை நீ விவரித்தபோது என்னால் உன்னை நினைத்துப் பார்க்க முடிந்தது—பனிக் கோடாலி இல்லாமல், கயிறு இல்லாமல், உணவு எதுவும் இல்லாமல், முட்டிகளில் ரத்தம் கசிய, மலையின் செங்குத்தான பக்கவாட்டில் முன்னேறி, நாலாயிரத்து ஐநூறு மீட்டர் உயரம் கொண்ட சிகரம்மேல் ஏறி நடந்து போவதை. கொஞ்சம்கொஞ்சமாக உன்னுடைய ரத்தம், சக்தி, சிந்திக்கும் திறன் இவற்றை இழந்து, ஒரு எறும்பின் பிடி வாதத்துடன் முன்னேறி, தடைகளைத் தவிர்த்துச் சுற்றிப் போவதற்காக, போன பாதையிலேயே திரும்பி வந்து, கீழே விழுந்தபோதெல்லாம் மீண்டும் எழுந்து நின்று, பெரும் பள்ளத்தையே நோக்கி இறங்கிய சரிவுகளில் மீண்டும் ஏறிப் போனாய். எப்படியும், எவ்வித ஓய்வையும் நீ எடுத்துக்கொள்ளவில்லை, ஏனென்றால், அந்தப் பனிப் படுக்கையிலிருந்து நீ எழுந்திருக்க மாட்டாய்.

ஆகவேதான், பார்க்கப்போனால், நீ சறுக்கியபோதெல்லாம் உடனேயே எழுந்திருக்க வேண்டியிருந்தது, இல்லாவிட்டால் நீ உறைந்து கல்லாகியிருப்பாய். ஒவ்வொரு வினாடியும் கடுங்குளிர் உன்னைக் கல் போல இறுக வைக்கும்; கீழே விழுந்து சற்றே அதிகமாக ஓய்வெடுத்து விட்டாலும் எழுந்திருக்க வேண்டுமென்றால் அதற்கு நீ கொடுக்க வேண்டிய விலை சக்தியிழந்த உன் தசைகளை வலியில் ஆழ்த்துவதுதான்.

உன் ஆசைகளை நெருங்கவிடாமல் தடுத்தாய். "பனிப்பொழிவின் கீழ், நம்மைப் பாதுகாத்துக்கொள்ளும் உள்ளுணர்வை இழந்துவிடுகிறோம். இரண்டு, மூன்று, நான்கு நாட்கள் நடந்த பிறகு தூக்கம் ஒன்றுக்கு மட்டுமே ஆசைப்படுவோம். நானும் அதற்கு ஆசைப்பட்டேன். ஆனாலும் எனக்கு நானே சொல்லிக்கொண்டேன்: "நான் உயிருடன் இருப்பதாக என் மனைவி நம்பினால், நான் நடந்துகொண்டிருக்கிறேன் என்றுதான்

நம்புவாள். நான் நடப்பதாகவே என் தோழர்களும் நம்புவார்கள். எல்லோருக்கும் என்மீது நம்பிக்கை இருக்கிறது. தொடர்ந்து நடக்காவிட்டால் நான் ஒரு கோழை வேசி மகன்.''

எனவே, நீ நடந்தாய். பனியில் உறைந்து வீங்கிப்போயிருந்த உன் பாதங்கள் தாக்குப்பிடிக்க வேண்டுமென்பதற்காக ஒவ்வொரு நாளும் கொஞ்சம்கொஞ்சமாக உன் காலணியைக் கத்தியால் கீறித் திறந்துவிட்டாய்.

என்னிடம் மனம்திறந்து வினோதமான ஒன்றைச் சொன்னாய்:

''உனக்குத் தெரியுமா, இரண்டாம் நாளிலிருந்தே எனக்கிருந்த பெரிய வேலையே சிந்திப்பதைத் தவிர்ப்பதுதான். நான் பெரும் வலியில் இருந்தேன், என் நிலை மிதமிஞ்சி என்னை நம்பிக்கை இழக்கச் செய்திருந்தது. நடந்து போக மனவலிமை இருக்க வேண்டுமென்றால் நான் அதையெல்லாம் நினைக்கக் கூடாது. துரதிர்ஷ்டவசமாக, என் மூளையை என்னால் கட்டுப்படுத்திவைக்க முடியவில்லை. ஒரு டைனமோபோல இயங்கிக் கொண்டிருந்தது. ஆனால், அதற்கென்று சில பிம்பங்களை என் மூளைக்கு நான் தேர்ந்தெடுத்து அளிக்க முடிந்தது. அவற்றை ஒரு படச்சுருளாகவோ புத்தகமாகவோ பதிவுசெய்தேன். அந்தப் படச்சுருளோ புத்தகமோ மிக வேகமாக எனக்குள் ஓடியது. பிறகு அதுவும் தற்போது நானிருந்த நிலைக்கு என்னைக் கொண்டுவந்து சேர்த்தது, தவறாமல். ஆகவே, மற்ற நினைவுகளை நோக்கி என் மூளையை ஏவிவிட்டேன்.''

இருந்தாலும் ஒருமுறை, சறுக்கி விழுந்து பனிக்கட்டி மேல் குப்புறப் படுத்த நிலையில் எழுந்து நிற்கும் முயற்சியை நீ கைவிட்டிருந்தாய். ஆர்வத்தை முற்றிலும் இழந்துவிட்ட குத்துச்சண்டை வீரனைப் போல இருந்தாய்; தனக்குத் தெரிந்திராத ஏதோ ஒரு உலகத்தில் ஒன்றன்பின் ஒன்றாக, மேல்முறையீட்டுக்கே இடமில்லாமல், வினாடிகள் பத்துவரை எண்ணப் படுவதைக் கேட்டுக்கொண்டிருந்த வீரனைப் போல.

''என்னால் முடிந்தவரை செய்துவிட்டேன், இனியும் சுத்தமாக நம்பிக்கை இல்லை, ஏன் பிடிவாதமாக இந்த வதையைத் தொடர வேண்டும்?'' உன் கண்களை மூடிக்கொண்டால் போதும், உலகமே அமைதியாகிவிடும். பாறை, உலர்பனி, பனிக்கட்டி எல்லாவற்றையுமே உலகிலிருந்து மறைந்து போகச்செய்யலாம். அந்த அற்புதக் கண்ணிமைகளை மூடியவுடனேயே, இனியும் காயங்களோ, வீழ்ச்சிகளோ, கிழிந்துவிட்ட தசைகளோ, எரிக்கும் பனிக்கட்டியோ, காளையைப் போல நீ இழுத்துச் சென்ற வாழ்க்கையின் சுமையோ, ஒரு வண்டியைவிடக் கனமாக இருந்த அந்தச் சுமையோ இருக்காது. மார்ஃபினைப் போலப் பேரின்பத்தை உன் நெஞ்சில் நிரம்பச் செய்து, ஏற்கனவே விஷமாக மாறிவிட்டிருந்த இந்தக் குளிரை நீ சுவைத்தாய். உன் இதயத்துக்கு அருகில் ஒரு புகலிடத்தை உன் வாழ்க்கை தேடி

யது. மிருதுவான, விலை மதிப்பற்ற ஏதோவொன்று உனக்குள் தன்னைச் சுருட்டிக்கொண்டபடி இருந்தது. இன்னல்கள் நிரம்பி வழிய, ஏற்கனவே சலவைக் கல்லாகிவிட்டிருந்த உன் உடல் என்ற மிருகத்தின் மிகத் தொலை விலிருந்த பிரதேசங்களை உன் பிரக்ஞை கைவிட்டிருந்தது.

உனக்கு நினைவும் தவறிக்கொண்டிருந்தது. எங்களுடைய உரத்த அழைப்புகள் உன்னை அடையவில்லை; அல்லது, இன்னும் சரியாகச் சொன்னால், கனவில் கூப்பிடப்பட்டதைப் போல அவை மாறிவிட்டன. கனவிலேயே நீ நடந்து போய், சமவெளிகளின் ஆனந்தத்தைத் தயக்கமின்றி உனக்குக் காட்டிய எளிய, நீண்ட அடிகளை எடுத்து வைத்து எங்களுடைய அழைப்புக்கு ஆனந்தமாகப் பதிலளித்தாய். உன்னைப் பொறுத்தவரை வெறும் கனவாக ஆகிவிட்ட உலகத்துக்குள் எவ்வளவு சுலபமாக நீ நுழைந்துவிட்டிருந்தாய்! கியோமெ, கருமியே, நீ வீடு திரும்பும் நிகழ்வை எங்களுக்கு மறுப்பதென்று முடிவு செய்துவிட்டிருந்தாய்.

பிரக்ஞையின் ஆழத்திலிருந்து கவலைகள் தோன்றின. துல்லியமான சில விவரங்கள் கனவுடன் கலந்தன. ''என் மனைவியைப் பற்றிச் சிந்தித் தேன். என்னுடைய ஆயுள் காப்பீட்டுத் தொகை ஏழ்மையிலிருந்து அவ ளைக் காப்பாற்றும். உண்மைதான். ஆனால் ஆயுள் காப்பீட்டுக்கு...''

ஒருவர் காணாமல்போய்விட்டால், சட்ட ரீதியாக அவருடைய மரணச் சான்றிதழ் கிடைப்பது நான்கு ஆண்டுகளுக்குத் தள்ளிப்போடப்படும். மற்ற எல்லா பிம்பங்களையும் அழித்துவிட்டு இந்த விவரம் மட்டும் உனக் குப் பளிச்சென்று தோன்றியது. நீயோ செங்குத்தான பனிச்சரிவின் மேல் முகம் பதித்தவாறு கிடந்தாய். கோடைக் காலம் வந்ததும், ஆண்டிஸ் மலைத் தொடரின் ஆயிரக்கணக்கான பிளவுகளில் ஒன்றில் எல்லாச் சகதியுடன் உன் உடலும் உருண்டு விழும். உனக்கு அது தெரிந்திருந்தது. ஆனால் உனக்கு முன்பாக, ஐம்பது மீட்டர் தொலைவில் பாறையொன்று துருத்திக்கொண் டிருந்ததென்றும் உனக்குத் தெரிந்திருந்தது. ''நான் அப்போது நினைத்தேன்: நான் எழுந்தால் ஒருவேளை என்னால் அதை அடைய முடியும். அந்தப் பாறைமேல் என் உடலை அழுந்தப் பதித்தால், கோடைக் காலம் வந்ததும் அதைக் கண்டுபிடிப்பார்கள்.''

ஒருமுறை எழுந்து நின்றபின், இரண்டு இரவுகளும் மூன்று பகல்களும் நடந்தாய்.

ஆனால் வெகு தூரம் போவதைப் பற்றி நீ நினைக்கவில்லை.

''பலவித அறிகுறிகள் மூலம் முடிவு நெருங்குவதை ஊகித்தேன். அவற் றில் இதோ இதுவும் ஒன்று: கிட்டத்தட்ட இரண்டு மணிக்கொரு முறை வேறு வழியின்றி நடப்பதை நிறுத்த வேண்டியிருந்தது—என் காலணிகளை இன்னும் சற்றுக் கிழித்துத் திறந்துவிடவோ, வீங்கிய என் பாதங்களில்

உலர் பனியைத் தேய்த்துவிடவோ அல்லது என் நெஞ்சை சற்று நேரம் ஓய்வெடுத்துக்கொள்ளவிடவோ. ஆனால் கடைசி சில நாட்களில் என் ஞாபகசக்தியை இழந்துகொண்டிருந்தேன். ஒவ்வொரு முறையும், நான் கிளம்பி வெகு நேரம் கழிந்த பின், திடீரென்று எனக்குள் ஒன்று உதிக்கும். ஒவ்வொரு முறையும் நான் எதையாவது மறந்துவிட்டிருப்பேன். முதல் முறை அது என் கையுறைகள்; இந்தக் குளிரில் எவ்வளவு விபரீதமான விஷயம்! எனக்கு முன்பாகக் கீழே அதை வைத்திருந்தேன், அதை எடுத்துக் கொள்ளாமலேயே மீண்டும் கிளம்பியிருந்தேன். அடுத்த முறை, என் கைக் கடிகாரம். பின்னர், என் கத்தி. அடுத்து, என் திசைமானி. ஒவ்வொரு நிறுத் தத்திலும், மேலும்மேலும் வறியவனாக ஆகிக்கொண்டிருந்தேன்.''

''ஒரு மனிதனைக் காப்பாற்றுவதே அவன் எடுத்துவைக்கும் ஒரு அடி தான். இன்னும் ஒரு அடி. ஒவ்வொரு முறையும் அதே அடியைத்தான் மீண்டும் தொடங்குகிறோம்...''

''நான் செய்திருப்பதை, சத்தியமாகச் சொல்வேன், அதை வேறெந்த மிருகமும் செய்திருக்காது.'' இந்தச் சொற்கள், எனக்குத் தெரிந்தவற்றி லேயே மிக மேன்மையான இந்த வாக்கியம், மனிதனுக்கு உரிய இடத்தை அவனுக்கு அளித்து அவனைக் கௌரவித்து உண்மையான படிநிலைகளை உறுதிப்படுத்தும் இந்த வாக்கியம், மீண்டும்மீண்டும் எனக்கு நினைவுக்கு வந்தது. ஒருவழியாகக் கடைசியில் நீ தூங்கிவிட்டாய், உன்னுடைய பிரக்ஞை மறைந்துவிட்டிருந்தது; ஆனால் அடிபட்டு, நொறுங்கி, பொசுங்கி விட்ட உன்னுடைய உடலிலிருந்து மீண்டும் உயிர்பெற்றெழவிருந்த பிரக்ஞை உன் உடல்மேல் ஆளுமை செலுத்தியது. இது போன்ற வேளை களில் உடல் என்பது நல்லதொரு கருவி மட்டுமே, பணியாளன் மட்டுமே என்றாகிவிடுகிறது. மேலும், கியோமெ, நம்பகமான இந்தக் கருவியைப் பற்றிய பெருமிதத்தை அழகாகச் சொல்லவும் உனக்குத் தெரிந்திருந்தது:

''உணவே இல்லாமல் மூன்றாவது நாள் நடக்கும்போது, என்ன, உன் னால் கற்பனைசெய்து பார்க்க முடிகிறதல்லவா... என் இருதயமும் அவ்வள வாக நன்றாக ஒன்றும் இயங்கிக்கொண்டிருக்கவில்லை... அதோ, செங்குத் தான ஒரு பாறைச் சரிவின் மேலே கொஞ்சம்கொஞ்சமாக ஏறியபடி, சூனிய வெளிக்கு மேலே தொங்கிக்கொண்டு, என் முஷ்டிகளால் பற்றிக்கொள்ளப் பட வேண்டிய ஓட்டைகளைக் குடைந்துகொண்டு இருந்தபோது, என் இருதய இயந்திரம் பழுதடைந்துவிடுகிறது. சற்றுத் தயங்கி, மீண்டும் இயங்குகிறது. தாறுமாறாகத் துடிக்கிறது. இன்னும் ஒரு நொடி மேலும் அது தயங்கினால், என் பிடியை நழுவ விட்டுவிடுவேன் என்று உணர்கிறேன். ஒருபோதும், கவனமாகக் கேள், அந்தச் சில நிமிடங்களில் என் இருதயத் தைப் பிடித்துத் தொங்கிக்கொண்டு நான் உணர்ந்ததைப் போல, விமானத் திலிருக்கும்போது அதன் இன்ஜினைப் பிடித்தபடி தொங்கியதாக நான்

ஒருபோதும் உணர்ந்ததில்லை. என் இருதயத்திடம் சொன்னேன்: இதோ, ஆகட்டும், இன்னும் முயற்சி செய்! இன்னும் சற்றுத் துடிக்க முயற்சி செய்... என்னதான் இருந்தாலும், நல்ல உயர்ந்த ரக இருதயம் அது! சற்றுத் தயங்கினாலும், தவறாமல் மறுபடியும் இயங்கியது... என் இந்த இருதயத்தைக் குறித்து நான் எவ்வவு பெருமைப்பட்டேன் என்று மட்டும் உனக்குத் தெரிய முடிந்தால்! ...''

உன்னை நான் கவனித்துக்கொண்டிருந்த மென்டோஸாவின் அந்த அறையில், மிகவும் களைத்துப்போய் கடைசியில் நீ தூங்கிவிட்டிருந்தாய். நான் நினைத்துக்கொண்டேன்: கியோமெயின் துணிவைப் பற்றி அவரிடமே சொன்னால், அதைப் பெரிதுபடுத்தாமல் வெறுமனே தோளைக் குலுக்குவார். அதே சமயம், அவருடைய தன்னடக்கத்தைப் புகழ்ந்து பாராட்டினாலோ அது அவருக்குச் செய்யப்படும் துரோகமாகும். இந்தச் சாதாரணக் குணங்களுக்கு மிகவும் அப்பால் அவர் இருக்கிறார். அவர் தோள்களைக் குலுக்கினால், அது ஞானத் தெளிவினால். ஒரு நிகழ்வில் மாட்டிக்கொண்டிருக்கும்போது மனிதர்கள் அதைக் குறித்துப் பயப்படுவதில்லை. தெரியாதவைதான் மனிதர்களைப் பயத்தில் ஆழ்த்துகின்றன. ஆனால், ஒரு முறை எதிர்கொண்டவுடனேயே அது இனியும் தெரியாததாக இருப்பதில்லை. அதுவும் முக்கியமாக, தெளிவான இந்தத் தீவிரப் பார்வையுடன் அதை ஆராய்ந்துபார்த்தால். கியோமெயின் துணிவு என்பது எல்லாவற்றுக்கும் மேலாக, அவருடைய நேர்மையின் விளைவு.

தவிர, அவருடைய உண்மையான குணநலன் அதுகூட அல்ல. அவருடைய மேன்மை தன்னுடைய பொறுப்பை உணர்வதில்தான் இருக்கிறது. தன்னைப் பற்றி, தான் எடுத்துச்சென்ற அஞ்சலைப் பற்றி, தன்னை நம்பிக்கையுடன் எதிர்நோக்கியிருந்த தோழர்களைப் பற்றி அவருக்கிருந்த பொறுப்புணர்வு. அவர்களுடைய துயரங்களையும் சரி, மகிழ்ச்சிகளையும் சரி, தன் கையில் வைத்திருக்கிறார். அங்கே கீழே உயிரோடிருப்பவர்களிடையே புதிதாக நிர்மாணிக்கப்படும், தானும் பங்கேற்கவிருக்கும் அந்த உலகத்தைக் குறித்தும் இருந்த அந்தப் பொறுப்புணர்வு. தன்னுடைய தொழில் மூலமாகத் தன்னால் முடிந்தவரை மானிட விதிக்குத் தானும் ஓரளவு பொறுப்பை ஏற்றுக்கொள்வது.

அடர்ந்த இலைகள் கொண்ட தன்னுடைய கிளைகளால் பரந்த தொடுவானங்களுக்கும் நிழல் அளிக்கத் தானே மனமுவந்து முன்வரும் பரந்த மனம் கொண்ட பிறவிகளில் அவரும் ஒருவர். பார்க்கப்போனால், மனிதனாக இருப்பதே தன் பொறுப்பை உணர்வதுதான். ஏழ்மையைப் பார்க்கும்போது, அதற்காகத் தான் காரணமாக இல்லாவிட்டாலும் அதற்காக தான் அவமானம் அடைய வேண்டுமென்ற பிரக்ஞைதான். தன் தோழர்கள் சாதித்திருக்கும் வெற்றியைக் குறித்துத் தானும் பெருமைப்படுவதுதான்.

தன்னுடைய கல்லைத் தான் வைக்கும்போது, இந்த உலகத்தைக் கட்டமைப்பதில் தன்னுடைய பங்கையும் அளிக்கிறோம் என்ற உணர்வுதான் மானிடம்.

இது போன்ற வீரர்களைக் காளைச் சண்டை வீரர்களுடனோ, துணிகரச் சூதாடிகளுடனோ சிலர் ஒப்பிட்டுப் பேசுவார்கள். சாவைக் குறித்த அந்த வீரர்களின் அலட்சியப் போக்குக் கொண்டாடப்படும். சாவைக் குறித்து ஒருவருக்கு இருக்கும் அவமதிப்பைப் பற்றி எனக்கு அக்கறையில்லை. தான் ஏற்றுக்கொண்டிருக்கும் பொறுப்பில் அந்த அவமதிப்பின் வேர்கள் இல்லாதபோது, அது மன வறட்சி அல்லது இளமையின் அதீதப் பகட்டின் அறிகுறி. இளம் வயதில் தற்கொலை செய்துகொண்ட ஒருவனை நான் அறிவேன். என்ன மாதிரியான காதல் தோல்வியால் தோட்டா ஒன்றைக் கவனமாகத் தன் இருதயத்துக்குள் செலுத்திக்கொண்டான் என்று எனக்குத் தெரியாது. வெண்ணிறக் கையுறைகளை அணிவதன் மூலம் என்ன மாதிரியான இலக்கிய ஆசைக்கு ஆளாகியிருந்தான் என்று எனக்குத் தெரியவில்லை. ஆனாலும், மேன்மையைக் காட்டிலும் இழிநிலையையே இந்தப் பெரும் காட்சி அளித்ததாக நான் அப்போது உணர்ந்தது இப்போது எனக்கு நினைவுக்கு வருகிறது. அதாவது, அந்த இனிய முகத்துக்குப் பின்னால், அந்த மனிதனின் மண்டைக்குள் ஒன்றுமே இருக்கவில்லை, சுத்தமாக எதுவுமே இருக்கவில்லை. ஒருவேளை, எந்த விதத்திலும் மற்ற பெண்களிடமிருந்து மாறுபட்டிருக்காத, மடத்தனமான ஏதோவொரு பெண்ணின் உருவத்தைத் தவிர.

இதைப் போன்ற அற்ப விதியை நினைக்கும்போது, மனிதனின் உண்மையான சாவு ஒன்று எனக்கு ஞாபகம் வந்தது. ஒரு தோட்டக்காரரின் சாவு. அவர் என்னிடம் சொல்லியிருந்தார்: ''உங்களுக்குத் தெரியுமா... சில சமயங்களில் நிலத்தை வெட்டிக் கொத்திவிடும்போது எனக்கு வியர்க்கும். மூட்டு வலி என் காலைப் பிடித்திழுக்கும்; இந்த அடிமைத்தனத்தை எண்ணி நொந்துகொள்வேன். ஆனாலும், இன்றும் வெட்ட விரும்புகிறேன், நிலத்தை வெட்டிக் கிளறி விட விரும்புகிறேன். வெட்டிக் கிளறுவது என்பது அவ்வளவு அழகானதாக எனக்குத் தோன்றுகிறது! நிலத்தை வெட்டும் போது எவ்வளவு சுதந்திரமாக உணர்கிறோம்! என்னுடைய மரங்களை யார் கவாத்துசெய்து பராமரிப்பார்கள்? அவர் பயிரிடப்படாத ஒரு நிலத்தை விட்டுச் சென்றிருந்தார். பயிரிடப்படாத ஒரு கிரகத்தை விட்டுச் சென்றிருந்தார். பூமியிலிருந்த எல்லா நிலங்களுடனும், எல்லா மரங்களுடனும் நேசத்தால் அவர் பிணைக்கப்பட்டிருந்தார். தயாள சிந்தனை கொண்ட வள்ளல், உயர்ந்த பண்பாளர் அவர்தான். கியோமெயைப் போலவே அவரும் தன் படைப்பின் பெயரால் சாவை எதிர்த்துப் போராடிய துணிவு மிக்க மனிதர்.

3

விமானம்

இயோமெ, உன்னுடைய பகல், இரவுப் பொழுதுகள் முழுவதுமே பல வித மானிகளைக் கண்காணிப்பதிலும், ஜைரோஸ்கோப்பின் உதவியால் சமன்நிலையைச் சீராக வைப்பதிலும், இன்ஜின்களின் மூச்சுக் காற்றை உற்றுக்கேட்பதிலும், ஐம்பது டன் எடை கொண்ட உலோகத்தை உன் தோள் வலிமையால் இயக்குவதிலுமே கழிகின்றன என்பதால் என்ன? நீ எதிர்கொள்ளும் பிரச்சினைகள் அனைத்துமே, கூட்டிக் கழித்துப்பார்த் தால், மனிதர்கள் எதிர்கொள்ளும் பிரச்சினைகள்தான். மலைப்பிரதேச மனிதனின் சீரிய பண்புகளை நேரடியாக, முழுமையாக நீ பெற்றிருக்கி றாய். ஒரு கவிஞனைப் போலவே, விடியலின் அறிகுறிகளை நன்கு உணர்ந்து ரசிக்கத் தெரியும் உனக்கு. கடினமான இரவுகளின் அதலபாதாள ஆழத்தி லிருந்து வந்த அந்த வெளிறிய மலர்க் கொத்தின் தோற்றத்தை, கீழை நாடு களின் இருண்ட நிலப்பரப்புகளிலிருந்து உதித்த அந்த வெளிச்சத்தை எவ் வளவு முறை நீ விழைந்தாய். சில சமயங்களில் பனி மெதுவாக உருகி, உன் கண்ணெதிரே ஒரு அற்புத நீரூற்று தோன்றி, சாகப்போவதாக நினைத்துக் கொண்டிருந்த உன்னை அது குணப்படுத்தியும் இருக்கிறது.

அறிவியல் கருவியைக் கையாள்வது உன்னை ஒரு வறட்டுத் தொழில் நுட்ப வல்லுநராக மாற்றியிருக்கவில்லை. தொழில்நுட்பத்தின் அசுர வளர்ச்சியைப் பார்த்துப் பயப்படுபவர்கள் வழிகளையும் இலக்குகளையும் பற்றிய குழப்பத்தில் இருக்கிறார்கள். பொருளீட்டும் எதிர்பார்ப்புடன் மட் டுமே போராடிச் செயல்படும் எவருமே தங்கள் வாழ்க்கைக்கு அர்த்த மளிக்கக்கூடிய எதையும் அறுவடை செய்வதில்லை. ஆனால், இயந்திரம் இலக்கு அல்ல. விமானம் இலக்கு அல்ல; அது ஒரு கருவி. கலப்பையைப் போல அதுவும் கருவி.

இயந்திரங்கள் மானிடத்தைப் பாழாக்குகின்றன என்று நாம் நினைப் பது ஏனென்றால் நாம் இதுவரை பார்த்து அறிந்திருந்த இவ்வளவு வேக மான மாற்றங்களின் விளைவுகளைக் கவனிக்கத் தேவையான தொலை வில் எட்டி நின்று பார்க்கத் தவறிவிடுகிறோம் என்பதுதான். இரண்டு லட் சம் ஆண்டுகள் பழமை வாய்ந்த மனித வரலாற்றைப் பார்க்கும்போது,

இயந்திரங்களின் நூறு ஆண்டு வரலாறு எம்மாத்திரம்? நிலக்கரிச் சுரங்கங் களும், மின் உற்பத்தி நிலையங்களும் இருக்கும் இந்த நிலப்பரப்பில் நாம் இன்னும் குடியேறத் தொடங்கக்கூட இல்லை. நாம் இன்னமும் கட்டி முடித்திருக்காத இந்தப் புதிய வீட்டில் இப்போதுதான் வந்து வசிக்கத் தொடங்கியிருக்கிறோம். நம்மைச் சுற்றிலும் எல்லாமே எவ்வளவு விரை வாக மாறிவிட்டிருக்கின்றன: மனித உறவுகள், வேலையின் நிர்ப்பந்தங் கள், பழக்கவழக்கங்கள். நமது மனோபாவங்களின் மிக ஆழமான அஸ்தி வாரங்கள் பலமாக உலுக்கப்பட்டிருக்கின்றன. பிரிவு, மறைவு, தொலைவு, திரும்பி வருகை போன்ற கருத்தாக்கங்களைப் பொறுத்தவரை அதே சொற் கள்தான் இன்னமும் இருக்கின்றன என்றாலும், அதே யதார்த்தத்தைக் கொண்டிருக்கவில்லை. இன்றைய உலகத்தைக் கிரகித்துக்கொள்ள நேற் றைய உலகுக்காக உருவான மொழியையே பயன்படுத்துகிறோம். மேலும், கடந்தகால வாழ்க்கை நம்முடைய இயல்பைச் சிறப்பாகப் பிரதிபலிக்கிறது; அதற்குக் காரணம், நம்முடைய மொழியையும் அது சிறப்பாகவே பிரதி பலிப்பதுதான்.

ஒவ்வொரு வளர்ச்சியும் நாம் இன்னமும் முழுமையாகப் பெற்றிருக்காத பழக்கங்களிலிருந்து சற்றுத் தொலைவிலேயே நம்மைத் தள்ளி வைத்திருக் கிறது; நம்முடைய சொந்த நாட்டை இன்னும் நிர்மாணித்து முடித்திருக் காத குடியேறிகள் நாம்.

நம்முடைய புதிய விளையாட்டுச் சாமான்களைப் பார்த்தே இன்னும் பரவச நிலையிலிருக்கும் இளம் காட்டுவாசிகள் நாம். நாம் விமானங்களில் பறந்துகொண்டிருப்பதற்கு வேறெந்த அர்த்தமும் இல்லை. மனிதன் உயரே பறக்கிறான், வேகமாக ஓடுகிறான். அவனை ஓடச்செய்ததன் காரணத்தை மறந்துவிடுகிறோம். இப்போதைக்கு, இலக்கைவிட ஓட்டம் முக்கியத்துவம் பெறுகிறது. இது எப்போதுமே அப்படித்தான். பேரரசு ஒன்றை நிறுவ முற்படும் காலனியாதிக்க ராணுவ வீரருக்கு, வாழ்க்கையின் அர்த்தம் வெல்வதில்தான் இருக்கிறது. ராணுவ வீரருக்குக் குடியேறியைக் கண்டால் வெறுப்பு. ஆனால் அந்தக் குடியேறியை முறையாக நிறுவுவதுதானே ராணுவ வீரருடைய குறிக்கோள், இல்லையா? இதே போலத்தான் நம் முடைய வளர்ச்சியின் மகிழ்ச்சித் திளைப்பில் இருப்புப் பாதைகளை அமைக்கவும், தொழிற்சாலைகளைக் கட்டவும், எண்ணெய்க் கிணறுகளைத் தோண்டவும் மனிதர்களை நாம் பயன்படுத்திக்கொண்டோம். மனிதர் களுக்குப் பயனளிக்க வேண்டுமென்பதற்காகத்தான் இவற்றை நிர்மாணித் தோம் என்பதைச் சில சமயங்களில் மறந்துவிட்டோம். வெற்றியடைந்து கொண்டிருந்த நாட்களில் நம்முடைய ஒழுக்க நியதி அந்த ராணுவ வீரருடைய ஒழுக்கநியதியாகத்தான் இருந்தது. ஆனால், இப்போது நாம் முழுமையாகக் குடியேறிகளாக ஆக வேண்டும். மானிட முகத்தை இன்ன

மும் பெற்றிருக்காத இந்த வீட்டை உயிர்பெறச் செய்ய வேண்டும். கட்டமைப்பதுதான் ஒருவனின் உண்மை என்றால் வசிப்பதுதான் மற்றவனின் உண்மையாக இருந்தது.

கொஞ்சம்கொஞ்சமாக நம்முடைய வீடு மானிடம் மிகுந்ததாக ஆகி விடும் என்பதில் சந்தேகமில்லை. இயந்திரங்கள்கூட, எத்தனைக்கெத்தனை முழுமையடைகின்றனவோ அத்தனைக்கத்தனை தங்கள் செயல்பாட்டுக் குப் பின்னால் மறைந்தபடியே இருக்கின்றன. மனிதனின் தொழில்நுட்ப முயற்சிகள், தொழில்நுட்பக் கணக்குகள், இரவு முழுவதும் கண் விழித் திருந்து வரைபடங்களை ஆராய்ந்தது என்று பார்வைக்குத் தெரிந்த இந்த அனைத்துக் குறிகளுமே எளிமையைக் கண்டடைவதைக் குறிக்கோளாகக் கொண்டவை என்றே தோன்றுகிறது. ஒரு தூணின் வட்ட வடிவம், கப்ப லின் அடிப் பாகம், விமானத்தின் உடல் இவற்றின் வடிவத்தைச் சிறிது சிறிதாகச் சீரமைத்து, பெண்களின் மார்பகத்தின் அல்லது தோள்பட்டை வளைவுகளின் எளிய தூய்மையை அவற்றுக்கு அளிக்கும்வரை பல தலை முறைகளின் அனுபவ அறிவு தேவைப்பட்டதோ! மேலெழுந்தவாரியாகப் பார்த்தால் விமானத்துக்குப் பளபளப்பேற்றி, மாற்றியமைத்து, இணைப்பு ஒன்றை எளிதாக்கி, ஒரு இறக்கையைச் சமன்செய்து அது பார்வைக்குத் தெரியாமல் இருக்கும் வகையில் விமானத்தின் உடலுடன் இணைக்கப்படும் இறக்கையாக இல்லாமல் செய்து, இறுதியில், மையப் பகுதியிலிருந்து விடு பட்டுத் தன்னிச்சையாகவும் புதிர்போலவும் அந்த விமானம் தன்னுடைய முழு வடிவத்தை—கவிதைக்கே உரிய ஒருங்கிணைந்த தன்மை கொண்ட வடிவத்தை—பெறச் செய்வதுதான் பொறியாளர்கள், வடிவமைப்பாளர் கள், கணிதவியல் ஆராய்ச்சியாளர்களின் வேலை என்பதைப் போலத் தோன்றுகிறது. இருப்பதுடன் சேர்ப்பதற்கு இனியும் எதுவுமில்லை என்றில் லாமல், அதிலிருந்து எடுப்பதற்கு எதுவுமே இல்லை என்பதுதான் முழுமை போலும். பரிணாம வளர்ச்சியின் உச்சகட்டத்தில் இயந்திரம் தன்னை முற்றிலும் மறைத்துக்கொள்கிறது.

ஆகவே, ஒரு கண்டுபிடிப்பின் முழுமையென்பதே, அந்தக் கண்டுபிடிப் பின் இல்லாமை என்றாகிறது. ஒரு கருவிக்குள் அதை இயக்கும் பாகங்கள் எப்படிக் கொஞ்சம்கொஞ்சமாக மறைக்கப்பட்டு, கடல் அலைகளால் பள பளப்பேற்றப்பட்ட கூழாங்கல்லைப் போல அவ்வளவு இயற்கையாக அமைந்த பொருளாக நம்மிடம் கொடுக்கப்படுகிறதோ, அதைப் போலவே ஒரு இயந்திரத்தைப் பயன்படுத்தும்போது தன்னுடைய இருத்தலையே நாம் சிறிதுசிறிதாக மறந்துவிடும்படி அந்த இயந்திரம் செய்துவிடுவதும் பாராட்டத்தக்கது.

முன்பெல்லாம் சிக்கல்கள் நிறைந்த பட்டறை ஒன்றின் தொடர்பு நமக்குத் தேவைப்பட்டது. ஆனால், இன்றோ இன்ஜின் சுழன்றுகொண்

டிருப்பதையே மறந்துவிடுகிறோம். அது தன்னுடைய பணியை, அதாவது சுழன்று இயங்குவதை, துடிக்கும் மனித இருதயத்தைப் போல, செய்து கொண்டிருக்கிறது. நாம் நம்முடைய இருதயத்தின் மேல் கவனம் செலுத்துவதில்லை. நம்முடைய கவனத்தை அந்தக் கருவியும் கவர்வதில்லை. கருவிக்கு அப்பாலும், அதன் மூலமாகவும், நாம் மீண்டும் காண்பது நமக்குப் பழக்கமாகிவிட்ட இயல்பையே—தோட்டக்காரன், விமானி அல்லது கவிஞனின் இயல்பை.

கடல் விமானத்தைச் செலுத்தத் தொடங்கும் விமானி தொடர்புகொள்வது நீருடனும், காற்றுடனும். இன்ஜினை முடுக்கிவிட்டு, விமானம் ஏற்கனவே கடலின் மேற்பரப்பை உழுதபடி செல்லும்போது விமானத்தின் அடிப்பாகத்தின் மீது விழும் நீரின் அறை, பலத்த மணியோசையைப் போல ஒலிக்கும்; அந்த விசையின் தாக்கத்தை விமானி தன் முதுகுத்தண்டின் கீழ்ப் புறத்தில் உணர்வான். பறக்கத் தேவையான உந்துவிசையின் பக்குவம் அந்தப் பதினைந்து டன் எடை கொண்ட பொருளில் தயாராகிக்கொண்டிருப்பதை உணர்வான். கட்டுப்பாட்டுச் சாதனங்களின் மேல் அவனுடைய விரல்கள் கவியும்; கொஞ்சம்கொஞ்சமாக, அவனுடைய வெற்று உள்ளங்கைகளில் அந்த விசையை உணர்வான், ஒரு அன்பளிப்பைப் போல. அன்பளிப்புத் தனக்குக் கிடைத்ததில் கட்டுப்பாட்டுச் சாதனங்களின் உலோக உறுப்புகள் அவனுடைய சக்தியின் தூதர்களாக மாறும். அந்தச் சக்திக்குத் தேவையான உந்துவிசைப் பக்குவம் வந்ததும், மலரைப் பறிப்பதைவிட நளினமான அசைவுடன், விமானத்தை நீர்ப் பரப்பிலிருந்து பிரித்து ஆகாயத்தில் பறக்கச் செய்வான்.

4

விமானமும் பூமி என்ற கிரகமும்

I

விமானம் சந்தேகமில்லாமல் ஒரு இயந்திரச் சாதனம்தான், ஆனால் எப் பேர்ப்பட்ட ஆய்வுக் கருவி! இந்தக் கருவி பூமியின் உண்மையான முகத்தை நாம் அறிந்துகொள்ளச் செய்திருக்கிறது. உண்மையில் சாலை கள் பல நூற்றாண்டுகளாக நம்மை ஏமாற்றிவிட்டிருக்கின்றன. தன்னு டைய குடிமக்களை நேரில் போய்ப் பார்த்து, தன்னுடைய ஆட்சியில் அவர்கள் மகிழ்ச்சியாக இருக்கிறார்களா என்று அறிய விரும்பிய பேரரசி யைப் போலத்தான் நாம் இருந்தோம். அவளைத் தந்திரமாக ஏமாற்று வதற்காக அரசவைப் பிரமுகர்கள் அவள் போகும் வழியெல்லாம் தற் காலிக மேடைகளை அமைத்து, மூன்றாம் தரக் கலைஞர்களை அங்கே நடனமாட வைத்தார்கள். மெல்லிய நூலிழையைப் போல அவற்றின் ஊடாக அவளுக்குப் புலப்பட்டதைத் தவிர தன் ராஜ்ஜியத்தைப் பற்றி அவளால் எதையும் பார்த்துத் தெரிந்துகொள்ள முடியவில்லை; நாடு முழு வதிலும் பசியால் இறந்துகொண்டிருந்த மக்கள் அனைவரும் அவளைச் சபித்தார்கள் என்றும் அவளுக்குத் தெரிந்திருக்கவில்லை.

ஆகவே, வளைந்துவளைந்து சென்ற சாலைகள் வழியாக நாம் நடந்து கொண்டிருந்தோம். தரிசு நிலங்கள், பாறைகள், மணல்வெளிகளைத் தவிர்த் துச் சென்ற அந்தச் சாலைகள் மனிதனுடைய தேவைகளுடன் பிணைக்கப் பட்டு, ஒரு நீரூற்றிலிருந்து இன்னொரு நீரூற்றை நோக்கிச் செல்கின் றன. கிராமத்தினரைத் தானியக் களஞ்சியங்களிலிருந்து கோதுமை வயல் களை நோக்கி இட்டுச்செல்கின்றன; இன்னும் அரைத் தூக்கத்திலிருக்கும் கால்நடைகளைத் தொழுவங்களின் வாயில்களிலிருந்து அழைத்துக்கொண்டு போய் பொழுது விடியும் வேளையில் மேய்ச்சல் நிலங்களுக்குக் கொண்டு வந்து சேர்க்கின்றன. இந்தக் கிராமத்தை அந்தக் கிராமத்துடன் இணைக் கின்றன, ஏனென்றால், அங்கேதான் திருமணங்கள் நடக்கின்றன. சாலை களில் ஏதாவதொன்று பாலைவனத்தைக் கடக்க முற்பட்டால், பலமுறை நெளிந்து வளைந்து போனால்தான் பாலைவனச் சோலைகளைக் காண முடிகிறது.

மனமுவந்து ஏற்றுக்கொண்ட பொய்களிடம் ஏமாறுவதைப் போல, வளைவுகளிடம் ஏமாந்துபோய், நன்றாகப் பாசனம் செய்த எவ்வளவோ நிலங்களையும், எவ்வளவோ பழத் தோட்டங்களையும் புல்வெளிகளையும் நம்முடைய பயணம் நெடுகிலும் கடந்து போயிருந்த நாம், நீண்ட காலமாகவே நம்முடைய அந்தச் சிறை என்ற உருவத்துக்கு அழகு சேர்த்திருந்தோம். இந்தக் கிரகம் ஈரமாகவும், மென்மையாகவும் இருக்கிறது என்று நினைத்துக்கொண்டிருந்தோம்.

ஆனால், நம் பார்வை கூர்மையாகிவிட்ட பின் கொடூரமான முன்னேற்றம் அடைந்துவிட்டோம். விமானத்தின் உதவியுடன் நேர்கோட்டைப் பற்றிய அறிவைப் பெற்றிருக்கிறோம். தரையிலிருந்து மேலெழும்பியவுடனேயே தண்ணீர்த் தொட்டிகளையும் மாட்டுத் தொழுவங்களையும் நோக்கிச் சரிந்தோ, அல்லது ஒரு ஊரிலிருந்து இன்னொரு ஊர்வரை வளைந்துவளைந்தோ செல்லும் பாதைகளை நமக்குக் கீழே விட்டுச் செல்கிறோம். நம் மனதுக்கினியவர்களின் சேவகத்திலிருந்து விடுதலையடைந்து, நீரூற்றுகளின் தேவையிலிருந்து விடுபட்டுத் தொலைதூர இலக்குகளை நோக்கிப் போகிறோம். அப்போதுதான் நம்முடைய நேர்கோட்டு ஆகாயப் பாதையின் உயரத்திலிருந்து, கீழே, பாழ் பிரதேசங்களின் அடியில் சிறிது பாசி படர்ந்திருப்பதைப் போலச் சில சமயங்களில் இங்குமங்குமாக வாழ்க்கை மலரத் துணியும் ஆதாரமான பாறைத் தளத்தையும், பாறை அடுக்குகளையும், மணலையும், உப்பையும் கண்டறிகிறோம்.

பள்ளத்தாக்குகளின் ஆழங்களை அலங்கரிக்கும் நாகரிகங்களை, ஒரு அற்புத நிகழ்வாகச் சில சமயங்களில் வானிலையும் சாதகமாக இருக்கும்போது மலரும் பெரிய பூந்தோட்டங்களைப் போல விரியும் நாகரிகங்களை, கூர்ந்து ஆராயும் இயற்பியலாளர்களாகவும், உயிரியலாளர்களாகவும் நாமும் இப்போது மாறிவிடுகிறோம். இதோ இப்போது, மனிதனைப் பிரபஞ்ச அளவில் நாம் மதிப்பிடுகிறோம்; அறிவியல் சோதனைக் கருவிகள் வழியாகப் பார்ப்பதைப் போல விமானிக்கு அருகிலுள்ள ஜன்னல் வழியாகப் பார்க்கிறோம். நம்முடைய வரலாற்றைப் புதிதாக மீண்டும் படிக்கிறோம்.

II

மாஜெல்லான் கால்வாயை[13] நோக்கிப் போகும் விமானி ரியோ காலகோஸுக்குச் சற்றுத் தெற்கே எரிமலைக் குழம்பு படிந்துவிட்டிருந்த ஒரு பழைய மேட்டின் மேல் பறப்பான்; எரிமலைக்குக் கீழேயிருக்கும் சமவெளியில் எழுபது அடி உயரத்துக்கு அது படிந்திருந்தது. பின்னர் அவன்

[13] தென்அமெரிக்காவில் சிலியில் இருக்கும் வளைகுடா.

இரண்டாவது, மூன்றாவது எரிமலைக் குழம்பு மேடு என்று பார்த்துக் கொண்டே பறப்பான்; இனி தரையிலிருந்து எழும்பும் ஒவ்வொரு மேட்டி லும், இருநூறு மீட்டர் உயரமுள்ள ஒவ்வொரு சிறிய குன்றிலும் பக்க வாட்டில் ஒரு எரிமலை வாய் இருக்கும். இங்கே பார்ப்பது பெரும் புகழ் வாய்ந்த வெஸுவியஸ் எரிமலை அல்ல; சமவெளியில் வைக்கப்பட்டிருந்த பீரங்கிகளின் வாய்கள் இவை.

ஆனால், இங்கே இன்று அமைதி நிலவுகிறது. அவை தங்களிடமிருந்த நெருப்பைக் கக்கிக்கொண்டிருந்த நாட்களில், அந்தப் பாதாள ஆழத்தின் ஒலிக்குழல்கள் வாயிலாக ஆயிரம் எரிமலைகள் ஒன்றுக்கொன்று பேசிக் கொண்டிருந்த இந்த நிலப்பரப்பில், இன்று பாழாய்ப்போய்விட்ட நிலப் பரப்பில், இந்த அமைதி வியப்பான ஒரு அனுபவமாக இருக்கிறது. கரிய பனியாறுகளாக அலங்கரிக்கப்பட்டு இப்போதெல்லாம் மௌனமாகி விட்ட நிலப்பரப்பின் மேல் பறந்துகொண்டிருக்கிறோம்.

ஆனால், இன்னும் தொலைவில், இதைவிடப் பழமையான எரிமலை கள் பொன்னிறப் புல்வெளிகளை ஏற்கனவே அணிந்தபடி இருக்கின்றன. சில சமயங்களில் அவற்றின் ஆழத்தில், பழைய பூந்தொட்டியிலுள்ள மலர்ச் செடியைப் போல மரம் ஒன்று முளைத்திருக்கும். குட்டையான புற்களால் நாகரிகமடைந்த சமவெளி, மாலைநேர ஒளியின் கீழ் பூங்காவின் தள தளப்புடன் இருக்கிறது; எரிமலை வாய்களின் பூதாகாரத் தொண்டைகள் இப்போதெல்லாம் வீங்குவதில்லை. ஒரு முயல் விரைந்தோடுகிறது, ஒரு பறவை சிறகடித்துப் பறக்கிறது; உயிர் புதிய கிரகம் ஒன்றைத் தனக்குச் சொந்தமாக்கிக்கொள்கிறது, கடைசியில் பூமியின் செழிப்பான மண் ஒரு நட்சத்திரத்தின் மேல் படிந்துவிட்டிருக்கிறது.

இறுதியில், ப்யுன்டா அரெனாஸை[14] அடைவதற்குச் சற்று முன்பாக, கடைசிச் சில எரிமலை வாய்கள் நிரப்பப்பட்டுக் காணப்படுகின்றன. சீரான புல்வெளி ஒன்று எரிமலைகளின் வளைவுகளைப் போர்த்தியபடி இருக்கிறது; இனி அவற்றிடையே மென்மையைத் தவிர வேறெதுவும் இல்லை. ஒவ்வொரு பிளவும் இந்தத் தாவர நூலினால் மீண்டும் தைக்கப் பட்டிருக்கிறது. பூமி மிருதுவாகவும், சரிவுகள் மென்மையாகவும் இருக்கின் றன; அவற்றின் மூலாதாரம் மறக்கப்பட்டுவிடுகிறது; குன்றுகளின் கரிய அறிகுறிகளைப் புல் மறைத்துவிட்டிருக்கிறது.

தென் துருவப் பனிப் பரப்புக்கும் ஆதிகால எரிமலைக் குழம்புக்கும் இடையே எதேச்சையாக இருந்த ஈர மண்ணின் தயவால் உலகின் தெற்குக் கோடியின் நகரம் இதோ இங்கே இருக்கிறது. கரிய எரிமலைக் குழம்பின் கசடுக்கு இவ்வளவு அருகே மனிதகுலம் என்ற அற்புதத்தை எவ்வளவு

[14] தென்அமெரிக்காவின் தென் கோடியில் இருக்கும் ஊர்.

ஆழமாக உணர முடிகிறது! வினோதமான சந்திப்பு! மிகக் குறுகிய காலம் மட்டுமே இருப்பதற்காக உருவாக்கப்பட்ட இந்தப் பூங்காக்களுக்கு மனிதன் எப்படி, ஏன் விஜயம் செய்ய வேண்டும் என்று யாருக்குத் தெரியும்: ஒரு நிலவியல் சகாப்தம், பல நாட்களிடையே ஆசிர்வதிக்கப்பட்ட ஒரு நாள்.

மாலைப் பொழுதின் மென்மையான சூழலில் நான் தரையிறங்கினேன். ப்யுன்டா அரெனாஸ்! நீரூற்றுத் தொட்டி ஒன்றின் மேல் சாய்ந்தபடி, அங்கிருந்த இளம் பெண்களைப் பார்த்துக்கொண்டிருக்கிறேன். அவர்களுடைய எழிலுக்கு அவ்வளவு அருகில், மனிதகுலத்தின் புதிரை இன்னும் மிக நன்றாக உணர்கிறேன். ஒரு வாழ்க்கை மிக அழகாக மனமுவந்து இன்னொரு வாழ்க்கையைச் சந்திக்கும் உலகில், மலர்கள் மற்ற மலர்களோடு காற்றின் படுக்கையில் கலக்கும் உலகில், அன்னப் பறவைகள் மற்ற அன்னப் பறவைகளை இனம்கண்டுகொள்ளும் உலகில், மனிதர்கள் மட்டும்தான் தங்களுடைய தனிமையைக் கட்டமைத்துக்கொள்கிறார்கள்.

மனிதர்களின் மன இயல்பு அவர்களிடையே எப்பேர்ப்பட்ட இடைவெளியை உருவாக்கியிருக்கிறது! ஒரு இளம் பெண்ணின் பகற்கனவு அவளை என்னிடமிருந்து தனிமைப்படுத்திவிடுகிறது; எப்படி அவளுடன் அதை நான் பகிர்ந்துகொள்ள முடியும்? விழிகளைத் தாழ்த்தி, தனக்குள்ளே புன்னகை செய்தபடி, கற்பனைகளும் ரம்மியமான பொய்களும் நிரம்பியிருக்க, வீட்டை நோக்கி மெதுவாக நடக்கும் இளம் பெண்ணைப் பற்றி நான் என்னதான் அறிந்துகொள்ள முடியும்? காதலன் ஒருவனைப் பற்றிய எண்ணங்கள், அவனுடைய குரல், மௌனங்கள் வாயிலாக அவளால் தனக்கென்று ஒரு ராஜ்ஜியத்தை உருவாக்கிக்கொள்ள முடிந்திருக்கிறது; இனி அதனுடைய எல்லைகளுக்கு அப்பால் இருப்பவர்கள் எல்லாம் காட்டுமிராண்டிகள்தான். தன்னுடைய ரகசியங்களுக்குள், தன்னுடைய பழக்கவழக்கங்களுக்குள், இசைத்துக்கொண்டிருக்கும் தன் நினைவின் எதிரொலிகளுக்குள் தன்னைப் பூட்டிக்கொண்டு அவள் இருப்பதை, வேறொரு கிரகத்தில் அவள் இருந்தால் உணர்வதைவிட இன்னும் நன்றாகவே உணர்கிறேன். எரிமலைகளிலிருந்து, புல்தரைகளிலிருந்து, கடல் உப்பிலிருந்து நேற்று பிறந்த அவள், இதோ, இப்போது ஏற்கனவே கிட்டத்தட்ட தெய்வீகமாக இருக்கிறாள்.

ப்யுன்டா அரெனாஸ்! நீரூற்றுத் தொட்டியின் மேல் சாய்ந்தபடி இருக்கிறேன். வயதான பெண்கள் தண்ணீர் இறைக்க வருகிறார்கள், பணிப்பெண்களுக்கே உரித்தான அங்க அசைவுகளைத் தவிர அவர்களுடைய வாழ்க்கை நாடகத்தைப் பற்றி எனக்கொன்றும் தெரியாது. பின்தலையைச் சுவரோடு அணைத்தபடி ஒரு குழந்தை அழுகிறது; சமாதானப்படுத்தவே முடியாத அழகிய ஒரு குழந்தை என்பது மட்டும்தான் என் நினைவில் நிலைத்து

நிற்கும். நான் ஒரு அந்நியன். எனக்கு ஒன்றும் தெரியாது. அவர்களுடைய ராஜ்ஜியங்களில் நான் புக முடியாது.

மனித இனத்தின் வெறுப்பு, நட்பு, மகிழ்ச்சி இவையெல்லாம் நிகழ்த் தப்படும் அரங்குதான் எவ்வளவு எளிதில் நொறுங்கக் கூடியதாக இருக் கிறது! இன்னும் வெதுவெதுப்பாக இருக்கும் எரிமலைக் குழம்பின் மேல் தற்செயலாக வந்து இறங்கி, இனி எதிர்கொள்ளவிருக்கும் பாலைகளும் பனிப்பொழிவுகளும் மிரட்டிக்கொண்டிருக்க, நிரந்தர வாழ்வின் சுவையை இந்த மனிதர்கள் எங்கிருந்து பெறுகிறார்கள்? அவர்களுடைய நாகரிகம் எளிதில் கலைந்துவிடக்கூடிய நகாசு வேலை மட்டுமே: ஒரு எரிமலை, ஒரு புதிய கடல், ஒரு மணற்புயல் அவர்களை அழித்துவிடும்.

போஸ்[15] பிரதேசப் பண்ணை நிலங்களைப் போல பார்வைக்கு ஆழ மான வளத்துடன் காணப்படும், உறுதியான மண்ணின் மேல் அமைக்கப் பட்ட நகரத்தைப் போலவே இந்த நகரம் தோன்றுகிறது. மற்ற இடங்க ளைப் போலவே இங்கேயும் வாழ்க்கை என்பதே ஒரு வரப்பிரசாதம் என் பதையும், மனிதர்களின் பாதங்களுக்கடியில் பூமி எந்த இடத்திலும் மிக ஆழமாக ஒன்றும் இருப்பதில்லையென்பதையும் நாம் மறந்துவிடுகிறோம். ஆனால் ப்யுன்டா அரெனாஸிலிருந்து பத்து கிலோமீட்டர் தொலைவில் எனக்குத் தெரிந்த ஏரி ஒன்று இதை நிரூபிக்கும். சுற்றிலும் குட்டையான மரங்களுடனும் தாழ்வான வீடுகளுடனும் ஒரு பண்ணையில் இருக்கும் குளத்தின் எளிமையுடன் இருக்கும் இந்த நீர்ப் பரப்பில் புரிபடாத வகை யில் அலைகள் வீசும். நாணல்கள், விளையாடிக்கொண்டிருக்கும் குழந்தை கள் என்ற எத்தனையோ சாந்தமான யதார்த்தங்களுக்கு மத்தியில் இரவு பக லாக மெதுவாக சுவாசித்துக்கொண்டிருக்கும் அந்த ஏரி, வேறு சில இயற்கை விதிகளுக்குட்பட்டு இருக்கிறது. அதனுடைய ஒழுங்கான மேற்பரப்புக்கு அடியில், சலனமற்ற பனிக்கட்டிக்கு அடியில், சிதைந்துகொண்டிருக்கும் அந்த ஒற்றைப் படகுக்கு அடியில், நிலவின் சக்தி இயங்கிக்கொண்டிருக் கிறது. இந்தக் கரிய பரப்பின் ஆழங்களில் கடல் அலைகளின் விசை செயல்பட்டுக்கொண்டிருக்கிறது. புற்கள், மலர்கள் இவற்றின் லேசான படி வத்தின் கீழ், அங்கேயும் மாஜெல்லன் கால்வாய் வரையிலும், வினோத செரிமானச் செயல்பாடுகள் நடந்துகொண்டிருக்கின்றன. இந்த மானிட பூமியில் நிலைபெற்று, சௌகரியமாக இருப்பதாக மனிதர்கள் நினைத்துக் கொண்டிருக்கும் இந்த நகரத்தின் நுழைவாயிலில் நூறு மீட்டர் அகலத்தில் இருந்த இந்த ஏரியில் கடலின் நாடி துடித்துக்கொண்டிருக்கிறது.

---

[15] பிரான்ஸின் வடக்குப் பகுதியில் இரு நதிகளுக்கு இடையே உள்ள செழிப்பான பிரதேசம்.

III

அலைந்துகொண்டிருக்கும் கிரகம் ஒன்றில் நாம் வாழ்ந்துகொண்டிருக்கிறோம். அவ்வப்போது விமானத்தின் தயவால் தன்னுடைய மூலாதாரத்தை அது நமக்குக் காட்டுகிறது: நிலவுடன் தொடர்புகொண்டிருக்கும் ஏரி, தனக்குள் ஒளிந்திருக்கும் பாரம்பரியத்தை வெளிப்படுத்துகிறது—ஆனால் இன்னும் வேறு சில அறிகுறிகளையும் நான் அறிவேன்.

சஹாராவின் கடலோரப் பகுதியில், ஜூபி முனைக்கும் சிஸ்நெரோஸுக்கும் இடையில் ஆங்காங்கே, குலைந்த கூம்பு வடிவத்தில், சில நூறு காலடிகள் விட்டத்திலிருந்து முப்பது கிலோமீட்டர் விட்டம்வரை இருக்கும் சமவெளிகளின் மேல் பறப்போம். அதிசயமாக அவற்றின் உயரம் மட்டும் ஒரே சீராக சுமார் முந்நூறு மீட்டர் இருக்கும். மேலும், இந்த உயரங்களின் சமத்துவத்தைத் தவிர, ஒரே நிறத்திலும், ஒரே வித மிருதுத் தன்மையுடனும், ஒரே மாதிரியான பாறை வடிவங்களாகவும் அவை காணப்படும். முன்பொரு காலம் மணலின் நடுவேயிருந்து பின்னர் மறைந்து போய்விட்ட கோயில்களின் நொறுங்கிய நிலைப்படிகளை மணலின் நடுவே ஆங்காங்கே தனித்து நின்றுகொண்டிருக்கும் சில கோயில் தூண்கள் எப்படி உணர்த்துமோ அதைப் போலவே இங்கே தனித்திருந்த தூண்கள் எப்போதோ அவற்றை இணைத்திருந்த பெரிய சமவெளிக்குச் சான்றாக இருந்தன.

காஸாப்லாங்காவுக்கும் டகாருக்கும் இடையே விமானச் சேவையின் தொடக்க நாட்களில், விமானத்தின் கட்டுமானம் திடமாக இல்லாத நாட்களில், விமானம் பழுதடைவதோ அல்லது தேடல்களோ, மீட்புப் பணிகளோ புரட்சிக்காரர்கள் மத்தியில் தரையிறங்க வேண்டிய நிர்ப்பந்தத்தை எங்களுக்கு ஏற்படுத்தும். மணற் பரப்போ ஏமாற்றமளிக்க வல்லது: உறுதியான பரப்பில் இருப்பதாக நினைப்போம், ஆனால் அமிழ்ந்து விடுவோம். தார்ச் சாலையின் திடத் தன்மையுடன் இருப்பதைப் போலத் தோன்றும் பழைய உப்புத் திட்டுகளும்கூடக் காலணிகளின் குதிகாலுக்கடியில் உறுதியாக இருப்பதைப் போல ஒலித்தாலும், விமானச் சக்கரங்களின் சுமையின் கீழ் பிளந்துவிடும். அப்போது, காய்ந்த உப்பின் வெண்ணிற மேற்பரப்பு பிளந்து துர்நாற்றமடிக்கும் கருப்புச் சகதி தென்படும். ஆகவே, இந்தச் சமவெளிகளில், மேற்பரப்பு சீராக இருந்த இடங்களையே வாய்ப்பு கிடைத்தபோதெல்லாம் நாங்கள் தேர்வு செய்தோம்: அவை எவ்விதப் பொறியையும் ஒளித்து வைத்திருக்காது.

தடிமனான துகள்களுடன் உறுதியாக இருந்த மணலும், பொடிப்பொடியான கிளிஞ்சல்களால் ஆன படிவமுமே அந்த உத்தரவாதத்தை அளித்தன. சமவெளியின் மேற்பரப்பில் நன்கு படிந்திருந்த அவை, ஒரு குறிப்பிட்ட மலைச் சரிவோரப் பாதையில் விமானம் இறங்கிப் போகும்போது கலைந்து,

பிறகு மீண்டும் ஒன்று சேர்ந்துவிடும். மலையடிவாரத்தில் மிகப் பழமையாக இருந்த படிவங்களில் அவை ஏற்கனவே முற்றிலும் சுண்ணாம்புக் கற்களாக ஆகிவிட்டிருக்கும்.

இப்படித்தான் முன்பொரு முறை எங்களுடைய தோழர்கள் ரேனையும், செர்ரையும் புரட்சியாளர்கள் கைப்பற்றிப் பிடித்துவைத்திருந்தபோது, அவர்களுடன் பேச்சுவார்த்தைக்காக மூர் இனத் தூதுவன் ஒருவனை அழைத்துவந்து, மலைச் சரிவில் இது போன்ற புகலிடம் ஒன்றில் தரை யிறங்கி, அவனிடமிருந்து விடைபெறுவதற்கு முன்பாக, அங்கிருந்து கீழே போக ஏதாவதொரு பாதை இருக்குமா என்று அவனுடன் சேர்ந்து தேடி னேன். ஆனால் நாங்கள் நடந்துபோன சமதளம் எல்லாமே நல்ல மடிப்பு களுடன் தொங்கவிடப்பட்ட ஆடையைப் போல மலையின் விளிம்பி லிருந்து அதலபாதாளத்தை நோக்கிச் செங்குத்தாக இறங்கின. தப்பிச் செல்வது சாத்தியமில்லாமல் இருந்தது.

ஆனால், வேறொரு சமதளத் தரையைத் தேடுவதற்காக இங்கிருந்து பறக்கக் கிளம்புவதற்கு முன் இங்கேயே சற்று நேரத்தைக் கழித்தேன். இது வரை ஒருபோதும் எவருமே, மனிதனோ மிருகமோ, மிதித்து மாசுபடுத்தி யிருக்காத ஒரு பிரதேசத்தில் என் காலடிகளைப் பதிக்கிறேன் என்ற சிறு பிள்ளைத்தனமான மகிழ்ச்சியை உணர்ந்தேன். மூர் இனத்தைச் சேர்ந்த எவருமே இந்த வலிமையான கோட்டையைத் தகர்க்க முற்பட்டிருக்க முடியாது. எந்த ஒரு ஐரோப்பியரும் ஒருபோதும் இந்தப் பிரதேசத்தை ஆராய்ந்துபார்த்ததில்லை. கன்னித் தன்மை மாறாத, முடிவற்ற இந்தப் பாலைவனத்தை என் பாதங்களால் அளந்துகொண்டிருந்தேன். நொறுங் கிய கிளிஞ்சல் துகள்களை, விலை உயர்ந்த தங்கத்தைப் போல, ஒரு கையி லிருந்து இன்னொரு கைக்கு அருவிபோல் கொட்டச் செய்த முதல் மனிதன் நான்தான். இங்கு நிலவிய மௌனத்தைக் கலைத்த முதல் மனிதன். இப் படித் தென்துருவப் பனிப் பிரதேசத்தைப் போல, உலகம் தோன்றிய காலத் திலிருந்து இன்றுவரை ஒரு புல்கூட முளைத்திருக்காத இந்த இடத்தில், எங்கிருந்தோ காற்றால் அடித்துவரப்பட்ட வித்தைப் போல உயிரின் முதல் அறிகுறியாக நான் இருந்தேன்.

ஏற்கனவே விண்மீன் ஒன்று ஒளிர்ந்துகொண்டிருந்தது, நான் அதை உற்றுப் பார்த்தேன். இந்த வெண்ணிறப் பரப்பு பல லட்சக்கணக்கான ஆண்டுகளாக விண்மீன்களுக்கு மட்டுமே தன்னை அளித்துக்கொண்டிருந் தது என்பதை எண்ணிப்பார்த்தேன். தூய வானுக்கு அப்பழுக்கின்றி விரிக் கப்பட்ட பரப்பு. நான் இருந்த இடத்திலிருந்து பதினைந்து அல்லது இரு பது மீட்டர் தொலைவில் இந்தப் பரப்பின் மேல் ஒரு கரிய கூழாங்கல்லைக் கண்டபோது மகத்தான கண்டுபிடிப்பொன்றின் நுழைவாயிலில் இருப் பதைப் போல என் இருதயம் சுருங்கி விரிந்தது.

முந்நூறு மீட்டர் ஆழத்துக்குப் படிந்திருந்த கிளிஞ்சல் படுக்கை மேல் நான் நின்றுகொண்டிருந்தேன். இந்தப் பிரம்மாண்டப் படிவம் முழுவதுமே அங்கே பாறை இருக்க முடியாது என்பதை நிருபிக்கும்படியாக இருந்தது. ஒருவேளை அதனுடைய பாதாள ஆழங்களில், இந்தக் கிரகத்தின் நிதான, செரிமானச் செயல்பாட்டின் விளைவாகச் சில சிக்கிமுக்கிக் கற்கள் உறங்கிக்கொண்டிருக்கலாம்; ஆனால், அவற்றில் ஒன்றை இந்தப் புத்தம் புதிய பரப்பின் மேல்வரை கொண்டுவர அப்படி என்ன அற்புதம் நிகழ்ந்திருக்கும்? ஆகவே, படபடக்கும் நெஞ்சுடன் என்னுடைய கண்டுபிடிப்பைப் பொறுக்கியெடுத்தேன்: முஷ்டியின் அளவுக்கு, உலோகத்தின் கனத்துடன், கண்ணீர்த் துளி வடிவத்தில் வார்க்கப்பட்டிருந்த உறுதியான கூழாங்கல்.

ஆப்பிள் மரத்தின் கீழ் போடப்பட்டிருக்கும் விரிப்பு ஆப்பிள் பழங்களைத்தான் சேகரிக்கும், விண்மீன்களுக்கடியில் இருக்கும் விரிப்பு விண்மீன் துகள்களை மட்டுமே சேகரிக்கும்; இவ்வளவு தெள்ளத்தெளிவான ஆதாரத்துடன் ஒருபோதும் எரிகல் ஒன்று தன்னுடைய மூலத்தை வெளிப்படுத்தியதில்லை.

நானும், மிக இயல்பாக, தலையை உயர்த்தியபோது அந்த விண்ணுலக ஆப்பிள் மரம் வேறு சில பழங்களையும் உதிர்த்திருக்குமோ என்று நினைத்தேன். அவை விழுந்த இடத்திலேயே அவற்றை நான் கண்டுபிடிப்பேன்; ஏனென்றால், பல லட்சம் ஆண்டுகளாக எதுவுமே அவற்றைக் கலைத்திருக்க முடியாது. மேலும், மற்ற பொருள்களுடனும் அவை கலந்துவிட்டிருக்காது. ஆகவே, என்னுடைய இந்தக் கருதுகோளைச் சோதித்துப் பார்ப்பதற்காக நான் உடனேயே ஆராய்ச்சியில் இறங்கினேன்.

நினைத்தது நிரூபணம் ஆனது. ஒரு ஹெக்டேருக்கு ஒரு கல் என்ற கதியில் என்னுடைய கண்டுபிடிப்புகளை எடுத்துச் சேகரித்தேன். ஒவ்வொன்றும் எரிமலைக் குழம்பு வார்க்கப்பட்டதுபோல். ஒவ்வொன்றும் கறுப்பு வைரத்தின் அதே உறுதியுடன். ஆகவே, நிதானமாகப் பெய்திருந்த ஒரு பிரகாச மழையை, என்னுடைய நட்சத்திர மழைமானியில், முடிவற்ற காலத்தின் சுருக்கப்பட்ட அந்தத் தருணத்தில் நான் பார்த்திருந்தேன்.

IV

ஆனாலும், வில்லாக வளைந்திருக்கும் இந்தப் பூமிக் கிரகத்தின் முதுகில், காந்த விரிப்புக்கும் விண்மீன்களுக்கும் இடையே, கண்ணாடியைப் போல இந்த மழையைப் பிரதிபலித்த மனிதப் பிரக்ஞை ஒன்று நின்றுகொண்டிருந்தது என்பதுதான் எல்லாவற்றையும்விட மிகச் சிறந்த அற்புதம். கனி

மப் படிவத்தின் மேல் இருக்கும்போது வரும் கனவும் ஒரு அற்புதமே. எனக்கும் விழிப்புநிலைக் கனவு ஒன்று நினைவுக்கு வருகிறது...

முன்பு இன்னொரு முறை, ஆழ்ந்த மணல் பிரதேசத்தில் தரையிறங்கும் அவசியம் ஏற்பட்ட போது, விடியலை எதிர்நோக்கிக் காத்திருக்க வேண்டியிருந்தது. தங்கமயமான மணல் குன்றுகள் தங்களுடைய ஒளிரும் சரிவு களை நிலவுக்கு அளித்துக்கொண்டிருக்க, நிழலில் இருந்த சரிவுகள் ஒளியின் வரம்பை எட்டிப் பிடித்தன. நிலவும் நிழலும் கலந்த இந்தப் பாலைவனப் பட்டறையில் வேலைநிறுத்த அமைதியும், நான் தூக்கத்தில் ஆழ்ந்துவிட்ட பொறி ஒன்றின் மௌனமும் அங்கு நிலவியது.

கண் விழித்தபோது அந்த இரவு வானத் தொட்டியைத் தவிர வேறெதையும் நான் பார்க்கவில்லை; ஏனென்றால், குன்றின் விளிம்பு ஒன்றில் கைகளை விரித்து, நட்சத்திரங்களின் இந்தக் குஞ்சு பொரிக்கும் தொட்டியைப் பார்த்தபடி படுத்திருந்தேன். இங்கே மணலின் ஆழம் எவ்வளவு இருக்கும் என்பதை இன்னமும் புரிந்துகொள்ளாமல் இருந்த எனக்குத் தலைச்சுற்றல் ஏற்பட்டது; ஏனென்றால், தொற்றிக்கொள்ள வேர் எதுவும் இல்லாமல், அந்த ஆழங்களுக்கும் எனக்கும் இடையே ஒரு கூரையோ மரக் கிளையோ எதுவுமில்லாமல், பிடிப்பு எதுவும் இல்லாமல், நீர்மூழ்கிச் சாக சக்காரனைப் போல் மூழ்கிக்கொண்டிருந்தேன்.

ஆனால், நான் விழவேயில்லை. பிடரியிலிருந்து குதிகால்வரை நான் பூமியோடு பிணைக்கப்பட்டிருந்ததை உணர்ந்தேன். என்னுடைய சுமை முழுவதையும் அது ஏற்றுக்கொண்டதில் ஒருவித அமைதியடைந்தேன். புவி ஈர்ப்பு விசைக்கும் காதலைப் போலவே ஒரு இறையாண்மை இருப்பதைப் போலத் தோன்றியது.

பூமி என்னுடைய முதுகை ஏந்தி, தாங்கிப் பிடித்துத் தூக்கியபடியே இரவின் வெளிக்குள் என்னை எடுத்துச்செல்வதை உணர்ந்தேன். வளைவில் வேகமாக வண்டி திரும்பும்போது அதன் பக்கவாட்டில் நம்மை அழுத்தும் விசையைப் போல ஒரு விசை இந்தப் பூமிக் கிரகத்தின் மேல் என்னை ஒட்டவைத்ததை உணர்ந்தேன். என்னுடைய இந்தக் கப்பலின் வளைந்த மேல்தளம் என் உடலுக்குக் கீழே இருப்பதை ஊகித்து அறிந்தேன்; அருமையான இந்த மதில் சுவரையும், அதன் உறுதியையும், பாதுகாப்பையும் ரசித்து மகிழ்ந்தேன்.

ஏதோ ஒரு சக்தியால் நான் இயக்கப்படுவதை மிக நன்றாக உணர்ந்தேன்: அழுத்தத்தின் விளைவால் அசைந்து தங்களைச் சீர்செய்துகொள்ளும் திடப் பொருள்களின் புலம்பல்கள், ஒரு பக்கமாகச் சாயும் பாய்மரக் கப்பல்களின் முனகல்கள், சரியாக இயக்கப்படாத சரக்குத் தோணிகளின் கிறீச்சிடும் ஒலி இவையெல்லாம் பூமியின் ஆழத்திலிருந்து மேலெழும்பி

பெருமழையைக்கூட எவ்வித வியப்புமின்றி கேட்டிருந்திருப்பேன். ஆனால், பூமியின் அடர்த்திக்குள் மௌனம் தொடர்ந்தது. இருந்தாலும், மாற்றமே இல்லாமல், தொடர்ந்து, இயைபுடன் நிரந்தரமாக ஒரு சக்தி என் தோள்களில் இருப்பது தெரிந்தது. ஈய எடையைக் கட்டித் தள்ளிவிடப்பட்ட அடிமைகளின் சடலங்கள் கடலுக்கடியில் கிடப்பதைப் போல இந்தச் சூழல் எனக்குத் தாய்நாட்டைப்போல இயல்பாக இருந்தது.

ஆபத்துகளுக்கிடையில் பாலைவனத்தில் தொலைந்துபோய், மணலுக்கும் நட்சத்திரங்களுக்குமிடையே நிர்வாணமாக, பெரும் மௌனத்தால் என் வாழ்க்கையின் துருவங்களிலிருந்து வெகு தொலைவுக்குத் தள்ளிவிடப்பட்டிருந்த என் நிலையைப் பற்றி யோசித்துப்பார்த்தேன். எந்த விமானமும் என்னைக் கண்டுபிடிக்காமல், மூர் இனத்தவர் நாளையே என்னைக் கொன்றுவிடாமல் இருந்தாலும், என் வாழ்க்கைத் துருவங்களுடன் சேர எனக்குப் பல நாட்கள், வாரங்கள், மாதங்கள்கூட ஆகும் என்று எனக்குத் தெரிந்திருந்தது. இங்கே எனக்கென்று இந்த உலகில் எதுவும் இருக்கவில்லை. மணலுக்கும் நட்சத்திரங்களுக்குமிடையே தொலைந்துபோய், சுவாசத்தின் மென்மையைப் பற்றி மட்டுமே பிரக்ஞையுடன் இருந்த ஒரு சாதாரணப் பிறவி நான்...

இருந்தாலும், எனக்குள் கனவுகள் நிரம்பியிருக்கக் கண்டேன்.

ஊற்றிலிருந்து வரும் நீரைப் போலக் கனவுகள் ஓசையின்றி வந்தன. எனக்குள் பெருக்கெடுத்த மென்மை எனக்குப் புரிபடவில்லை. குரலோ உருவமோ இல்லாதபோதும் ஏதோவொன்று இருக்கிறதென்ற பிரக்ஞை: உள்ளுணர்வு ஓரளவு தெரிவித்துவிட்ட, மிக நெருங்கிய தோழமையின் அருகாமை. பிறகு, எனக்குப் புரிந்தபின், கண்களை மூடிக்கொண்டு என் நினைவின் வசீகரத்துக்கு என்னைக் கொடுத்துவிட்டேன்.

எங்கேயோ ஓரிடத்தில் கரிய ஃபிர் மரங்களும், லின்டெனும் அடர்ந்த வனத்தில் எனக்குப் பிடித்த வீடு ஒன்று இருந்தது. என் கனவின் ஒரு பாத்திரமாக ஆகிவிட்டிருந்த அந்த வீடு தொலைவில் இருந்ததா அல்லது அருகில் இருந்ததா என்பதோ, என் உடலின் சதைக்கு வெதுவெதுப்பளித்து எனக்குப் புகலிடமாக இருக்குமா என்பதோ எல்லாம் ஒரு பொருட்டாகவே இருக்கவில்லை: இனியும் நான் கரையில் எறியப்பட்டு ஒதுங்கிவிட்ட உடல் அல்ல. அந்த வீட்டுக்கே உரிய மணங்களின் நினைவும், அதன் தாழ்வாரங்களின் புத்துணர்ச்சியும், அந்த வீட்டுக்கு உயிரளித்த குரல்களும் தன்னுள் நிரம்பியிருக்க, தனக்குப் பழக்கப்பட்ட வழியில் போய்வந்துகொண்டிருந்த அந்த வீட்டுக் குழந்தையாக நான் ஆகிவிட்டிருந்தேன். குட்டைகளிலிருந்து வந்த தவளைகளின் பாடல்கூட என்னுடன் இருப்பதற்காக இங்கு வந்திருந்தன. என்னையே நான் அடையாளம் கண்டுகொள்

வதற்கும், எந்த மாதிரியான இல்லாமைகள் இந்தப் பாலைவனத்துக்கு அதன் சுவையை அளித்திருக்கின்றன என்று கண்டுபிடிப்பதற்கும், ஆயிரக் கணக்கான மௌனங்களால் ஆன, தவளைகள்கூடக் கத்தாமல் இருந்த, இந்த மௌனத்தின் உட்பொருளைக் கண்டறிவதற்கும் இந்த ஆயிரம் தடயங்கள் எனக்குத் தேவையாக இருந்தன.

வெறும் மணலுக்கும் நட்சத்திரங்களுக்கும் இடையில் மட்டும் நான் இருக்கவில்லை. இந்தச் சூழலிலிருந்து எனக்குக் கிடைத்தது இரக்கமற்ற செய்தியொன்று மட்டுமே. ஆதியந்தம் இல்லாத காலத்தின் சுவையை அதனிடமிருந்து பெற்றதாக நினைத்துக்கொண்டிருந்த நான், இப்போது அதன் மூலத்தைக் கண்டுபிடித்துவிட்டேன்.

அந்த வீட்டில் முக்கிய இடம் பெற்றிருந்த அலமாரிகளை மீண்டும் பார்த்தேன். பாதி திறந்திருந்த அவற்றின் கதவுகளுக்குப் பின்னால் வெண்பனியைப் போன்ற வெண்ணிற விரிப்புகள்; பாதி திறந்த கதவுகள் வழியே பனியில் உறைந்துவிட்ட பண்டங்கள். இந்த அலமாரிகளிடையே குறுக்கும் நெடுக்குமாக ஒரு எலியைப் போல அந்த வீட்டைக் கவனிக்கும் முதிய பெண் போய்வந்துகொண்டிருந்தாள்: எல்லாவற்றையும் சரிபார்த்து, துணிகளைப் பிரித்து, மடித்து வைத்து, வெளுத்த துணிகளையெல்லாம் எண்ணிப் பார்த்து, அந்த வீட்டின் சிரஞ்சீவித் தன்மையை மிரட்டும் வகையில் தென்பட்ட பழுதைப் பார்க்கும்போதெல்லாம் 'அட கடவுளே, என்ன துரதிர்ஷ்டம்' என்று உரக்கக் கத்திக்கொண்டு, உடனேயே கண்களுக்கு எரிச்சல் அளிக்கும் விளக்கின் அருகில் போய் அந்தப் புனிதத் துணிகளின் இழைகளைச் சீர்செய்து, பாய்மரங்களை இணைக்கும் துணிகள் மூன்றைப் பழுது பார்த்து, தன்னைவிட உயர்ந்த ஏதோ ஒன்றுக்கு—கடவுளா, கப்பலா தெரியாது—சேவை செய்தபடி இருந்தாள்.

ஆமாம், பெண்ணே! உனக்காகச் சில வரிகளை அளிக்க நான் கடமைப்பட்டிருக்கிறேன். என்னுடைய முதல் பயணங்களை முடித்து நான் திரும்பி வந்தபோது, கையில் தையல் ஊசியுடன், தொளதொளவென்று முழங்கால்கள்வரை நீண்டிருந்த அங்கியில் நீ இருந்ததைப் பார்த்தேன்; ஒவ்வொரு ஆண்டும் இன்னும் அதிகச் சுருக்கங்களுடனும், இன்னும் சற்று வெளிறியும், நாங்கள் உறங்குவதற்காகக் கசங்காத விரிப்புகள், ஸ்படிகங்களும் விளக்குகளுமாக ஜொலித்த இரவு உணவு என்ற விழாவுக்காக ஒட்டுப்போடாத மேஜை விரிப்புகள்—இவற்றையெல்லாம் எப்போதும் தயார்செய்துகொண்டே இருந்தாய். அப்போதெல்லாம் துணிகள் இருந்த உன் அறையில் உன்னைப் பார்க்க வருவேன், உன்னெதிரில் உட்காருவேன், உன்னை உணர்ச்சிவசப்படச் செய்து, வெளியுலகை நோக்கி உன் பார்வையைத் திருப்பி, உன் மனதைக் கலைக்கும் எண்ணத்துடன் சாவையே எதிர்கொண்ட என் சாகசங்களைப் பற்றிச் சொல்வேன். நான் கொஞ்சம்கூட

மாறியிருக்கவே இல்லை என்று நீ சொல்வாய். குழந்தையாக இருந்த போதே என் சட்டைகளைக் கிழித்துக்கொண்டிருந்திருக்கிறேன்—ஆ, எவ் வளவு மோசம்!—தவிர முழங்கால்களில் சிராய்த்துக்கொள்வேன்; பிறகு, இந்த மாலைப் பொழுதில் வந்ததைப் போலக் கால்களுக்கு மருந்து போட் டுக்கொள்ள வருவேன். இல்லை, இல்லை, இது அப்படி இல்லை பெண்ணே! நான் இப்போது பூங்காவின் மறுகோடியிலிருந்து வரவில்லை, உலகின் மறு கோடியிலிருந்து வருகிறேன். பாலைவனத் தனிமையின் கருகும் வாடை, சுழன்று வீசும் மணற்புயல், வெப்ப மண்டலங்களின் 'பிரகாச நிலவொளி இவற்றையெல்லாம் என்னுடன் கொண்டுவந்திருக்கிறேன்! ஆமாம், சிறு வர்களும் ஓடி, எலும்புகளை உடைத்துக்கொண்டு தங்களைப் பலசாலிகள் என்றுதான் நினைத்துக்கொள்வார்கள் என்றாய் நீ. இல்லை, இல்லவே இல்லை, பெண்ணே, இந்தப் பூங்காவைத் தாண்டி வெகு தொலைவு வரை நான் பார்த்திருக்கிறேன்! இந்த மர நிழல்களெல்லாம் எவ்வளவு அற்பமானவை என்று மட்டும் உனக்குத் தெரிந்திருக்க முடியுமென்றால்! மணல், பாறைகள், ஆள்புகாக் காடுகள், சதுப்பு நிலங்கள் இவற்றிடையே அவை ஒன்றுமேயில்லை என்று தோன்றும். நம்மைப் பார்த்த உடனேயே துப்பாக்கியைத் தோள்வரை உயர்த்தும் மனிதர்களைக் கொண்ட பிர தேசங்களும் இருப்பது உனக்குத் தெரியுமா? குளிரால் விறைக்கும் இரவில் கூரையில்லாமல், படுக்கை இல்லாமல், விரிப்புகள் இல்லாமல் உறங்க வேண்டியிருந்த பாலைவனங்களும் இருப்பதைப் பற்றியாவது உனக்குத் தெரியுமா?...

முரட்டுப் பயலே, என்பாய் நீ.

மாதா கோயில் சேவகியின் நம்பிக்கையை எந்த விதத்திலும் தகர்ப்பதை விட அவளுடைய நம்பிக்கையை என்னால் தகர்க்க முடியவில்லை. பார்வையற்றவளாகவும், காது கேளாதவளாகவும் அவளை ஆக்கிவிட்ட அவளுடைய எளிமையான விதியை எண்ணிப் பரிதாபப்பட்டேன்...

இருந்தாலும் இன்றிரவு, சஹாரா பாலைவனத்தில், மணலுக்கும் நட்சத் திரங்களுக்கும் இடையே ஒன்றுமில்லாத நான் அவளுக்கு உரிய மரியா தையை அளித்தேன்.

இன்றிரவு, எனக்குள் என்ன நடக்கிறது என்று எனக்குத் தெரியவில்லை. காந்த விசையுடன் இவ்வளவு நட்சத்திரங்கள் இருக்கும்போது ஒரு சுமை என்னை இந்தப் பூமியுடன் பிணைக்கிறது. இன்னொரு சுமை என்னை என்னுடனேயே சேர்த்துவிடுகிறது. பல திசைகளிலிருந்தும் என்னுடைய எடை என்னை இழுப்பதை உணர்கிறேன்! இந்த மணல் மேடுகளைவிட, இந்த நிலவைவிட, இங்கிருப்பவை அனைத்தையும்விட, என்னுடைய கனவுகள் மிகவும் நிஜமானவை. ஒரு வீட்டின் அற்புதம் அது நமக்குத் தங்க

இடமளிப்பதோ, வெதுவெதுப்பளிப்பதோ, அல்லது அதனுடைய சுவர்கள் நமக்குச் சொந்தமாக இருப்பதோ அல்ல. கனிவான தருணங்களைக் கவனமாக நமக்குள் சேகரித்து வைத்திருப்பதுதான் அதன் அற்புதம். இதயத்தின் ஆழத்தில் அது உருவாக்கும் இருண்ட மலைத்தொடர்களில் ஊற்று நீரைப் போலப் பிறக்கின்றன நம் கனவுகள்...

சஹாரா, என் பிரிய சஹாரா, இதோ கம்பளி நெய்யும் இந்தப் பெண் உன்னை முற்றிலுமாக வசீகரித்துவிட்டாள்!

5

பாலைவனச் சோலை

பாலைவனங்களைப் பற்றி உங்களிடம் இவ்வளவு பேசியிருக்கும் நான், மேலும் பேசுவதற்கு முன்னால் பாலைவனச் சோலை ஒன்றை விவரிக்க ஆசைப்படுகிறேன். இப்போது என் நினைவுக்கு வரும் பாலைவனச் சோலை சஹாரா பாலைவனத்துக்குள் எங்கோ ஒளிந்திருக்கும் ஒன்றல்ல. ஆனாலும், விமானத்தின் மற்றொரு அற்புதம் அதுதான்; புரியாத புதிர் ஒன்றின் இதயத்தில் உங்களை அது இறக்கிவிட்டுவிடும். தங்களுக்கான சமவெளியில் அமைந்திருக்கும் நகரங்களில் ஒன்றின் மையப் பகுதியிலிருந்து நட்சத்திரத்தைப் போலப் பல திசைகளிலும் விரிந்து செல்லும் சாலைகளை, வயல்களிலிருந்து ஜீவரசத்தைத் தமனிகள்போல் எல்லாப் பக்கங்களுக்கும் எடுத்துச்செல்லும் சாலைகளைக் கொண்டிருக்கும் ஒரு மனித எறும்புப் புற்றைச் சிறிய கண்ணாடி ஜன்னல் வழியாகப் பார்க்கும் உயிரியல் பாட மாணவனாக நீங்கள் இருந்தீர்கள். விமானத்தின் மானிகளில் ஒன்றின் முள் சற்று நடுங்கியது; அதோ, அங்கே கீழே இருக்கும் பச்சை நிறத் திட்டு தனிப் பிரபஞ்சமாக ஆகிவிட்டது. தூங்கிக்கொண்டிருக்கும் பூங்காவின் ஒரு புல் தரைத் திட்டில் நீங்கள் சிறைபட்டுவிட்டிருக்கிறீர்கள்.

விலகியிருப்பதைத் தூரத்தின் அளவுகோல் கொண்டு அளவிட முடியாது. சீனாவின் நீண்ட சுவரைவிட நம்முடைய தோட்டத்துச் சுவர்கள் பல ரகசியங்களை அவற்றுக்குள் வைத்திருக்கலாம்; சஹாரா பாலைவனச் சோலைகளைப் பாதுகாக்கும் மணல் மேடுகளின் அடர்த்தியைவிடச் சிறிய பெண் ஒருத்தியின் ஆன்மாவை மௌனம் நன்றாகவே பாதுகாக்கும்.

இந்த உலகில் ஏதோவொரு இடத்தில் ஒருமுறை நான் இறங்கியதைப் பற்றிச் சொல்லப்போகிறேன். அர்ஜன்டீனாவில் கான்கோர்டியாவின் அருகில் அது நிகழ்ந்தது, ஆனால் வேறு எங்கேயும்கூட நிகழ்ந்திருக்கலாம்; அவ்வளவு பொதுத் தன்மை வாய்ந்தது அந்தப் புதிர்.

வயல்வெளி ஒன்றில் நான் இறங்கிவிட்டிருந்தேன். தேவதைக் கதை ஒன்றில் அங்கம் வகிக்கும் பாத்திரமாக ஆகப்போகிறேன் என்று எனக்குத் தெரிந்திருக்கவில்லை. என்னை அழைத்துச்சென்ற பழைய ஃபோர்ட் காரோ, அல்லது என்னைத் தேடிப் பிடித்து அழைத்துப்போன அமைதியான குடும்பமோ எந்த விதத்திலும் தனித்தன்மை பெற்றிருக்கவில்லை.

"இன்றிரவு எங்கள் வீட்டில் நீங்கள் தங்கிக்கொள்ளலாம்..."

ஆனால், அந்தப் பாதையின் ஒரு திருப்பத்தில், நிலவொளியில் கூட்டமாக மரங்களும் அவற்றுக்குப் பின்னால் ஒரு வீடும் தென்பட்டன. என்ன வினோதமான வீடு! உயரமில்லாமல், பரந்து, கிட்டத்தட்ட ஒரு சிறிய கோட்டையைப் போல. நுழைவாயிலைக் கடந்த உடனேயே, துறவிகளின் ஆசிரமத்தைப் போல அவ்வளவு அமைதியாகவும், நிச்சயமாகவும், பாது காப்பாகவும் இருந்த புகலிடத்தை அளித்த புராதனச் சிறப்பு வாய்ந்த ஒரு கோட்டை.

அங்கே இரண்டு சிறுமிகள் வந்தார்கள். தீவிரமாக என்னை மேலும் கீழுமாகப் பார்த்தார்கள், தடைசெய்யப்பட்ட ராஜ்ஜியத்தின் நுழைவாயிலில் காவல் புரிந்த இரண்டு நீதிபதிகளைப் போல: இளையவள் வாயைக் குவித்தபடி ஒரு பச்சை நிறக் குச்சியால் தரையைத் தட்டிக்கொண்டிருந்தாள். அறிமுகங்கள் முடிந்த பிறகு, ஒரு வார்த்தைகூடப் பேசாமல் ஒரு விசித்திரமான சவாலான தோரணையுடன் கைகளை நீட்டி, பின்னர் மறைந்துவிட்டார்கள்.

என்னை அது வியப்படையச் செய்தது மட்டுமல்லாமல், வசியப்படுத்தியது. எல்லாமே எளிமையாக, மௌனமாக, கள்ளத்தனமாக இருந்தன, ஒரு ரகசியத்தின் முதல் சொல்லைப் போல.

"அவர்கள் சற்று நயம் தெரியாதவர்கள்", என்று மட்டும் சொன்னார் அவர்களுடைய தந்தை.

உள்ளே நுழைந்தோம்.

பராகுவே நாட்டின் தலைநகரத் தெருக்களின் பாவப்பட்டிருக்கும் கற்களிடையேயிருந்து, கண்ணுக்குத் தென்படாவிட்டாலும், உயிர்த்துடிப்புடன் இருக்கும் ஆள்புகாக் காட்டின் சார்பில் தன் மூக்கை நீட்டி, மனிதர்கள் நகரத்தை ஒழுங்காக வைத்திருக்கிறார்களா என்றும், அல்லது அந்தக் கற்களையெல்லாம் கொஞ்சம் அசைத்துப்பார்க்கும் நேரம் வந்துவிட்டதா என்றும் பார்க்கும் விஷமத்தனமான புல்லை எனக்குப் பிடிக்கும். அளவுக்கு மீறிய செல்வத்தை வெளிப்படுத்த மட்டுமே செய்யும் சிதிலங்களை எனக்குப் பிடிக்கும். ஆனால், இங்கே என்னை அசத்திவிடும் வியப்பில் ஆழ்ந்துவிட்டேன்.

இங்கு எல்லாமே சிதிலமடைந்துவிட்டிருந்தது, ஆனாலும் வசீகரமாக: பாசி படர்ந்து, ஓரளவு காலம் ஏற்படுத்திய விரிசல்களுடன் இருந்த பழைய மரத்தைப் போல, பத்து தலைமுறைகளாகக் காதலர்கள் வந்து உட்கார்ந்திருந்த மரப் பெஞ்சைப் போல. வீட்டின் சட்டங்கள் அரித்துப்போயிருந்தன, கதவுகள் உளுத்துப்போயிருந்தன, நாற்காலிகள் ஆட்டம் கண்டுவிட்டிருந்தன. ஆனால், எதையுமே பழுதுபார்க்காவிட்டாலும் கவனத்துடன்

சுத்தமாக வைத்திருந்தார்கள். எல்லாமே சுத்தமாக, மெழுகு தடவி, பள பளத்துக்கொண்டிருந்தது.

வரவேற்பறை அசாதாரணத் தீவிரத் தன்மை பெற்றிருந்தது, சுருக்கங் கள் நிறைந்த முதியவளின் முகத்தைப் போல. சுவரின் விரிசல்கள், கூரையின் ஓட்டைகள் எல்லாவற்றையுமே நான் ரசித்தேன்: எல்லாவற்றுக்கும் மேலாக, மரப் பலகைகளால் ஆன அந்தத் தரை, ஒரு இழுவைப் பாலத்தைப் போலச் சில இடங்களில் அமுங்கியும் சில இடங்களில் ஆடியபடியும், ஆனால், சுத்தமாக வார்னிஷ் பூசப்பட்டுப் பளபளத்த தரை. எவ்வித அலட்சியத்தையோ, தன்னைப் பற்றிக் கவலைப்படாததையோ அந்த விசித் திரமான வீடு உணர்த்தாமல், மாறாக, அதனிடம் காட்டப்பட்ட அசாதா ரண மரியாதையை உணர்த்தியது. நிச்சயமாக ஒவ்வொரு ஆண்டும் அத னுடைய வசீகரத்திலும், அதனுடைய புறத்தோற்றத்தின் சிக்கல்களிலும், அந்தத் தோழமையான சூழலின் தீவிரத்துக்கும் மட்டுமன்றி, அதன் வர வேற்பறையிலிருந்து சாப்பாட்டு அறைக்குப் போகும் வழியில் இருக்கும் பயணத்தின் ஆபத்துகளிலும் ஏதாவதொரு அம்சத்தை அந்த வீடு கூட்டிக் கொண்டே இருந்தது என்பது தெரிந்தது.

"ஜாக்கிரதை!"

அங்கே ஒரு ஓட்டை. அதைப் போன்ற ஓட்டையில் என் கால்களை முறித்துக்கொள்ள நேரலாம் என்று எனக்குத் தெரிவிக்கப்பட்டது. இந்த ஓட்டைக்கு யாரும் பொறுப்பில்லை: காலம் செய்த வேலை அது. எவ்வித சமாதானத்தையும் முன்வைக்காத அவர்களின் அதிகாரத் தோரணையி லான இகழ்ச்சியில் ஒருவித ராஜ கம்பீரம் இருந்தது. "இந்த ஓட்டையை நாங்கள் மூட முடியும். அதற்குண்டான வசதி படைத்தவர்கள்தான், ஆனால், ..." என்றோ, "நகராட்சியிடமிருந்து முப்பது ஆண்டுகள் ஒப்பந் தத்தில் இருக்கிறோம். பழுதுபார்ப்பது அவர்களுடைய பொறுப்பு. எல் லோரும் பிடிவாதமாக இருக்கிறார்கள்" என்றோகூட என்னிடம் அவர் கள் சொல்லவில்லை—அதுதான் உண்மை என்றபோதிலும், விளக்கங் களை அவர்கள் மதிக்கவில்லை; அலட்டிக்கொள்ளாத அவர்களுடைய இந்த மனப்பாங்கு என்னைக் கவர்ந்தது. அதிகபட்சமாக அவர்கள் சொன் னது இதுதான்:

"ஆமாம், அது கொஞ்சம் பழுதடைந்துதான் இருக்கிறது..."

அவ்வளவு லேசான தொனியில் அப்படிச் சொன்னதில் என் நண்பர்கள் அது குறித்து அதிகமாக ஒன்றும் வருத்தப்படவில்லை என்று தோன்றியது. கொத்தனார், தச்சர், மரப்பெட்டி செய்பவர், சுவரைப் பூசுபவர்கள் எல் லோருமாக இதைப் போன்ற புராதனத்துக்கு மத்தியில் புனிதக் குறைவான தங்களுடைய கருவிகளைப் பரப்பி, உங்களால் ஒருபோதும் அடையாளம்

கண்டுகொள்ள முடியாமலும், நீங்கள் இங்குதான் வந்திருக்கிறீர்கள் என்பதை நம்ப முடியாமலும் போய் விடக்கூடிய வீட்டை எட்டே நாட்களில் சரிசெய்துத் தர முடியும் என்றா நினைக்கிறீர்கள்? புதிர்களோ, ரகசிய மூலைகளோ, கால்களுக்கடியில் திறந்துகொள்ளும் பொறிகளோ இல்லாத, அதாவது, ஒருவித நகராட்சி வரவேற்பறை போன்ற, வீடா?

மந்திரஜாலங்கள் நிறைந்த அந்த வீட்டுக்குள் அந்தப் பெண்கள் மறைந்து போனதும் இயல்பாகவே இருந்தது. பரண்களின் செல்வங்கள் வரவேற்பறையில் இருக்கும்போது, பரண்கள் என்னவாக இருந்திருக்க முடியும்! ஏற்கனவே அதை ஊகித்துக்கொண்டிருந்தபோது, இருந்ததிலேயே சிறிய அலமாரிக்குள்ளிருந்து பழுப்படைந்த கடிதக் கட்டுகளும், கொள்ளுத்தாத்தா காலத்து ரசீதுகளும், அந்த வீட்டிலிருந்த பூட்டுகளைவிட அதிக எண்ணிக்கையிலிருந்து சாவிகளும்—அவற்றில் ஒன்றுகூட எந்தப் பூட்டுக்கும் பொருந்தாது—வெளியே வந்து விழுந்தன. அறிவுபூர்வமாகச் சிந்தனையைக் குழப்பி, பாதாள அறைகளையும், புதைக்கப்பட்ட பெட்டிகளையும் தங்க நாணயங்களையும் பற்றிக் கனவுகாணத் தூண்டும் அற்புதமான பயனற்ற சாவிகள்.

‘‘சாப்பிடப் போவோமா?’’

சாப்பாட்டு மேஜைக்குப் போனோம். ஒவ்வொரு அறையாகக் கடந்து போகும்போதும், ஊதுபத்தியின் நறுமணத்தைப் போல, உலகத்தின் வாசனைத் திரவியங்கள் அனைத்துக்கும் ஈடான, பழைய நூலகத்துக்கே உரித்த பிரத்தியேக வாடையைச் சுவாசித்தேன். எல்லாவற்றையும்விட, விளக்குகளை ஏந்திச்சென்றது எனக்கு மிகவும் பிடித்திருந்தது. மிகப் பழைய என்னுடைய அந்தக் காலக் குழந்தைப் பருவ நாட்களைப் போல, ஒரு அறையிலிருந்து இன்னொரு அறைக்கு எடுத்துப் போகும்போது சுவர்களில் அற்புதமான நிழல்களை ஆட்டுவித்த நிஜமான, கனமான விளக்குகள். அவற்றுடன் ஒளிக்கொத்துகளும், கறுப்புப் பனை ஓலைகளும் அசைந்தன. பிறகு, விளக்குகளை உரிய இடத்தில் வைத்த பின்னர், வெளிச்சத்தின் கரையோரங்களும், எல்லாப் பக்கங்களிலும் மரத்தின் கிறீச்சிடும் ஒலி நிரம்பிய பரந்த இருளும் அசைவற்று உறைந்துபோயின.

இரண்டு பெண்களும் எப்படி மறைந்துபோனார்களோ, அதைப் போலவே புதிராகவும் மௌனமாகவும் மீண்டும் தோன்றினார்கள். தீவிரக் கவனத்துடன் வந்து சாப்பாட்டு மேஜையைச் சுற்றி உட்கார்ந்தார்கள். சந்தேகமின்றித் தங்களுடைய நாய்களுக்கும் பறவைகளுக்கும் உணவளித்துவிட்டு, தெளிவான இரவை நோக்கித் தங்கள் ஜன்னல்களைத் திறந்துவிட்டு, மாலைக் காற்றில் மிதந்து வந்த தாவரங்களின் மணத்தை ரசித்தபடிதான் வந்திருப்பார்கள். இப்போது தங்கள் கைத்துண்டை மடித்து, தங்களுடைய

பல செல்லப் பிராணிகளுடன் என்னையும் சேர்த்துக்கொள்ளலாமா கூடாதா என்று வியந்தபடி கவனமாக, ஓரக்கண்ணால் என்னைப் பார்த்துக் கொண்டிருந்தார்கள். ஏனென்றால், அவர்களிடம் பெரிய ஓணான், கீரி, நரி, குரங்கு இவற்றைத் தவிர தேனீக்களும் இருந்தன. இவை எல்லாமே ஒழுங்குமுறை எதுவும் இல்லாமல், பரஸ்பரம் ஒன்றையொன்று புரிந்து கொண்டு, பூமியில் ஒரு சொர்க்கத்தை உருவாக்கி வாழ்ந்துகொண்டிருந்தன. படைப்பின் எல்லாப் பிராணிகளிடமும் ஆளுமை செலுத்திய அந்தப் பெண்கள் தங்களுடைய சிறிய கைகளால் அவற்றை வசீகரப்படுத்தி, உண வளித்து, குடிக்க நீர் கொடுத்து அவற்றுக்குக் கதைகளையும் சொன்னார்கள்: கீரியிலிருந்து தேனீக்கள்வரை எல்லாமே கேட்டுக்கொண்டும் இருந்தன.

உயிர்த்துடிப்புடன் இருந்த இந்த இரண்டு இளம் பெண்களும் தங்க ளுடைய விமர்சன மனப்போக்கையும் நயமான பண்பையும் முழுமை யாகப் பயன்படுத்தித் தங்களுக்கு எதிரில் இருந்த ஆணைப் பற்றி விரை வான, ரகசியமான, அறுதியான மதிப்பீட்டைச் செய்வார்கள் என்பது நான் எதிர்பார்த்ததுதான். என்னுடைய குழந்தைப் பருவத்தில் எங்கள் வீட்டுக்கு முதல்முறையாக உணவருந்த வந்த விருந்தாளிகளுக்கு என்னுடைய சகோ தரிகள் அப்படித்தான் மதிப்பெண் அளிப்பது வழக்கம். உரையாடல்கள் நின்று விடும்; சிறிய இடைவெளியில் நிசப்தத்துக்கு நடுவே ‘‘பதினொன்று’’[16] என்று ஒரு குரல் பலமாக ஒலிக்கும்; அந்த அழகான தருணத்தை என்னை யும் என் சகோதரிகளையும் தவிர வேறு யாருமே ரசிக்க மாட்டார்கள்.

இந்த விளையாட்டைக் குறித்து எனக்கிருந்த அனுபவம் என்னைச் சற்று கவலைக்குள்ளாக்கியது. என்னுடைய நீதிபதிகள் எவ்வளவு விவரமானவர் கள் என்பது என்னை மேலும் சங்கடப்படுத்தியது. மனிதர்களை ஏமாற்றும் பிராணிகளையும் வெகுளியான பிராணிகளையும் இனம்பிரித்துப் பார்க்க வும், ஒரு நரியின் நடையிலிருந்தே நம்மை நெருங்கவிடும் மனநிலையில் அது இருக்கிறதா இல்லையா என்பதையும் அறிந்திருந்ததோடு, உள்ளுணர் வின் போக்கைக் குறித்த மிக ஆழமான அறிவையும் பெற்றிருந்த நீதிபதிகள்.

இவ்வளவு கூர்மையான பார்வை கொண்டவர்களை, நேர்மையான இந்த ஆன்மாக்களை எனக்குப் பிடித்திருந்தாலும் அவர்கள் வேறு மாதிரி விளையாடியிருப்பதைப் பெரிதும் விரும்பியிருப்பேன். ஆனால் கேவல மாக, அவர்களுடைய ‘‘பதினொன்றுக்கு’’ பயந்து உப்பு ஜாடியை அவர்க ளிடம் நீட்டினேன், அவர்களுக்கு வைன் ஊற்றிக்கொடுத்தேன், ஆனால், தலையை நிமிர்த்திப் பார்த்தபோது காசு கொடுத்துக்கூட வாங்கப்பட முடி யாத நீதிபதிகளின் மென்மையான தீவிரத்தைச் சந்தித்தேன்.

---

[16] பிரான்ஸில் கல்வி நிலையங்களில் பெரும்பாலான தேர்வுகளில் அளிக்கப்படும் அதிகபட்ச மதிப்பெண் 20. ‘பதினொன்று’ என்று மதிப்பிட்டால் 20க்கு 11 (55%) என்று பொருள்.

அவர்களை முகஸ்துதி செய்வது வீணான செயலாக இருந்திருக்கும்; தற்
புகழ்ச்சியை மதிக்காதவர்கள். தற்புகழ்ச்சிதான் இல்லையே தவிர, கம்பீரம்
இருந்தது; என்னுடைய உதவி இல்லாமலே, நான் அவர்களைப் பற்றி நல்ல
தாக என்னவெல்லாம் சொல்லியிருப்பேனோ அதைவிட இன்னும் சிறப்
பாகவே தங்களைப் பற்றி நினைத்துக்கொண்டிருந்தார்கள். என்னுடைய
தொழிலைப் பற்றி உயர்வாகப் பேசக்கூட நான் நினைக்கவில்லை. உயர
மான 'ப்லாடான்'[17] மரத்தில் பறவைகள் கூடு கட்டிக்கொண்டு தங்கள்
சிறகுகளை நன்றாகப் பராமரித்துக்கொள்கின்றனவா என்று பார்ப்பதற்காக
மரத்தின் உச்சிவரை ஏறி, அங்கிருந்து நண்பர்களுக்குக் கையசைப்பதைப்
போன்ற அகம்பாவம் பிடித்த செயலாக அது இருந்திருக்கும்.

என்னுடைய அந்த இரண்டு மௌன தேவதைகளும் நான் உண
வருந்துவதை அவ்வளவு நன்றாகத் தொடர்ந்து கவனித்துக்கொண்டிருக்க,
என் பார்வையும் கள்ளத்தனமான அவர்களுடைய பார்வையைச் சந்
தித்துக்கொண்டபோது நான் எதுவும் பேசாமல் இருந்தேன். மௌனம்
நிலவியது; அந்த மௌனத்தில், கீழே தரையில் ஏதோ புஸ்ஸென்று சத்
தம் செய்து, மேஜைக்கடியில் சரசரத்து, பின்னர் அடங்கிவிட்டது. வியப்
புடன் விழிகளை உயர்த்தினேன். அப்போது இளையவள், தன் பரிசோத
னையில் திருப்தியடைந்த நிச்சயத்துடன், ஆனாலும் தன்னுடைய கடைசி
உரைகல்லைப் பயன்படுத்தி, நாகரிகம் அறிந்திராத தன்னுடைய இளம்
பற்களால் ரொட்டியைக் கடித்து, காட்டுவாசி ஒருவனை—நான் அப்படிப்
பட்ட ஒருவனாக இருக்கும் பட்சத்தில்—அசத்திவிடலாம் என்று தான்
நம்பிய வெளிப்படையான தோரணையுடனும் எளிமையுடனும் எனக்கு
விளக்கம் சொன்னாள்:

"அவை... விரியன்கள்."

பிறகு மௌனமாக ஆகிவிட்டாள், அளவுக்கு மீறி மடையனாக இல்
லாத எவனுக்குமே இந்த விளக்கம் போதுமானதாக இருந்தாக வேண்டும்
என்பதைப் போல. என்னுடைய முதல் அசைவை எடைபோடுவதற்காக
அவளுடைய சகோதரி என் பக்கமாகக் கடைக்கண் பார்வையை நழுவ
விட்டு, பிறகு அவர்கள் இருவருமே உலகிலேயே மிக மென்மையாக, மிக
புத்திசாலித்தனமாக இருந்த முகங்களைத் தங்களுடைய உணவுத் தட்டை
நோக்கிக் குனியச் செய்தார்கள்.

"ஆமாம்... விரியன்கள்தான் அவை!"

இந்த வார்த்தைகள் இயல்பாக என்னிடமிருந்து வெளிப்பட்டன. என்
கால்கள் மேல் நழுவிச் சென்று, கெண்டைக் காலை உரசி, ஆமாம், விரி
யன்கள்தான்...

---

[17] அடர்ந்த இலைகளுடன் உயரமாகவும் செங்குத்தாகவும் வளரும் மரம். பிரான்ஸின்
பெரும்பாலான நிழற்சாலைகளில் காணப்படுவது.

நல்ல வேளை, நான் புன்னகை செய்தேன், எவ்வித வற்புறுத்தலும் இல்லாமல். அவர்களும் அதை உணர்ந்திருப்பார்கள். நான் மகிழ்ச்சியாக இருந்ததாலேயே புன்னகை செய்தேன், சந்தேகமே இல்லாமல் ஒவ்வொரு நிமிடமும் இந்த வீடு எனக்கு மேலும்மேலும் பிடித்திருந்ததால்; தவிர, அந்த விரியன்களைப் பற்றி மேலும் சில விவரங்களை அறிய வேண்டும் என்ற ஆவல் எனக்குள் தோன்றியதாலும்தான். பெரியவள் எனக்குப் பதிலளிக்க முன்வந்தாள்:

''மேஜைக்கடியிலுள்ள ஒரு பொந்தில்தான் அவை வசிக்கும்.''

''இரவு பத்து மணிக்கு அவை உள்ளே வரும்,'' என்றாள் அவளுடைய தங்கை. ''பகல் வேளைகளில் இரையைத் தேடச் செல்லும்.''

என் பங்குக்கு நானும் இப்போதும் அவர்களைத் திருட்டுத்தனமாகப் பார்த்தேன். அவர்களுடைய நளினத்தை, சாந்தமான முகத்துக்குப் பின்னாலிருந்த சத்தமில்லாத சிரிப்பை. அவர்களுடைய ராஜ கம்பீர ஆளுமையைப் பெரிதும் மெச்சினேன்...

இன்று, நான் கனவு காண்கிறேன். இவையெல்லாம் எப்போதோ நடந்து முடிந்தவை. அந்த இரண்டு தேவதைகளும் என்னவானார்கள்? ஒருவேளை அவர்கள் மணம்செய்துகொண்டிருக்கலாம். இளம் பருவத்திலிருந்து வயதுக்குவந்த பெண் என்ற நிலைக்கு வருவதென்பது ஒரு முக்கியப் பாதிப்பு. புதிய வீடொன்றில் அவர்கள் என்ன செய்கிறார்கள்? காட்டுப் புறக்களுடனும் பாம்புகளுடனும் அவர்களுக்கிருந்த உறவுகள் என்னவாயின? பிரபஞ்சம் முழுவதற்கும் பொதுவாக இருந்த ஒன்றுடன் அவர்களுக்குத் தொடர்பு இருந்தது. ஆனால், சிறுமிக்குள் முழுமையான ஒரு பெண் கண்விழிக்கும் நாள் ஒன்று வரும். ஒருவழியாக இறுதியில் 'பத்தொன்பது' மதிப்பெண்களைத் தாங்கள் வழங்குவதாகக் கனவு காண்பார்கள். 'பத்தொன்பது' என்ற மதிப்பெண் இதயத்தின் ஆழத்தில் சுமையாக இருக்கும். அப்போதுதான் ஒரு மடையன் வந்து நிற்பான். முதல் முறையாக அந்தக் கூர்மையான கண்கள் ஏமாந்துபோய், கண்கவர் வண்ணங்களால் அவனை அலங்கரிக்கும். அவன் இரண்டு கவிதை வரிகளைச் சொல்லிவிட்டால், அவனைக் கவிஞன் என்று நம்பிவிடுவார்கள். தரையின் பொந்துகள் அவனுக்குப் புரியும் என்றும், கீரிகளை அவனுக்குப் பிடிக்கும் என்றும் நம்புவார்கள். மேஜைக்கடியில் அவனுடைய கால்களுக்கு இடையே சகஜமாகப் போய்வந்துகொண்டிருந்த விரியன்களின் நம்பிக்கை அவனை நெகிழச் செய்வதாக நினைப்பார்கள். சீராக வெட்டிப் பராமரிக்கப்பட்ட பூங்காக்களை மட்டுமே நேசிப்பவன், இயற்கையாகவே வளர்ந்திருந்த காடு ஒன்றைப் போன்ற இதயத்தைப் பெறுவான். அந்த மடையன் இளவரசியை அடிமை வாழ்க்கைக்கு இட்டுச்செல்வான்.

6

பாலைவனத்தில்

I

வாரக் கணக்கில், மாதக் கணக்கில், வருடக் கணக்கில் மணல் பிரதேசங் களின் கைதிகளாக, வீட்டுக்குப் போகாமலேயே, ஒரு கோட்டையிலிருந்து இன்னொரு கோட்டைக்கு சஹாரா பாலைவனத்தின் மேல் பறந்துகொண் டிருந்த விமானிகளாகிய எங்களுக்கு இவை போன்ற இனிமையான மகிழ்ச் சிகள் மறுக்கப்பட்டிருந்தன. எவ்விதப் பாலைவனச் சோலையையும் இந்தப் பாலைவனம் அளிக்கவில்லை: பூங்காக்கள், இளம் பெண்கள்... என்ன கட் டுக்கதைகள்! வெகு தொலைவில் எங்களுடைய பணி முடிந்த பிறகு மீண் டும் நிச்சயமாக எங்கள் வாழ்க்கை உயிர்பெறும், ஆயிரம் இளம் பெண் கள் எங்களுக்காகக் காத்திருப்பார்கள். அங்கே கீரிகளுக்கும் புத்தகங்களுக் கும் மத்தியில் நிச்சயமாக அவர்கள் தங்களுடைய கவர்ச்சிமிக்க ஆன்மாக் களைப் பேணி வளர்த்துக்கொண்டிருப்பார்கள். ஆன்மாக்களின் அழகு மெருகேறிக்கொண்டே போகும்...

ஆனால், தனிமையை நான் அறிவேன். பாலைவனத்தின் மூன்று ஆண்டு கள் அதனுடைய சுவையை எனக்கு அறிமுகப்படுத்தியிருந்தன. வெறும் கனிம நிலப்பரப்பு ஒன்றில் இளமை வீணாகக் கழிகிறதே என்பது அல்ல அவ்வளவு பயங்கரமானது; ஆனால், நமக்கு வெகு தொலைவில் உல கம் முழுவதற்கும் வயதாகிக்கொண்டிருக்கிறது என்பது கண்கூடு. மரங்கள் பழங்களைத் தயார்செய்துவிட்டன, கோதுமைப் பயிரை மண் வெளியே கொண்டுவந்துவிட்டது, பெண்கள் ஏற்கனவே அழகாக இருக்கிறார்கள். பருவ காலம் முன்னேறிக்கொண்டிருக்கிறது, வீடு திரும்ப விரைய வேண் டும்... ஆனால், பருவ காலம் செல்லச்செல்ல நாங்கள் வெகு தொலைவில் மாட்டிக்கொண்டிருக்கிறோம்... மணல் மேடுகளின் மெல்லிய மணல் துகள் களைப் போல விரல்களுக்கிடையே பூமியின் செல்வங்கள் நழுவிப் போய்க் கொண்டிருக்கின்றன.

பொதுவாக, காலத்தின் ஓட்டத்தை மனிதர்கள் உணர்வதில்லை. தற் காலிகமான அமைதியில் வாழ்ந்துகொண்டிருக்கிறார்கள். ஆனால், ஒவ்

வொரு முறையும் நாங்கள் தரை இறங்கியபோது கிழக்குத் திசையிலிருந்து ஓயாமல் வீசும் காற்றின் வேகத்திலிருந்து அதை உணர்ந்தோம். ரயில் வண்டிச் சக்கர அச்சுக்களின் இயக்க ஓசை விடாமல் ஒலித்துக்கொண்டிருக்கும் போது பயணம் செய்த இரவு நேரப் பயணிகளைப் போல நாங்கள் இருந்தோம்; கண்ணாடிக் கதவுகளுக்குப் பின்னால் தோன்றிச் சிதையும் ஒளிக் கற்றைகளை மட்டுமே பார்த்து, வேகமாகக் கடந்து சென்ற நிலப்பரப்புகள், அங்கிருந்த கிராமங்கள், அவற்றின் வசீகரமான களங்கள் இவற்றைப் பற்றி, பயணம் செய்துகொண்டிருந்ததனால் ஒன்றும் தெரியாத நிலையில், உத்தேசமாக ஊகிக்க மட்டுமே முடிந்த பயணிகள். நாங்களும் லேசான காய்ச்சலால் சற்று நடுங்கியபடி, விமானம் பறக்கும்போது எழும் ஓசை இன்னமும் காதுகளில் சீட்டியடிக்க, விமானத் தளத்தின் அமைதியை மீறி ஏதோவொரு சலனத்துக்குட்பட்டதைப் போல உணர்ந்தோம். எங்களுடைய இருதயத் துடிப்பின் வாயிலாக, காற்றின் இஷ்டப்படி, எங்களுக்குத் தெரியாத எதிர்காலத்தை நோக்கி நாங்கள் தூக்கிச் செல்லப்பட்டுக் கொண்டிருந்தோம் என்பதை அறிந்துகொண்டோம்.

போதாக்குறைக்கு பாலைவனத்தின் ஆதிஇனக் கிளர்ச்சியாளர்கள். காப் ஜூபியில் இரவின் அமைதியைக் குலைக்கும் வகையில் கால் மணி நேரத்துக்கு ஒருமுறை பெரிய கடிகாரத்தின் மணியோசை போன்ற ஒரு ஒலி கேட்கும்; காவல் சிப்பாய்கள் ஒவ்வொருவரும் தங்களிடையேயான கட்டுப்பாட்டின்படி அடுத்தவருக்கு எச்சரிக்கை செய்யப் பெரும் ஒலியை எழுப்புவார்கள். அப்படித்தான் காப் ஜூபியில் இந்தக் கிளர்ச்சியாளர்கள் பிரதேசத்தின் நடுவே இருந்த ஸ்பானிஷ் கோட்டை, ஒருபோதும் தன் முகத்தைக் காட்டியிராத இந்த ஆபத்திலிருந்து தன்னைக் காத்துக்கொண்டது. இரவில் பார்க்கும் திறனற்ற கப்பலின் பயணிகளாகிய நாங்கள், எங்கள் தலைக்கு மேல் கடற்பறவைகள் பறக்கும் வட்டப்பாதையை இந்த எச்சரிக்கை ஒலி ஒருவரிடமிருந்து இன்னொருவருக்குக் கொஞ்சம்கொஞ்சமாகப் பலமாகிக்கொண்டே போய் விரிப்பதைக் கேட்டுக்கொண்டிருந்தோம்.

இருந்தபோதிலும், பாலைவனம் எங்களுக்குப் பிடித்திருந்தது.

தொடக்கத்தில், பாலைவனம் ஏன் வெறுமையாகவும் நிசப்தமாகவும் இருக்கிறதென்றால், தற்காலிகக் காதலர்களுக்கு அது தன்னை அளிப்பதில்லை. நம் நாடுகளில் இருக்கும் ஒரு சாதாரணக் கிராமம்கூட நம்மிடமிருந்து தன்னை மறைத்துக்கொள்கிறது. உலகத்தின் மற்ற பகுதிகளைத் துறந்து, அந்தக் கிராமத்தின் மரபுகள், சம்பிரதாயங்கள், போட்டிகள் இவற்றுக்குள் நாமும் நுழையாவிட்டால் மற்றவர்களுக்கு வீடாக இருக்கும் அதைப் பற்றி நமக்கு எதுவும் தெரியாது. இன்னும் பார்க்கப்போனால்,

சற்றே தொலைவில் நமக்குத் தெரிந்திராத சட்ட விதிகளுக்குட்பட்டு ஒரு துறவியர் மடத்தில் இருப்பதைப் போலத் தன்னைச் சுற்றிச் சுவரை எழுப்பிக்கொண்டிருப்பவனும் அப்படித்தான்; ஒருவித திபெத்தியத் தனிமையில், எந்த விமானமும் ஒருபோதும் இறக்கிவிடாத தொலைவில்தான் இருக்கிறான். எதற்காக அவனுடைய சிறையில் போய்ப் பார்க்க வேண்டும்! அது வெறுமையாக இருக்கிறது. மனிதனின் சாம்ராஜ்ஜியம் என்பது அவனுக்குள்ளே இருப்பதுதான். அதைப் போலத்தான் மணலாலும், சஹாராவின் 'துவாரெக்' நாடோடிகளாலும், துப்பாக்கி ஏந்தியிருக்கும் மூர் இனத்தவர்களாலும் மட்டுமே ஆனதல்ல பாலைவனம்...

இருந்தபோதிலும், அன்றையத் தினம், தாகம் என்பதை அனுபவத்தில் கண்டறிந்தோம். எங்களுக்கு நன்றாகத் தெரிந்திருந்த அந்தக் கிணறு மிகப் பரந்த அந்த வெளி முழுவதிலும் தன் பாதிப்பைச் செலுத்தியது என்பதை முதல்முறையாக இன்றுதான் உணர்ந்தோம். ஒரு வீட்டை முழுமையாகத் தன் வசப்படுத்தும் கண்ணுக்குப் புலப்படாத பெண்ணைப் போல. ஒரு கிணற்றின் பாதிப்பு, நேசத்தைப் போல, வெகு தூரம்வரை செல்லும்.

முதலில், பாலைவனத்தின் மணற்பரப்பு வெறுமையாகத்தான் இருக்கும். பிறகுதான் கிளர்ச்சியாளர்கள் நெருங்கி வருவதை நினைத்துப் பயந்து, அவர்களை மறைத்திருக்கக்கூடிய பெரிய மடிப்புகளை மணல் மேடுகளிடையே கவனித்துப் பார்க்கும் நாள் ஒன்று வரும். கிளர்ச்சியாளர்களும் மணலில் உருமாற்றத்தை ஏற்படுத்துவார்கள்.

விளையாட்டின் விதிகளை நாம் ஏற்றுக்கொண்டோம், விளையாட்டும் தன்னைப் போலவே நம்மை வடிவமைக்கிறது. நமக்கு உள்ளேயேதான் சஹாரா பாலைவனம் தன்னைக் காட்டிக்கொள்கிறது. அதனிடம் நெருங்கிச் செல்வது என்பது ஒரு பாலைவனச் சோலைக்கு விஜயம் செய்வதைப் போன்றதல்ல; நீரூற்று என்பதை நாம் நம்பிக்கை கொள்ளும் ஒரு மதமாக ஆக்குவதுதான்.

II

என்னுடைய முதல் பயணத்திலிருந்தே பாலைவனத்தின் ருசியை நான் அறிந்துகொண்டேன். நுவாச்சோத்தின் கோட்டைக்கு அருகில் நண்பர்கள் ரிகெல், கியோமெ இருவருடன் நானும் தரையிறங்க வேண்டிய கட்டாயம் ஏற்பட்டது. மோரிடோனியாவின் இந்த நிலையம் பரந்த கடலுக்கு நடுவே தனித்திருக்கும் குட்டித் தீவைப் போல, மனித நடமாட்டத்திலிருந்து கண் காணாத தொலைவில் இருந்தது. தனக்குக் கீழிருந்த பதினைந்து செனெகால் நாட்டவர்களுடன் ஒரு கிழட்டு சார்ஜென்ட் அடைபட்டு இருந்தார். ஏதோ வானுலகத் தூதர்களைப் போல எங்களை வரவேற்றார்:

''ஆஹா! உங்களுடன் பேசுவதில் எவ்வளவு மகிழ்ச்சி!... ஆமாம், எனக்கு மிக்க மகிழ்ச்சி!''

அவருக்கு மகிழ்ச்சிதான்: அவர் அழுதார்.

''ஆறு மாதங்களுக்குப் பிறகு நீங்கள்தான் முதலில் வருகிறீர்கள். ஆறு மாதங்களுக்கு ஒருமுறை எனக்குத் தேவையானவை கொண்டுவரப்படும். சில சமயங்களில் லெப்டினன்ட் வருவார். சில சமயங்களில் கேப்டன். போன முறை வந்தது கேப்டன்...''

நாங்கள் இன்னமும் திகைப்பிலேயே இருந்தோம். எங்களுக்கு மதிய உணவு தயாராகிக்கொண்டிருந்த டகாரை அடைவதற்கு இரண்டு மணி நேரம் மட்டும் இருக்கும் நிலையில், விமான இயந்திரத்தின் நடு அச்சு உடைந்துபோய் நாங்கள் போய்ச் சேர வேண்டிய இடத்தை மாற்றிவிட்டது. அழுதுகொண்டிருந்த ஒரு கிழட்டு சார்ஜென்டுக்கு முன்னால் காட்சியளித்த பேய் போல ஆகிவிட்டோம்.

''இந்தாருங்கள், குடியுங்கள்! வைன் குடுத்து உபசரிப்பதில் எனக்கு மிக்க மகிழ்ச்சி! பாருங்கள்! கேப்டன் வந்தபோது அவருக்கு அளிப்பதற்கு இல்லாமல் தீர்ந்துபோய்விட்டிருந்தது.''

இந்தச் சம்பவத்தை ஒரு புத்தகத்தில் நான் சொல்லியிருக்கிறேன், ஆனால் அது ஒன்றும் புனைவு அல்ல. அவர் மேலும் சொன்னார்:

''போன முறை, அவர் நலனுக்காகக் கோப்பையை உயர்த்த மதுகூட இல்லை... பணியிலிருந்து என்னை மாற்றிவிடும்படி கேட்டுக்கொள்ளும் அளவுக்கு அவமானமாக இருந்தது.''

கோப்பையை உயர்த்தியா! அப்போதுதான் வியர்வை சொட்டச் சொட்ட, சஹாரா பாலைவன ஒட்டகத்தின் முதுகிலிருந்து குதித்து வருபவரைக் கோப்பையை உயர்த்தி வரவேற்பதா! ஆறு மாதங்களாக இந்த ஒரு கணத்துக்காகவே அவர் வாழ்ந்துகொண்டிருக்கிறார். ஏற்கனவே ஒரு மாதமாகத் தளவாடங்களைத் தேய்த்து மெருகேற்றி, கண்காணிப்புக் கட்டடத்தின் பதுங்கு குழிமுதல் பரண்வரை எல்லாவற்றையும் சுத்தப்படுத்திப் பளபளப்பாக்கியிருக்கிறார். மேலும், ஏற்கனவே சில நாட்களாக அந்தப் புனித தினம் நெருங்குவதை உணர்ந்து, அதார் ஒட்டகப் படை வரும் போது, அதையே மூடிவிடுவதைப் போல எழும் புழுதிப் படலத்தைக் கண்டுபிடிப்பதற்காக, மொட்டைமாடியிலிருந்துகொண்டு தொடுவானம் வரை ஓயாமல் கண்காணித்துக்கொண்டே இருந்தார்...

ஆனால், வைன் தீர்ந்துவிட்டது: அந்தத் தினத்தைக் கொண்டாட முடியாது. கோப்பையை உயர்த்தி வாழ்த்துத் தெரிவிக்க முடியாது. மானம் போகிறது...

"அவர் திரும்பி வர வேண்டுமென்று அவசரப்படுகிறேன். அவருக்காகக் காத்திருக்கிறேன்..."

"அவர் எங்கிருக்கிறார்?"

"தெரியாது, கேப்டன் எல்லா இடங்களிலும் இருப்பார்!" என்றார் சார்ஜென்ட், பரந்த மணற்பரப்பைக் காட்டியபடி.

கோட்டையின் மொட்டைமாடியில் படுத்துக்கொண்டு நட்சத்திரங் களைப் பற்றி நாங்கள் பேசிக்கொண்டிருந்த அந்த இரவும் நிஜமாகவே இருந்தது. அங்கே தேடிக் கவனித்துப்பார்க்க வேறெதுவும் இருக்கவில்லை. விமானத்திலிருந்து பார்க்கும்போது இருப்பதைப் போல முழுமையாக, ஆனால், ஆடாமல் அசையாமல், அந்த நட்சத்திரங்கள் தெரிந்தன.

விமானத்தில் பறக்கும்போது இரவுப் பொழுது மிக அழகாக இருக்கும் பட்சத்தில் நம்மை நாமே மறந்து, விமானத்தைப் பெரிதாக ஒன்றும் முடுக்கிவிடாமல் இருப்போம்; கொஞ்சம்கொஞ்சமாக விமானம் இடதுபுற மாகச் சாயும். கிடைமட்டமாக நாம் இருப்பதாக நினைத்துக்கொண் டிருக்கும்போதே, விமானத்தின் வலதுபக்க இறக்கைக்கு அடியில் கிராமம் ஒன்று தென்படும். பாலைவனத்தில் கிராமம் இருக்கவே இருக்காது. அப் படியானால் அது கடலில் மீன் பிடிக்கும் படகுக் கூட்டமா? ஆனால், பரந்து கிடக்கும் சஹாராவில் மீன் பிடிக்கும் படகுக் கூட்டம் கிடையாது. அப்படியானால்? எங்களுடைய தவறை நினைத்துச் சிரித்துக்கொள்வோம், மெதுவாக விமானத்தின் இன்ஜினை முடுக்கி விமானத்தை நேராக்குவோம். கிராமம் தன்னுடைய இடத்துக்குத் திரும்பிவிடும். நாங்கள் தவறவிட் டிருந்த நட்சத்திரக் கூட்டத்தில் மீண்டும் சேர்ந்துகொள்வோம். கிராமமா? ஆமாம், நட்சத்திரங்களின் கிராமம். ஆனால் கோட்டையின் மொட்டை மாடியிலிருந்து பார்க்கும்போது அது வெறும் உறைந்த பாலைவனம், சலன மற்று இருந்த மணல் அலைகள். ஆங்காங்கே தொங்கவிடப்பட்ட நட்சத் திரக் கூட்டங்கள். அவற்றைப் பற்றி அந்தக் காவலதிகாரி எங்களிடம் சொன்னார்:

"உங்களுக்குத் தெரியுமா? நான் எப்படிப் போக வேண்டும் என்பது எனக்கு நன்றாகத் தெரியும்... அந்த நட்சத்திரத்தைத் தொடர்ந்தால், நேராக துனிசியாவுக்குப் போகலாம்!"

"நீ துனிசியாவிலிருந்து வருகிறாயா?"

"இல்லை. என் அத்தைப் பெண்ணின் ஊர்."

அவர் நீண்ட மௌனத்தில் ஆழ்ந்தார். ஆனால் அந்த சார்ஜென்ட் எங்களிடமிருந்து எதையும் மறைக்க விரும்பவில்லை:

"என்றாவது ஒருநாள், துனிசியாவுக்குப் போவேன்."

நிச்சயமாக, நேராக அந்த நட்சத்திரத்தைத் தொடர்ந்து போகாமல் வேறொரு பாதை வழியாக. என்றாவது ஒருநாள் நடைப் பயணமாகப் போகும்போது வறண்டுவிட்ட ஏதோ ஒரு கிணறு கவிதை என்னும் ஜுர வெறிக்கு அவரை ஆளாக்காமல் இருந்தால். அப்படியானால் நட்சத்திர மும், அத்தைப் பெண்ணும், துனிசியாவும் பிரிக்க முடியாமல் ஒன்றாக இணைந்துவிடுவார்கள். அறிவற்றவர்களுக்குக் கொடுமை என்று தோன்றும் அந்த உத்வேகம் நிறைந்த பயணம் அப்போதுதான் தொடங்கும்.

"என் அத்தைப் பெண்ணை மனதில் கொண்டு, துனிசியாவுக்குப் போக கேப்டனிடம் ஒருமுறை அனுமதிகூடக் கேட்டேன். அவர் சொன்னார்..."

"உன்னிடம் அவர் என்ன சொன்னார்?"

"அவர் என்னிடம் சொன்னார்: 'உலகத்தில் அத்தைப் பெண்கள் நிறைந் திருக்கிறார்கள்.' பின்னர் அதைவிட இன்னும் அருகில் இருந்த டகாருக்கு என்னை அனுப்பினார்."

"உன் அத்தைப் பெண் அழகாக இருந்தாளா?"

"துனிசியாவில் இருந்தவளா? சந்தேகமில்லாமல் அழகானவள்தான். தங்க நிற முடி அவளுக்கு."

"அவள் இல்லை, டகார் பெண்?"

சார்ஜென்ட், எரிச்சலுடனும் சோகத்துடனும் வந்த உன்னுடைய பதி லுக்காக நாங்கள் உன்னைக் கட்டித் தழுவிக்கொண்டிருந்திருக்கலாம்.

"அவள் நீக்ரோ பெண்."

சார்ஜென்ட், உங்களைப் பொறுத்தவரை சஹாரா பாலைவனம் என்பது என்ன? உங்களை நோக்கி நிரந்தரமாக நடந்து வந்துகொண்டேயிருக்கும் ஒரு கடவுள். ஐந்தாயிரம் கிலோமீட்டர் மணற்பரப்புக்கு அப்பாலிருக்கும் தங்க நிற முடிப் பெண்ணின் மென்மையும்தான் உங்கள் சஹாரா.

எங்கள் சஹாரா? அது எங்களுக்குள்ளேயே ஜனித்துக்கொண்டிருந்த ஒன்று. எங்களைப் பற்றியே நாங்கள் கற்றுக்கொண்டதும்தான். அன்றிரவு நாங்களும் ஒரு அத்தைப் பெண்ணையும் ஒரு கேப்டனையும் நேசித்தோம்...

III

எவராலும் கைப்பற்றியிருக்காத பிரதேசங்களின் விளிம்பில் இருக்கும் போர்ட்-எத்தியென், ஒரு நகரம் அல்ல. ஒரு சிறிய கோட்டையும், விமா னக் கொட்டகையும், எங்களுடைய விமானிக் குழுவினர் தங்கும் மரத்தால்

ஆன வீடு ஒன்றும் மட்டுமே அங்கு இருந்தன. சுற்றிலும் முழுக்கமுழுக்கப் பாலைவனமாக இருந்த போர்ட்-எத்தியென், மிகக் குறைந்த ராணுவத் தளவாடங்களையே கொண்டிருந்தாலும், கிட்டத்தட்ட வெல்லப்படவே முடியாத இடம். அதைத் தாக்க வேண்டுமென்றால், கிளர்ச்சியாளர்கள் அதைச் சுற்றியிருந்த அவ்வளவு பரந்த மணலையும் வெப்பத்தையும் தாண்டி வர வேண்டியிருந்ததால், தங்களிடமிருந்த குடிநீர் முழுவதுமாகத் தீர்ந்துபோய், தங்களுடைய சக்தியை முழுவதுமாக இழக்க வேண்டும். இருந்தாலும் நினைவுக்குத் தெரிந்தவரை, வடதிசையில் எங்கேயாவது கிளர்ச்சியாளர் கும்பல் ஒன்று போர்ட்-எத்தியெனை நோக்கி எப்போதும் படையெடுத்துக்கொண்டுதான் இருந்தது. ஒவ்வொரு முறையும் கேப் டன்-ஆளுநர் எங்களுடன் தேநீர் அருந்த வரும்போது, கிளர்ச்சியாளர்க ளின் பாதையைத் தன்னுடைய வரைபடத்தில் சுட்டிக்காட்டுவார், ஏதோ அந்தக் காலத்து அழகிய இளவரசியின் கதையைச் சொல்வதைப் போல. ஆனால், அந்தக் கிளர்ச்சியாளர் கூட்டம் ஒருபோதும் வரவில்லை—ஆறு போல் ஓடிய மணல் அதை வறண்டுபோகச் செய்துவிட்டிருந்ததால். நாங் கள் அதை ஆவிப் படை என்று சொல்வோம். மாலையில், அரசாங்கம் எங்க ளுக்கு விநியோகம் செய்த எறிகுண்டுகளும், தோட்டாக்களும் கட்டிலின் கால்மாட்டில் இருந்த தங்களுக்கான மரப் பெட்டிகளில் தூங்கும். எங்க ளுடைய வெறுமையே எங்களுக்கு அரணாக இருக்க, அமைதியைத் தவிரப் போராடுவதற்கு வேறு எதிரி எதுவும் எங்களுக்கு இருக்கவில்லை. விமானத் தளத்தின் தலைவர் லூகாஸ் இரவும்பகலுமாக கிராமபோன் ஒன்றை இயக்குவார்; எங்கோ தொலைவிலிருந்து, பாதி மறந்துபோய்விட்ட மொழி யில் அது எங்களுடன் பேசி வினோதமான வகையில், தாகத்தை ஒத்த இனந்தெரியாத சோகத்தை எழுப்பும்.

இன்று மாலை கோட்டையில் உணவருந்தினோம், கேப்டன்-ஆளுநர் தன் தோட்டத்தை எங்களுக்குச் சுற்றிக்காட்டினார். பிரான்ஸிலிருந்து மூன்று பெட்டிகளில் அந்நாட்டின் அசலான மண்ணை வரவழைத்திருந் தார். ஆகவே, நாலாயிரம் கிலோமீட்டர் தூரம் கடந்து வந்த அதில் மூன்று பசுமையான இலைகள் துளிர்த்திருந்தன; நாங்களும் நகையைத் தடவுவது போல விரல்களால் அவற்றைத் தடவிக்கொடுத்தோம். கேப்டன் அதைப் பற்றிப் பேசும்போது "இதுதான் என் தோட்டம்" என்றார். எல்லாவற்றை யும் வறளச் செய்யும் மணற்புயல் வீசும்போது அவை யாவும் பாதாள அறைக்கு எடுத்துச்செல்லப்பட்டுவிடும்.

எங்கள் இருப்பிடம் கோட்டையிலிருந்து ஒரு கிலோமீட்டர் தொலை வில் இருக்கிறது, நிலவொளியில் நாங்கள் இரவு சாப்பாட்டுக்குப் பிறகு திரும்பிக்கொண்டிருக்கிறோம். நிலவொளியில் மணற்பரப்பு இளஞ்சிவப்

பாக இருக்கிறது. எங்களுடைய வெறுமையை நாங்கள் உணர்கிறோம், மணலோ இளஞ்சிவப்பாக இருக்கிறது. ஆனால், காவல் சிப்பாயின் எச்ச ரிக்கை ஒலி அந்த உலகில் பரிதாபத்தை உண்டாக்குகிறது. சஹாரா முழு வதுமே எங்களுடைய நிழல்களைக் கண்டு பயப்படுகிறது; கொள்ளைக் கூட்டத்தின் நடமாட்டம் இருப்பதால் எங்களுடைய கடவுச்சொல்லைக் கேட்கிறது. காவல் சிப்பாய் எழுப்பும் ஓசையில் பாலைவனத்தின் அனைத் துக் குரல்களும் எதிரொலிக்கின்றன. பாலைவனம் என்பது வெறுமையான ஒரு வீடல்ல; மூர் இனத்தவரின் பரிவாரம் இரவுக்கு உயிரூட்டுகிறது.

நாங்கள் பாதுகாப்பாக இருப்பதாக நினைத்துக்கொள்ளலாம். இருந்தா லும்! நோய், விபத்து, கிளர்ச்சியாளர்கள், எவ்வளவு அபாயங்களின் நட மாட்டம்! மறைந்திருந்து குறி பிசகாமல் தாக்கும் எதிரிக்கு பூமியில் மனி தர்கள் ஒரு இலக்கு. செனெகால் நாட்டுக் காவல் சிப்பாய் ஒரு தீர்க்கதரிசி யைப் போல எங்களுக்கு அதை நினைவூட்டினார்.

“பிரெஞ்சுக்காரர்கள்!”, என்று நாங்கள் பதில் குரல் கொடுத்து, அந்தக் கறுப்புத் தேவதையைக் கடந்துபோகிறோம். சற்று நிம்மதியாக மூச்சுவிடு கிறோம். இந்த அபாயத்தைக் குறித்த எங்கள் உணர்வு எந்த அளவுக்கு எங் களை மேம்படுத்திவிட்டது... ஆமாம்! அது இன்னும் அவ்வளவு தொலை விலிருந்தாலும், கொஞ்சம்கூட அவசரப்படாவிட்டாலும், பெரும் மணற் பரப்பு அதைக் கணிசமாக மட்டுப்படுத்தியிருந்தாலும்: இப்போது எங்கள் உலகமே மாறிவிட்டிருக்கிறது. இந்தப் பாலைவனம் நிறைவான ஒன்றாக மீண்டும் ஆகிவிடுகிறது. எங்கேயோ படையெடுத்துக்கொண்டு, ஒருபோதும் இலக்கை அடைய முடியாத கொள்ளைக் கூட்டம் ஒன்று இந்தப் பாலை வனத்துக்குப் புனிதத் தன்மையை அளிக்கிறது.

இப்போது மணி இரவு பதினொன்று. விமானத் தளத் தலைவர் லூகாஸ் ரேடியோ நிலையத்திலிருந்து வந்து டகாரிலிருந்து விமானம் பன்னி ரண்டு மணிக்கு வரும் என்று அறிவிக்கிறார். எல்லாம் நல்லபடியாக போய்க்கொண்டிருக்கிறது. இரவு பன்னிரண்டு பத்துக்கு அஞ்சல் பைகள் என்னுடைய விமானத்துக்கு மாற்றப்பட்டு நான் வடக்கை நோக்கிப் பறக்கக் கிளம்புவேன். உடைந்த கண்ணாடியில் முகம் பார்த்து, கவன மாக முகச் சவரம் செய்துகொள்கிறேன். அவ்வப்போது கடல் பஞ்சு போன்ற துண்டு கழுத்தைச் சுற்றியிருக்க, கதவுவரை சென்று நிர்வாண மணற்பரப் பைப் பார்க்கிறேன். மீண்டும் கண்ணாடி முன் வருகிறேன். யோசிக்கிறேன். பல மாதங்களாக அடித்துக்கொண்டிருக்கும் காற்று நின்றுவிட்டால் சில சமயங்களில் வானிலையை அது பாதிக்கும். இப்போது விமானியின் கவ சத்தை அணிந்துகொள்கிறேன்: இடுப்புப் பட்டையில் பொருத்தப்பட்ட

பாதுகாப்பு விளக்குகள், உயரமானி, சில பென்சில்கள். என் தோழன் நேரியைப் பார்க்கப் போகிறேன், இன்றிரவு விமானத்தில் ரேடியோ தகவல் பொறுப்பு அவனுடையதுதான். அவனும் முகச் சவரம் செய்துகொண்டிருக்கிறான். ‘‘எல்லாம் சரியாக இருக்கிறதா?’’ என்று விசாரிக்கிறேன். இப்போதைக்கு எல்லாம் சரியாகத்தான் இருக்கிறது. பறக்கும் தொழிலில் இந்த முன்தயாரிப்பு வேலைதான் சிரமம் குறைந்த ஒன்று. ஆனால், படபடக்கும் ஓசை ஒன்றைக் கேட்கிறேன், என்னுடைய விளக்கின் மேல் ஒரு தும்பி முட்டி மோதுகிறது. ஏனென்று தெரியவில்லை, என் நெஞ்சில் ஓர் இறுக்கம்.

மீண்டும் வெளியே வந்து பார்க்கிறேன்: எல்லாமே தெளிவாக இருக்கிறது. விமானத் தளத்தின் விளிம்பில் இருக்கும் ஒரு மலை முகடு, பகலின் வெளிச்சத்தைப் போல, வானத்தைப் பிரித்துக்காட்டுகிறது. ஒழுங்காகப் பராமரிக்கப்பட்ட வீட்டைப் போலப் பாலைவனப் பரப்பில் பெரும் அமைதி நிலவுகிறது. ஆனால், இதோ ஒரு பச்சை நிற விட்டிலும் இரண்டு தும்பிகளும் என் விளக்கின் மேல் வந்து மோதுகின்றன. ஓசையற்ற உணர்வொன்றை என்னுள் மீண்டும் உணர்கிறேன், மகிழ்ச்சியா? பயமா? இன்னமும் வெளிப்படாத, புரிபடாத, ஆனால் என் உள்மனதின் ஆழத்திலிருந்து கிளம்பிவரும் ஒன்று. மிகத் தொலைவிலிருந்து யாரோ என்னுடன் பேசுகிறார். உள்ளுணர்வா? மீண்டும் வெளியே வருகிறேன், காற்றடிப்பது முற்றிலுமாக ஓய்ந்துவிட்டது. வானிலை குளுமையாக இருக்கிறது. ஆனால், எனக்கு ஒரு எச்சரிக்கை விடுக்கப்பட்டுவிட்டது. நான் ஊகிக்கிறேன், எதற்காகக் காத்திருக்கிறேன் என்று ஊகிப்பதாக நினைக்கிறேன்: நான் நினைப்பது சரிதானா? வானமோ, மணலோ எனக்கு எவ்வித அறிகுறியையும் அளிக்கவில்லை, ஆனால் இரண்டு தும்பிகள் என்னிடம் பேசின; ஒரு பச்சை நிற விட்டிலும்தான்.

ஒரு மணல் மேட்டில் ஏறி, கிழக்குத் திசையை நோக்கி உட்காருகிறேன். நான் நினைப்பது சரியாக இருந்தால், ‘அது’ வர வெகு நேரமாகாது. உள்பிரதேசப் பாலைவனச் சோலையிலிருந்து பல நூறு கிலோமீட்டர்கள் தாண்டி இந்தத் தும்பிகள் எதைத் தேடி வந்திருக்கின்றன? கடலில் அடித்து வந்து கடற்கரையில் ஒதுங்கிவிட்ட உடைந்த கப்பலின் பாகங்கள் தொலைவில் புயல் உருவாகிக்கொண்டிருப்பதை உணர்த்தும். அதே போல இந்தப் பூச்சிகள் மணற்புயல் ஒன்று வந்துகொண்டிருப்பதை எனக்குக் காட்டுகின்றன; கிழக்கிலிருந்து வந்துகொண்டிருந்த புயல் அங்கே தொலைவிலிருக்கும் ஈச்ச மரங்களை வீழ்த்திப் பச்சை நிற விட்டில்களைத் துரத்திவிட்டிருக்கிறது. அந்தப் புயலின் தூவானத்தை நான் ஏற்கனவே உணர்ந்திருந்தேன்: தீவிரமாக, அது புயலை உறுதிப்படுத்தியதால்; தீவிரமாக, அது அச்சுறுத்தலின் சுமையைக் கொண்டிருந்ததால்; தீவிரமாக, அது புயலைத் தன்னிடத்தே கொண்டிருந்ததால். கிழக்கிலிருந்து காற்று மேலெழும்பி வந்துகொண்டிருந்

தது. அதன் மெல்லிய மூச்சு என்மேல் இன்னும் படக்கூட இல்லை. மிகத் தொலைவில் அந்த அலை தொட்டுச் செல்லும் ஒரு கோடியில் நான் இருக்கிறேன். எனக்கு இருபது மீட்டருக்குப் பின்னால், எந்தவொரு திரைச் சீலையும் அசைந்துகூட இருக்காது. ஒரு முறை, ஒரே ஒரு முறை, அந்தக் காற்றின் வெப்பம் சக்தியிழந்ததைப் போல என்னைத் தழுவிச் சென்றது. ஆனால், தன் மூச்சை உள்ளுக்கிழுக்கும் சஹாரா, அடுத்து வரும் சில நொடிகளில் தன்னுடைய இரண்டாவது பெருமூச்சை வெளிவிடும் என்று எனக்கு நன்றாகத் தெரியும். இன்னும் மூன்று நிமிடங்களுக்குள் காற்றின் திசையையும் விசையையும் காட்டும் விமான நிலையத் துணிப்பை பட படக்கத் தொடங்கும். இன்னும் பத்தே நிமிடங்களில் வானம் முழுவதும் மணல் பறக்கும். பாலைவனத்திலிருந்து எழும் இந்த ஜுவாலையில், இந்த வெப்பத்தில் நாங்களும் உடனேயே மேலெழுந்து பறப்போம்.

ஆனால் என்னை உணர்ச்சிவசப்படச் செய்வது அதுவல்ல. ஒரு காட்டு வாசியின் ஆனந்தத்தில் நான் திளைத்ததன் காரணம், ரகசிய மொழி ஒன்றைக் கோடிகாட்டிய உடனேயே புரிந்துகொண்டேன் என்பதுதான்; லேசான முணுமுணுப்புகளின் வாயிலாகவே வரவிருப்பதை நன்றாக அறியும் திறன் படைத்த ஆதிவாசியைப் போலத் தடயம் ஒன்றை மோப்பம் பிடித்துவிட்டேன் என்பதுதான்; ஒரு தும்பியின் சிறகடிப்புகளில் புயலின் சீற்றத்தை அடையாளம் கண்டுகொண்டேன் என்பதுதான்.

IV

நாங்கள் போன இடத்தில் இதுவரை யாரும் வென்றிருக்காத மூர் இனத் தவரைச் சந்தித்தோம். விமானத்தில் நாங்கள் கடந்து சென்ற, தடை செய்யப்பட்ட பிரதேசங்களின் மறுகோடியிலிருந்து அவர்கள் வெளிவந்தார்கள்; காப் ஜுபி அல்லது சிஸ்நெரோஸ் கோட்டைவரை துணிந்து வந்து, இனிப்பு ரொட்டிகளையோ, தேநீர்த் தூளையோ வாங்கிக்கொண்டு, மீண்டும் தங்களுடைய மர்மப் பிரதேசத்துக்குத் திரும்பிவிடுவார்கள். ஒவ்வொரு முறை அவர்கள் வந்துபோகும்போதும், அவர்களில் சிலரை அடக்கிப் பணிய வைக்க முயன்றோம்.

அவர்களிடையே செல்வாக்கு வாய்ந்த தலைவர் யாராவது வந்தால், மேலிடத்திலிருந்து அனுமதி பெற்றபின், வெளியுலகை அவர்களுக்கும் காட்டுவதற்காக எங்களுடைய விமானத்தில் அவர்களை ஏற்றிக்கொள்வோம். அதுவும் அவர்களுடைய கர்வத்தை அடக்குவதற்காகவே. ஏனென்றால், வெறுப்புணர்வினால்தான் அவர்கள் கைதிகளைக் கொன்றார்களே யொழிய விரோத மனப்பான்மையினால் அல்ல. கோட்டையின் சுற்றுப் புறத்தில் எங்காவது எங்களைக் கடந்து போகும்போது எங்களை அவர்கள்

திட்டக்கூட இல்லை. முகத்தைத் திருப்பிக்கொண்டு காறித் துப்புவார்கள். தங்களுடைய அதிகாரச் சக்தியைக் குறித்த மாயையிலிருந்து விளைந்தது அவர்களுடைய கர்வம். துப்பாக்கி ஏந்திய முந்நூறு சிப்பாய்களைக் கொண்ட அவர்களுடைய படைத் தலைவர்கள் எத்தனை பேர் என்னிடம், ''நூறு நாட்களுக்கு மேல் நடந்தால்தான் அடைய முடியும் தொலைவில் இருப்பதுதான் பிரெஞ்சுக்காரர்களாகிய உங்களுடைய அதிர்ஷ்டம்'' என்று சொல்லியிருக்கிறார்கள்...!

ஆகவே, அவர்களை நாங்கள் விமானத்தில் ஏற்றிச் சென்றோம். அவர்களில் மூன்று பேரை அவர்கள் அறிந்திராத பிரான்ஸுக்கும் அழைத்துப் போனோம். ஒருமுறை என்னோடு செனெகாலுக்கு வந்து அங்கிருந்த மரங்களைப் பார்த்தபோது அழுதார்களே, அதே இனத்தைச் சேர்ந்தவர்கள்தான் இவர்களும்.

பிறகு, மீண்டும் தங்களுடைய கூடாரங்களில் அவர்களை நான் போய்ச் சந்தித்தபோது, மலர்கள் சூழப் பெண்கள் நிர்வாணமாக நடனமாடிய கேளிக்கைக் கூடங்களைப் புகழ்ந்து பேசினார்கள். மரத்தையோ, நீரூற்றையோ, ரோஜாவையோ ஒருபோதும் பார்த்திருக்காத மனிதர்கள் இவர்கள்; நீரோடைகள் ஓடிக்கொண்டிருந்த பூங்காக்களைப் பற்றி அவர்கள் குரான் மூலம் மட்டுமே அறிவார்கள், ஏனென்றால், சொர்க்கம் அதில் அப்படித்தான் விவரிக்கப்பட்டிருந்தது. முப்பது வருட இன்னலுக்குப் பிறகு, துரோகி ஒருவனின் துப்பாக்கிக்கு இரையாகி பரிதாபச் சாவுக்குப் பிறகுதான் அந்தச் சொர்க்கத்தையும் அதன் அழகான கைதிகளையும் சென்றடைய முடியும். ஆனால், கடவுள் அவர்களை ஏமாற்றிவிட்டார்; ஏனென்றால் இந்தப் பொக்கிஷங்களையெல்லாம் அவர் அளித்த பிரெஞ்சுக்காரர்களிடமிருந்து அதற்கு விலையாக தாகத்தையோ சாவையோ கொடுக்க இறைவன் அவர்களைக் கட்டாயப்படுத்தவில்லை. ஆகவேதான் அந்த முதிய தலைவர்கள் இப்போது ஏங்குகிறார்கள். சாகும்வரை தங்களுக்கு மிக அற்ப சுகங்களையே அளித்த சஹாராவை, தங்களுடைய கூடாரத்தைச் சுற்றிப் பரந்துகிடந்த சஹாரா பாலைவனத்தைப் பார்த்துக்கொண்டே மனம் திறந்து சொல்கிறார்கள்:

''பார்த்தீர்களா... மூர் இனத்தவரின் இறைவன் அவர்களிடம் இருப்பதைவிட, பிரெஞ்சுக்காரர்களின் இறைவன் அவர்களிடம் எவ்வளவு தாராளமாக இருக்கிறார்!''

அதற்குச் சில வாரங்களுக்கு முன், பிரான்ஸின் ஆல்ப்ஸ் மலைப் பிரதேசத்துக்கு அவர்களை அழைத்துப்போயிருந்தார்கள். பின்னப்பட்ட தூண்களைப் போலவும், பெரும் இரைச்சலுடனும் விழுந்துகொண்டிருந்த பெரிய அருவிக்கு அவர்களை வழிகாட்டி அழைத்துச்சென்றார்.

‘‘சுவைத்துப் பாருங்கள்,’’ என்று அவர்களிடம் சொல்லியிருந்திருக்கிறார்.

அது சுவையான நன்னீர். நீர்! இங்கேயோ, மிக அருகில் இருக்கும் கிணற்றை அடைய எவ்வளவு நாட்கள் நடக்க வேண்டியிருக்கும்! அப்படியே அதைக் கண்டுபிடித்தாலும், மணல் மூடியிருக்கும் அந்த இடத்தைத் தோண்டி, ஒட்டகத்தின் சிறுநீர் கலந்திருக்கும் சேற்றுக் குழம்புவரை போக எவ்வளவு மணி நேரம் ஆகும்! நீர்! காப் ஜூபியில், சிஸ்நெரோஸில், போர்ட்-எத்தியெனில் மூர் இனத்தைச் சேர்ந்த சிறுவர்கள் கைகளில் காலித் தகர டப்பாக்களை வைத்துக்கொண்டு நம்மிடம் கேட்பது பணத்தை அல்ல, நீரை:

‘‘கொஞ்சம் தண்ணீர் கொடுங்களேன், கொஞ்சம்...’’

‘‘நல்ல பையனாக இருந்தால் தருகிறேன்.’’

எடைக்கு எடை தங்கத்துக்கு ஒப்பான நீர்; மிகச் சிறிய துளிகூட, புல் நுனியின் பசும் பிரகாசத்தை மணலிலிருந்து வெளிக்கொண்டுவரும் நீர். எங்கேயாவது மழை பெய்தால், பெரிய அளவில் மனிதர்கள் இடம் பெயர்வதால் சஹாரா பாலைவனம் உயிர்பெறும். முந்நூறு கிலோமீட்டருக்கு அப்பால் விளையப்போகும் புல்லை நோக்கி ஆதிஇனத்தவர்கள் போவார்கள்... கருமித்தனமான அந்த நீர், பத்து ஆண்டுகளாக போர்ட்-எத்தியெனில் ஒரு சொட்டுக்கூட விழாத நீர், இங்கேயோ ஏதோ உலகம் முழுவதுக்கும் தேவையான நீரைத் தேக்கிவைத்திருக்கும் தொட்டி உடைந்துவிட்டதைப் போலக் கொட்டிக்கொண்டிருந்தது.

‘‘சரி, போகலாம்,’’ என்றார் வழிகாட்டி.

ஆனால் அவர்கள் அசையவே இல்லை.

‘‘இன்னும் கொஞ்ச நேரம் இருக்கவிடுங்கள்.’’

தீவிரத்துடன் நிகழ்ந்துகொண்டிருந்த இந்த மர்மத்தைப் பேச்சின்றி, ஆழ்ந்து பார்த்துக்கொண்டிருந்தார்கள். மலையின் கருப்பையிலிருந்து இது போன்று கொட்டிக்கொண்டிருந்தது வாழ்க்கையின் உயிரோட்டமே, மனிதகுலத்தின் இரத்தமே. இங்கே ஒரு வினாடியில் விழும் நீரைக் கொண்டு, உப்பு நீர் ஏரிகளிலும் கானல்நீரில் மட்டுமே முடிவற்று அமிழ்ந்து, தாகத்தில் வறண்டிருக்கும் ஒரு பரிவாரம் முழுவதுக்குமே உயிரளிக்க முடியும். இங்கே இறைவன் பிரத்தியட்சமாக இருக்கிறார்: அவரை நாம் புறக்கணிக்க முடியாது. தன்னுடைய மதகுகளைத் திறந்துவிட்டு, இறைவன் தன் சக்தியை வெளிப்படுத்தியிருந்தார். மூர் இனத்தவர் மூன்று பேரும் அசையாமல் இருந்தார்கள்.

‘‘இன்னும் என்ன பார்க்கப்போகிறீர்கள்? போகலாம்...’’

‘‘நாங்கள் காத்திருக்க வேண்டும்.’’

"எதற்காக?"

"இது முடிவதற்காக."

தன்னுடைய தவறால் இறைவன் சலிப்படையும் நேரம் வரும்வரை காத்திருக்க விரும்பினார்கள். தன் தவறுக்கு அவர் விரைவில் வருத்தம் தெரிவிப்பார், அவர் கருமி.

"ஆனால் இந்தத் தண்ணீர் ஆயிரம் ஆண்டுகளாகக் கொட்டிக் கொண்டே இருக்கிறதே!..."

ஆகவே, அன்றிரவு அவர்கள் அருவியைப் பற்றி மேலும் எதுவும் சொல்ல வில்லை. சில அற்புத நிகழ்ச்சிகளைக் குறித்து மௌனம் காப்பது அவசியம். அதைப் பற்றி அதிகமாக நினைத்துக்கொண்டே இல்லாமல் இருப்பது இன்னும் மேல்; இல்லையென்றால், எதுவுமே புரியாது. இறைவனையே சந்தேகிக்க நேரும்...

"பார்த்தீர்களா, பிரெஞ்சுக்கார்களின் கடவுள்..."

ஆனால், என்னுடைய இந்த வினோதமான நண்பர்களை எனக்கு நன்றாகவே தெரியும். தங்களுடைய நம்பிக்கையை இழந்து, சலனமடைந்து, இப்போது அடிபணியவும் தயாராக இருக்கிறார்கள். பிரெஞ்சு அரசு அதிகாரிகள் தரும் பார்லியைப் பற்றிக் கனவுகண்டும், எங்களுடைய சஹாரா பாலைவன ராணுவப் படையின் பாதுகாப்பு என்ற உத்தரவாதத்துடனும் இருக்கிறார்கள். சரணடைந்துவிட்ட பிறகு அவர்களுக்குக் கணிசமான ஆதாயம் இருக்கும் என்பது உண்மை.

அவர்கள் மூன்று பேரும் 'த்ரார்ஸா'வின் சிற்றரசன் எல் மாமூனின் வம்சத்தைச் சேர்ந்தவர்கள். (அதுதான் அவருடைய பெயர் என்று நினைக்கிறேன்.)

அவர் எங்களுக்குக் கீழே குறுநிலப் பிரபுவாக இருந்தபோது எனக்கு அவரைத் தெரியும். தன்னுடைய சேவைகளுக்காக அரசு விருதுகள் அளிக்கப்பட்டு, அரசாங்கத்தின் உதவியுடன் செல்வந்தராகவும், தன் இனத்தினரின் மரியாதைக்குரியவராகவும் ஆகி, கண்ணுக்குத் தெரிந்த செல்வங்கள் எதிலுமே குறையில்லாதவராக இருந்தாராம். ஆனால், ஒரு இரவில், பாலைவனத்தில் பிரெஞ்சு அதிகாரிகள் சிலருக்கு வழித்துணையாகப் போகும்போது அவர்களைக் கொன்று, அவர்களுடைய ஒட்டகங்களையும் துப்பாக்கிகளையும் எடுத்துக்கொண்டு, இன்னமும் அடக்கப்படாமலிருந்த தன் இனத்தினருடன் சேர்ந்துவிட்டார்.

இவை போன்ற பரிதவிப்பும் வீரமும் கலந்த புரட்சிகளும், தப்பித்தல்களும் துரோகச் செயல்கள் என்று கருதப்படும். மேலும், இதையடுத்து

பாலைவனத்தில் தேடப்படும் குற்றவாளி என்று அறிவிக்கப்பட்ட இந்தத் தலைவரின் திடீர் ராக்கெட் வெற்றியின் புகழ் அதற்குப் பின் வெகு விரை வில் பிரெஞ்சு ராணுவத்தின் 'அதார்' ஒட்டகப் படையால் அணைக்கப் பட்டது. இது போன்ற பைத்தியக்காரத்தனமான வெறி வியப்பையே அளிக் கிறது.

இருந்தபோதும், எல் மாமூனின் கதையும் மற்ற அநேக அராபியர்க ளுடைய கதையைப் போலத்தான் அமைந்தது. முதுமை வரும்போது எல் லோரும் அதிகமாகச் சிந்திக்கிறார்கள். திடீரென்று ஒரு இரவில், இஸ்லா மின் கடவுளுக்குத் தான் துரோகம் செய்துவிட்டதாக அவர் உணர்ந்தார்; எல்லாவற்றையும் இழந்துவிட்டு ஒரு ஒப்பந்தத்தை கிறிஸ்தவர்களுடன் செய்துகொண்டதால் தன் கைகளில் கறை படிந்துவிட்டதாக நினைத்தார்.

பார்லியாலும் அமைதியாலும் அவருக்கு என்ன பயன்? பதவி பறிக்கப் பட்ட சிப்பாயாகவும், இப்போது ஆடு மேய்ப்பவராகவும் ஆகிவிட்ட அவ ருக்கு ஒருகாலத்தில் தான் வசித்த சஹாரா நினைவுக்கு வந்தது: கண்ணுக் குத் தெரியாத அச்சுறுத்தல்கள் ஒவ்வொரு மணல் மேட்டு மடிப்புகளிலும் நிரம்பியிருந்த சஹாரா; அவர்கள் தங்கியிருந்த கூடாரங்களிலிருந்து வெகு தொலைவில் தனித்து ஆங்காங்கே காணப்பட்ட கண்காணிப்புக் கோபுரங் களுடன் இருந்த சஹாரா; இரவில் நெருப்பைச் சுற்றிக் குளிர்காய்ந்தபடி இருந்தபோது எதிரிகளின் வரவை அறிவித்த கதைகளால் இதயங்களை நடுங்கச் செய்த சஹாரா. ஒருமுறை அனுபவித்துவிட்டால் வாழ்க்கையில் ஒருபோதும் மறக்க முடியாத கடலைப் பார்த்த அந்த நிகழ்வு அவருக்கு ஞாபகம் வந்தது. தன் செல்வாக்கை முற்றிலும் இழந்து, அமைதியாகிவிட்ட பெரும் பரப்பில், இன்று புகழை இழந்த நிலையில் அவர் வளைய வந்து கொண்டிருந்தார். இப்போதுதான் சஹாரா உண்மையான பாலைவனமாக ஆகிவிட்டிருந்தது.

ஒருவேளை தான் கொன்றுவிட்ட அதிகாரிகளிடம் அவருக்கு மதிப்பு இருந்திருக்கலாம். ஆனால் அல்லாவின் மீதிருந்த அன்பு அதை முந்திக் கொண்டுவிட்டது.

"நல் இரவு, எல் மாமூன், உறங்கப்போவோம்.''

"ஆண்டவன் உங்களைக் காப்பாற்றட்டும்!''

போர்வைகளில் தங்களை நன்றாகச் சுற்றிக்கொண்டு, வானத்தில் நட் சத்திரங்களைப் பார்த்தபடி, மிதவை ஒன்றின் மேல் படுப்பதைப் போல மணலில் படுத்துக்கொண்டார்கள். வானம் முழுவதுமே நேரத்தைக் காட்ட நட்சத்திரங்கள் எல்லாமே மெதுவாகச் சுற்றிவந்தபடி செல்கின்றன. இறை வனின் சித்தம் நிலவை வெறுமைக்கு அழைத்துச்செல்ல மணற்பரப்பை

நோக்கி அது தணிந்துகொண்டிருக்கிறது. அந்த கிறிஸ்தவர்கள் இன்னும் கொஞ்ச நேரத்தில் தூங்கிவிடுவார்கள். இன்னும் சில நிமிடங்கள், அதற்குப் பிறகு நட்சத்திரங்கள் மட்டுமே ஒளிர்ந்துகொண்டிருக்கும். பிறகு, சீரழிந்துவிட்டிருந்த ஆதிஇனத்தவர் தங்களுடைய பழைய செல்வாக்கில் மீண்டும் நிலைபெறுவதற்கும், தங்களால் மட்டுமே அந்த மணற்பரப்புகளுக்கு ஒளியூட்ட முடிந்த தங்களுடைய படையெடுப்புகளை மீண்டும் தொடங்குவதற்கும், உறங்கிக்கொண்டிருந்தபோதே மூழ்கடிக்கப்படவிருந்த அந்த கிறிஸ்தவர்களின் ஈனமான கதறலே போதுமானது... இன்னும் சில விநாடிகள்... மாற்றப்பட முடியாத ஒரு செயலிலிருந்து புதிய உலகம் பிறக்கும்.

ஆகவே, தூங்கிக்கொண்டிருக்கும் அழகான ராணுவ அதிகாரிகள் வெட்டிச்சாய்க்கப்படுகிறார்கள்.

V

ஜூபியில் இன்று கெமாலும் அவனுடைய சகோதரன் முயானும் என்னை அழைத்திருக்கிறார்கள், அவர்களுடைய கூடாரத்தில் அவர்களுடன் தேநீர் அருந்திக்கொண்டிருக்கிறேன். முயான் என்னை மௌனமாகப் பார்த்துக்கொண்டிருக்கிறான்; வாயை மூடியவாறு குறுக்காக இழுக்கப்பட்ட நீல நிற முகத்திரைக்குப் பின்னால் நாகரிகமற்ற ஒருவித அழுத்தத்துடன் இருக்கிறான். கெமால் மட்டுமே எனக்கு மரியாதைகள் செய்து, பேசுகிறான்:

''எங்களுடைய கூடாரம், எங்களுடைய ஒட்டகங்கள், எங்களுடைய பெண்கள், எங்களுடைய அடிமைகள் எல்லாமே உனக்குத்தான்.''

முயான், இன்னமும் என்னிடமிருந்து பார்வையை எடுக்காமல், தன் சகோதரனை நோக்கிக் குனிந்து சில வார்த்தைகளைச் சொல்லிவிட்டு மீண்டும் மௌனத்தில் ஆழ்கிறான்.

''அவன் என்ன சொல்கிறான்?''

''ஆர்கிபா ஆதிஇனத்தவரிடமிருந்து ஆயிரம் ஒட்டகங்களை போனாஃபூஸ் திருடிவிட்டார்,'' என்று சொல்கிறான்.

கேப்டன் போனாஃபூஸ் என்ற அந்த 'அதார்' ஒட்டகப் படை அதிகாரியை எனக்குத் தெரியாது. ஆனால் மூர் இனத்தவர்கள் மூலம் அவருடைய பெரும் புகழைப் பற்றிக் கேள்விப்பட்டிருக்கிறேன். அவர்கள் அவரைப் பற்றிக் கோபத்துடன், ஆனால் அவரை ஒருவிதத்தில் கடவுளைப் போலப் பாவித்தும் பேசிக்கொள்வார்கள். அவர் நிற்கும் மண்ணின் மதிப்பு கூடிவிடும். தென்திசையை நோக்கிப் போய்க்கொண்டிருந்த கொள்ளைக்காரர்களின் கும்பலுக்குப் பின்புறமாக, எப்படி வந்தார் என்று யாருக்குமே

தெரியாமல் வந்து, நூற்றுக் கணக்கான ஒட்டகங்களைத் திருடி, பாதுகாப் பாகத் தங்களிடம் இருந்த செல்வங்கள் என்று அவர்கள் நினைத்துக்கொண் டிருந்தவற்றை மீட்பதற்காக அவர்கள் திரும்பிவந்து அவரோடு சண்டை போட வேண்டிய நிலைக்கு ஆளாக்கியிருந்தார். ஆகவே, இப்போது மிக வும் உயர்ந்த தேவதூதரைப் போலத் தோன்றிய அவர், அதார் பிரதேசத் தைக் காப்பாற்றி ஒரு உயர்ந்த சுண்ணாம்புப் பாறைப் பீடபூமியின் மேல் தன் னுடைய முகாமை அமைத்த பிறகு, வெல்லப்பட வேண்டிய வெற்றிச் சின் னத்தைப் போல அங்கே நிமிர்ந்து நின்றார்; அவருடைய வாளை நோக்கி ஆதிஇனத்தவர்கள் நடந்து வரச் செய்யும்படியாக இருந்தது அவருடைய ஈர்ப்புச் சக்தி.

முயான் இன்னும் விறைப்பாகவே என்னைப் பார்த்து மீண்டும் பேசி னான்.

"என்ன சொல்கிறான்?"

"'நாளைக்குக் கொள்ளைக்காரர்கள் கும்பலுடன் போனாஃபூஸை எதிர்த்துப் போராடப் போவோம். முந்நூறு துப்பாக்கி வீரர்களுடன்,' என்கிறான்."

ஏதோ நடக்கப்போவதை நான் நன்றாக ஊகித்திருந்தேன். மூன்று நாட் களாகக் கிணற்றுக்கு அழைத்துச்செல்லப்படும் அந்த ஒட்டகங்கள், முடி வற்ற விவாதங்கள், ஆர்வம் மிகுந்த அந்த எதிர்பார்ப்பு. கண்ணுக்குத் தெரி யாத பாய்மரக் கப்பலைத் தயார் நிலைக்குக்கொண்டுவருவதைப் போலத் தோன்றுகிறது. அதைச் செலுத்தும் கடற்காற்றும் வீசுகிறது. போனாஃபூஸ் தென்திசையை நோக்கி எடுத்துவைக்கும் ஒவ்வொரு அடியும் கௌரவத் தின் பெருமையைத் தாங்கியிருந்த அடியாக இருந்தது. இவை போன்ற புறப்பாடுகளில் எந்த அளவுக்கு வெறுப்பு, எந்த அளவுக்கு நேசம் இருந்தது என்று பிரித்துப்பார்க்க என்னால் முடியவில்லை.

கொல்வதற்கு இப்பேர்ப்பட்ட பிரமாதமான ஒரு எதிரியைக் கொண் டிருப்பது பெரும் மனநிறைவைத் தரக்கூடிய ஒன்று. அவர் எங்கெல்லாம் வருகிறாரோ, அங்கே ஆதிஇனத்தவர்கள் தங்கள் கூடாரங்களை மடித்துக் கொண்டு, ஒட்டகங்களை ஒன்றுதிரட்டி, அவரை நேருக்கு நேர் எதிர் கொள்ளப் பயந்து நடுங்கி ஓடிவிடுவார்கள்; ஆனால் மிகத் தொலைவில் இருக்கும் ஆதிஇனத்தவரோ, காதல் வயப்பட்டவர்களைப் போல, ஜுர வேகத்தில் இருப்பார்கள். கூடாரங்களின் அமைதியிலிருந்தும், தங்க ளுடைய மனைவிகளின் தழுவல்களிலிருந்தும், ஆனந்தமான உறக்கத்தி லிருந்தும் தங்களைப் பிய்த்துக்கொள்வார்கள். இரண்டு மாதங்களாகத் தெற்கு நோக்கி, சோர்வை அளிக்கும் நடைக்குப் பிறகு, தகிக்கும் தாகத் துடன், மணற்புயல் அடிக்கும்போதெல்லாம் குந்தி உட்கார்ந்து காத்திருந்த

பிறகு, ஒரு விடியற்காலை வேளையில் அதார் ஒட்டகப் படைமீது எதிர் பாராத விதத்தில் பாய்ந்து தாக்கி—கடவுள் அருளால்—தலைவர் போனா ஃப்பூஸையும் கொல்வதற்கு ஈடாக உலகில் வேறெதுவும் இருக்க முடியாது.

“போனாஃப்பூஸ் வலிமையானவர்,” என்று என்னிடம் தன் கருத்தைச் சொன்னான் கெமால்.

இப்போது எனக்கு அவர்களுடைய ரகசியம் என்னவென்று புரிகிறது. ஒரு பெண்ணை விரும்பும் ஆண்களைப் போல, நடந்து போகும் அந்தப் பெண்ணின் அலட்சியக் காலடியைப் பற்றிக் கனவு கண்டு, அந்த அலட்சிய நடையால் மனம் புண்பட்டுக் கொதித்துப்போய், இரவு முழுவதும் இப் படியும் அப்படியுமாக அவர்கள் புரண்டு படுப்பதைப் போல, தொலை வில் போனாஃப்பூஸின் காலடியோசை அவர்களை வாட்டுகிறது. மூர் இனத் தவர்களின் உடையை அணிந்த அந்தக் கிறிஸ்தவர், இருநூறு மூர் இனக் கடற்கொள்ளையர்களின் படைக்குத் தலைமை தாங்கி, தனக்கு எதிராக அனுப்பப்பட்ட கொள்ளையர் கும்பலைச் சுற்றி வளைத்து, அவர்க ளிடையே ஊடுருவிச் சென்றார்; அங்கே அவருடைய ஆட்களிலேயே மிகச் சாதுவான ஒருவன்கூட பிரெஞ்சுக்காரரின் அடக்குமுறையிலிருந்தும், தன் னுடைய அடிமைத்தனத்திலிருந்தும் தன்னை விடுவித்துக்கொண்டு, தான் தண்டிக்கப்படும் அபாயம்கூட இல்லாத நிலையில், அவரைக் கல்மேடை ஒன்றில் கிடத்திக் கடவுளுக்குப் பலி கொடுத்திருக்க முடியும், ஆனால், அந்த இடத்தில் அவருக்கிருந்த செல்வாக்கு அவர்களை அப்படிச் செய்ய விடாமல் தடுத்தது. அல்லது, அவருடைய பலவீனம்கூட அவர்களை அச்சுறுத்தியது. இன்றிரவு குறட்டை விட்டுத் தூங்கிக்கொண்டிருந்த அவர்களுடைய தூக் கத்தினிடையே அவர் மேலும்கீழும் போய்வந்துகொண்டிருக்க, அவ ருடைய காலடி ஓசை பாலைவனத்தின் இதயம்வரை ஒலித்தது.

கூடாரத்தின் ஒரு கோடியிலிருந்த முயான் இன்னும் சிந்தனையில் ஆழ்ந் திருந்தான், நீலக் கருங்கல்லின் மேற்பரப்பில் செதுக்கப்பட்ட சிலையைப் போல. அவனுடைய கண்கள் மட்டும் பளபளத்தன, இனியும் அவனுடைய வெள்ளிக் கத்தி ஒரு விளையாட்டுப் பொருளாக இருக்கவில்லை. கொள் ளையர்களை ஒன்றுதிரட்டிய நாட்களிலிருந்து இப்போது எவ்வளவு மாறி விட்டிருந்தான்! எப்போதும் இல்லாத அளவுக்குத் தன்னுடைய மேன் மையை உணர்கிறான், அவன் தன் வெறுப்புணர்வால் என்னை நசுக்கு கிறான். ஏனென்றால், அவன் போனாஃப்பூஸை நோக்கிப் போகப்போகிறான்; நேசத்தின் அறிகுறிகள் அனைத்தையும் தாங்கியிருக்கும் வெறுப்பினால் உந்தப்பட்டு, விடியற்காலையில் படையெடுக்கத் தொடங்குவான்.

மீண்டும் ஒரு முறை தன் சகோதரனை நோக்கிக் குனிந்து, தாழ்ந்த குரலில் பேசியபடி என்னைப் பார்க்கிறான்.

''என்ன சொல்கிறான்?''

'''கோட்டையிலிருந்து சற்றுத் தொலைவில் எங்காவது உன்னைப் பார்த்தால் சுட்டுவிடுவேன்,' என்கிறான்.''

''ஏன்?''

''அவன் சொல்கிறான்: 'உன்னிடம் விமானங்களும் கம்பியில்லாத் தந்தியும் இருக்கின்றன, உன்னிடம் போனாஃபூஸ் இருக்கிறார், ஆனால் உண்மை உன் பக்கம் இல்லை.' ''

செதுக்கப்பட்ட மடிப்புகளுடன் இருந்த நீல நிற முகத்திரைக்குப் பின்னால், சலனமற்றிருக்கும் முயான், என்னை எடைபோடுகிறான்.

''அவன் சொல்கிறான்: 'நீ வெள்ளாட்டைப் போலப் பச்சை இலைகளையும், பன்றிகளைப் போலப் பன்றிக் கறியையும் சாப்பிடுகிறாய். வெட்கமறியாத உங்கள் பெண்கள் முகத்தை வெளியில் காட்டுகிறார்கள்.' அவர்களை அவன் பார்த்திருந்திருக்கிறான்.'' ''அவன் சொல்கிறான்: 'நீ ஒரு போதும் தொழுகை செய்வதில்லை.' மேலும் சொல்கிறான்: 'உன் விமானங்களும், கம்பியில்லாத் தந்தியும், உன் போனாஃபூஸும் இருப்பதால் உனக்கு என்ன பயன், உண்மை உன் பக்கம் இல்லாதபோது?' ''

இந்த மூர் இனத்தவனை நான் வியக்கிறேன்: தன்னுடைய சுதந்திரத்துக்காக அவன் போராடவில்லை, பாலைவனத்தில் ஒருவன் எப்போதுமே சுதந்திரமாகத்தான் இருக்கிறான்; தன்னுடைய கண்ணுக்குத் தெரியும் சொத்து எதையும் அவன் பாதுகாக்கவில்லை, பாலைவனம் வெறுமையாகத்தான் இருக்கிறது. ஆனால், அவன் ஒரு ரகசிய ராஜ்ஜியத்தைப் பாதுகாக்கிறான். மணல் அலைகளின் மௌனத்துக்கிடையே அந்தக் காலத்துக் கடற்கொள்ளைக்காரத் தலைவரைப் போல போனாஃபூஸ் தன் படையை நடத்திக்கொண்டிருக்கிறார். அவர் இருப்பதால், இந்த காப் ஜுபி மையம் சோம்பேறித்தனமான ஆட்டிடையர்களின் உறைவிடமாக இனியும் இருக்கவில்லை. போனாஃபூஸ் என்ற புயலின் சுமையை அது உணர்கிறது. அதனால்தான் இரவில் தங்கள் கூடாரங்களை நெருக்கி அமைத்துக்கொள்கிறார்கள். தென் சஹாராவின் இந்த ஆழ்ந்த மௌனம்: அது போனாஃபூஸின் மௌனம். பழம்பெரு வேட்டைக்காரன் முயானோ அவருடைய காலடி ஓசையைக் காற்றில் கேட்டுக்கொண்டிருக்கிறான். ஆனால், போனாஃபூஸ் பிரான்ஸுக்குத் திரும்பிச் சென்றால், அவருடைய புறப்பாடு என்னவோ பாலைவனத்தின் ஒரு அடையாளத்தை அகற்றிவிட்டு, அவர்களுடைய வாழ்க்கையிலிருந்து கௌரவத்தையும் கொஞ்சம் பறித்துக்கொண்டு விட்டதாகக் கருதி, அதற்காக வருத்தப்பட்டு என்னிடம் இப்படிச் சொல்வார்கள்:

''உங்களுடைய போனாஃபூஸ் ஏன் போகிறார்?''

"எனக்குத் தெரியாது..."

பல வருடங்களாக அவர் தன் வாழ்க்கையை அவர்களுடைய வாழ்க்கைக்கு எதிராகப் பணயம் வைத்திருந்தார். அவர்களுடைய விதிமுறைகளைத் தன்னுடைய விதிமுறைகளாக மாற்றினார். அவர்களுடைய பாறைகளின் மேல் தன் தலையை வைத்துப் படுத்து உறங்கினார். அந்த நிரந்தர வேட்டையில், நட்சத்திரங்களும் காற்றும் நிறைந்திருந்த விவிலியக் காலத்து இரவுகளை அறிந்திருக்கிறார். இதோ, இப்போது தான் கிளம்பிப் போவதால், இதுவரை எவ்வித முக்கிய ஆதாயத்துக்காகவும் தான் சூதாடவில்லை என்று காட்டுகிறார். சூதாட்ட மேஜையை விட்டு மிகச் சாதாரணமாக எழுந்து போகிறார். இனி, தனியே விளையாடிக்கொள்ளட்டும் என்று அவர் விட்டுச் செல்லும் மூர் இனத்தவர்களோ மனிதனின் ரத்தத்தையும் சதையையும் இனியும் ஈடுபடுத்தாத ஒரு வாழ்க்கைக்கு அர்த்தம் இருக்கும் என்பதில் நம்பிக்கை இழக்கிறார்கள். இருந்தாலும் அவரை நம்ப விரும்புகிறார்கள்:

"உங்கள் போனாஃபூஸ், அவர் திரும்பி வருவார்."

"எனக்குத் தெரியாது."

அவர் திரும்பி வருவார் என்று மூர் இனத்தவர்கள் நம்புகிறார்கள். ஐரோப்பியப் பயணங்கள் அவருக்குத் திருப்தியளிக்காது: அந்தப் பாசறைகளில் சீட்டு விளையாட்டோ, தனக்குக் கிடைக்கும் பதவி உயர்வோ, அல்லது அங்கிருக்கும் பெண்களோ எதுவுமே. தொலைந்துவிட்ட தன் சுய கௌரவம் மனதை வாட்ட, காதலை நோக்கி எடுத்துவைக்கப்படும் காலடியைப் போல ஒவ்வொரு காலடியும் இருதயத்தைப் பலமாகத் துடிக்க வைக்கும் இந்த இடத்துக்குத் திரும்ப வருவார். இங்கேதான் வாழ்க்கையில் வெறும் சாகசம் மட்டுமே இருக்கும் என்றும், சாரம் அங்கேதான் இருக்கும் என்றும் நினைத்த அவர், மாறாக, தனக்குக் கிடைத்த உண்மையான செல்வங்கள் எல்லாவற்றையும் இந்தப் பாலைவனத்தில்தான் பெற்றார் என்பதை ஒரு விதக் குமட்டலுடன் உணர்வார்: இந்த மணலின் செல்வாக்கு, இரவு, இந்த மௌனம், காற்று, நட்சத்திரங்கள் இவற்றின் தாய் நாடு. போனாஃபூஸ் என்றாவது திரும்பி வந்தால் கிளர்ச்சியாளர்களிடையே அந்தச் செய்தி முதல் இரவிலேயே பரவிவிடும். சஹாராவில் எங்கேயோ, இருநூறு கடற்கொள்ளைக்காரர்கள் மத்தியில் அவர் தூங்கிக்கொண்டிருக்கிறார் என்று மூர் இனத்தவர்கள் தெரிந்துகொள்வார்கள். பிறகு, சத்தமின்றி தங்களுடைய ஒட்டகங்களைக் கிணற்றுக்கு அழைத்துப்போவார்கள். போதுமான அளவு பார்லியைக் கைவசம் வைத்திருக்கத் தயார்செய்துகொள்வார்கள். தங்களுடைய ஆயுத உறைகளைச் சரிபார்ப்பார்கள். வெறுப்பால் உந்தப்பட்டு, அல்லது நேசத்தால்.

VI

"மர்ராகேஷ்[18] செல்லும் விமானம் ஒன்றில் என்னை ஒளித்துக் கொண்டு போய்விடுங்கள்..."

ஜுபியில் ஒவ்வொரு இரவும் இந்த மூர் இன அடிமை என்னிடம் தன் இந்தச் சிறிய வேண்டுகோளை முன்வைப்பான். அதன் பிறகு, தன் வாழ்க்கைக்குத் தான் செய்ய வேண்டியதைச் செய்தபின், கால்களைக் குறுக்காகப் போட்டு உட்கார்ந்து எனக்குத் தேநீர் தயாரிப்பான். தன்னைக் குணப்படுத்தக் கூடிய ஒரே ஒரு மருத்துவரிடம், தன்னைக் காப்பாற்றக் கூடிய ஒரே ஒரு கடவுளிடம் தன் கோரிக்கையைச் சமர்ப்பித்த பிறகு இன்னும் ஒரு நாளைக்குச் சற்று நிம்மதி. பிறகு, கெட்டிலின் மேல் குனிந்த படி, தன் வாழ்க்கையின் எளிய காட்சிகளைப் பற்றிய சிந்தனை: மர்ராகேஷின் கரிசல் நிலம், இளம் சிவப்பு நிற வீடுகள், அவனிடமிருந்து பறிக்கப்பட்டுவிட்ட எளிய பொருள்கள். பதிலே சொல்லாத என்னுடைய மௌனத்துக்காகவோ, அவனுக்கு வாழ்வளிப்பதைத் தாமதித்ததைப் பற்றியோ அவன் கோபப்படவில்லை: நான் அவனைப் போல ஒரு மனிதன் அல்ல, மாறாக இயக்கப்பட வேண்டிய ஒரு சக்தி; அவனுடைய விதியின் மீது என்றாவது வீசக்கூடிய சாதகமான காற்றைப் போல.

ஆனால் நானோ சாதாரண விமான ஓட்டி, சில மாதங்களுக்கு காப் ஜுபியில் தற்காலிக விமான நிலையத் தலைவர். ஸ்பானியக் கோட்டையை ஒட்டியபடி இருந்த சிறிய குடில்தான் ஒரே ஒரு சொத்து என்றும், அந்தக் குடிலிலும் கை கழுவும் ஒரு சிறிய தொட்டியும், கூஜாவில் கொஞ்சம் உப்பு நீரும், மிகச் சிறிய கட்டிலும் என்று இருந்த என்னுடைய அதிகாரத்தைப் பற்றி எவ்வித மாயையும் எனக்கு இருக்கவில்லை:

"பார்க்கலாம், தோழர் பார்க்..."

எல்லா அடிமைகளுக்குமே பார்க் என்றுதான் பெயர்; ஆகவே இவனையும் பார்க் என்றே அழைப்பார்கள். நான்கு வருடச் சிறைவாசத்துக்குப் பிறகும், தன் நிலையை இன்னும் அவன் ஏற்றுக்கொண்டிருக்கவில்லை: தான் ராஜாவாக இருந்ததை நினைவில் கொண்டிருந்தான்.

"மர்ராகேஷில் நீ என்ன செய்துகொண்டிருந்தாய், பார்க்?"

அவனுடைய மனைவியும் மூன்று குழந்தைகளும் இன்னும் வசித்துக் கொண்டிருந்த மர்ராகேஷில் அவன் ஒரு பிரமாதமான தொழிலைச் செய்துவந்தான்:

"நான் கால்நடைகளை நடத்திச் செல்லும் தலைவனாக இருந்தேன். என்னை மொஹமத் என்றுதான் அழைப்பார்கள்."

---

[18] மொரோக்கா நாட்டில் ஒரு நகரம்.

அந்த வட்டார அதிகாரிகளே அவனை வரவழைப்பார்கள்.

"நான் சில எருதுகளை விற்கப்போகிறேன், மொஹமத், நீ போய் அவற்றை மலையிலிருந்து கீழே கொண்டுவா."

அல்லது:

"இங்கே சமவெளியில் என்னிடம் ஆயிரம் ஆடுகள் இருக்கின்றன. அவற்றை இன்னும் உயரமான மேய்ச்சல் நிலங்களுக்குக் கூட்டிக் கொண்டுபோ..." இப்படி.

ஆலிவ் மரக்குச்சி ஒன்றை எடுத்துக்கொண்டு, பார்க் அவற்றின் பயணத்தை நடத்துவான். பெட்டை ஆடுகள் கூட்டத்துக்குத் தனியாகப் பொறுப்பேற்று, பிறக்கவிருக்கும் ஆடுகளைக் கருத்தில் கொண்டு, வேகமாக ஓடும் ஆடுகளின் வேகத்தைக் குறைத்து, சில சோம்பேறிகளைக் கொஞ்சம் விரட்டி, எல்லோருடைய நம்பிக்கையையும் ஏற்று, எல்லோருக்கும் அடிபணிந்து போவான். அவை எந்த சொர்க்க பூமியை நோக்கி ஏறிச் சென்றன என்பது அவனுக்கு மட்டுமே தெரியும், நட்சத்திரங்களின் இடையே ஆடுகளின் வழியை அவன் மட்டுமே அறிவான்; ஆடுகளுக்குத் தெரிந்திராத, ஆனால் அவனுக்கு மட்டுமே தெரிந்த அறிவியல்படி அவற்றின் ஓய்வு நேரத்தையும், அவை நீர் குடிக்க வேண்டிய வேளையையும் தன் அறிவின் உதவியால் தானாகவே தீர்மானிப்பான். இரவில் அவை தூங்கும் போது, அவற்றின் வெகுளித்தனமான பலவீனத்துக்காக மனம் நெகிழ்ந்து, முழங்கால்கள்வரை கம்பளிப் போர்வை மூடியிருக்க, மருத்துவரும் இறை தூதனும் அரசனுமாக இருந்த பார்க், தன்னுடைய பிரஜைகளுக்காகத் தொழுதான்.

ஒருநாள், சில அராபியர்கள் அவனிடம் வந்தார்கள்.

"எங்களுடன் தெற்கே வந்து, இன்னும் சில மிருகங்களையும் கொண்டுவா."

அவனை வெகு தூரம் நடக்கச் செய்தார்கள். பிறகு, மூன்று நாட்கள் கழித்து, கிளர்ச்சியாளர்களின் பிரதேசத்துக்கு அருகில், குறுகலான ஒரு மலைப் பாதையில் மிகச் சாதாரணமாக அவனுடைய தோள்மேல் கை வைத்து, அவனுக்கு 'பார்க்' என்று பெயர் சூட்டி, அவனை விற்றுவிட்டார்கள்.

இன்னும் சில அடிமைகளையும் நான் அறிவேன். தினமும் அவர்களுடைய கூடாரங்களுக்குப் போய்த் தேநீர் குடிப்பேன். சில மணி நேரம் நாடோடிகள் தங்குவதற்கு அடிப்படையான வசதியானதும், சொகுசானதுமான கம்பளத்தின் மேல், வெற்றுக் கால்களுடன் நீட்டிப் படுத்து, அன்றைய பயணத்தை ரசித்துச் சுவைத்துக்கொண்டிருப்பேன். பாலைவனத்தில் நேரம்

ஓடிப்போவதை நன்றாகவே உணர முடியும். சுட்டுப் பொசுக்கும் சூரிய னின் கீழ், மாலைப் பொழுதை நோக்கி, அங்கங்களைக் குளிப்பாட்டி வியர் வையை முற்றிலும் அகற்றிவிடும் குளிர்ந்த காற்றை நோக்கி நடப்பார்கள். சுட்டுப் பொசுக்கும் சூரியனின் கீழ், மனிதர்களும் மிருகங்களும் ஏதாவது நீர்நிலையை நோக்கிப் போவார்கள், சாவை நோக்கிப் போகும் அதே நிச் சயத்துடன். ஆகவே, வேலையில்லாமல் இருக்கும் நேரம் வீணாகாது. கடலை நோக்கிப் போகும் பாதைகளைப் போலவே ஒவ்வொரு நாளும் அவ்வளவு அழகாக இழுக்கும்.

எனக்கு இந்த அடிமைகளைத் தெரியும். தங்களுடைய முதலாளி கூடா ரத்துக்குள் வந்து பெரிய பெட்டி ஒன்றிலிருந்து அடுப்பு, வெந்நீர் பாத்தி ரம், கண்ணாடி டம்ளர்கள் இவற்றை எடுத்த பிறகு அவர்கள் உள்ளே வருவார்கள்; சாவி இல்லாத பூட்டுகள், பூக்கள் இல்லாத மலர் ஜாடிகள், மலிவான முகம் பார்க்கும் கண்ணாடிகள், பழைய ஆயுதங்கள் போன்ற அபத்தமான பொருள்கள் அடங்கிய அந்தப் பெட்டி, உடைந்த கப்பலி லிருந்து கரை ஒதுங்கி மணலில் கிடக்கும் பொருள்களை நினைவூட்டும்.

அந்த அடிமை ஒன்றும் பேசாமல், அடுப்பில் சிறிய சுள்ளிகளை அடுக்கி, தணல்மேல் ஊதி, வெந்நீர்ப் பாத்திரத்தை நிரப்பி, இளம் பெண்ணொருத்தி செய்யக்கூடிய வேலைக்கு, பெரிய ‘சிடார்’ மரத்தையே வேரோடு பிடுங் கும் வலிமை கொண்ட தன் தசைகளைப் பயன்படுத்துவான். சஞ்சலம் இன்றி இருப்பான். தன் வேலையில் மூழ்கியிருப்பான். தேநீர் போடுவது, ஒட்டகங்களைப் பராமரிப்பது, சாப்பிடுவது. சுட்டுப் பொசுக்கும் சூரிய னின் கீழ் இரவை நோக்கி நடை, தெளிவான நட்சத்திரங்களின் குளுமை யில் வெயிலின் சூட்டுக்காக ஏக்கம். வெயில் காலங்களில் பனிக்கட்டி யைப் பற்றிய கதைகளையும், பனிக்காலத்தில் சூரியனைப் பற்றிய கதை களையும் கட்டமைக்க முடிந்த வட தேசங்கள் அதிர்ஷ்டம் செய்த நாடு கள்; வியர்த்துக்கொட்டும் அறையில் பெரிதாக மாற்றம் எதுவும் நடக்காத வெப்ப மண்டல நாடுகள் சோகமானவை. ஆனால் மனிதனை ஒரு எதிர் பார்ப்பிலிருந்து மற்றொரு எதிர்பார்ப்புக்கு ஊசலாட வைக்கும் பகலும் இரவும் கொண்ட இந்த சஹாரா பிரதேசமும் மகிழ்ச்சியானது.

சில சமயங்களில் அந்தக் கறுப்பு அடிமை கதவுக்கு முன்னால் குந்தி உட்கார்ந்து மாலை நேரக் காற்றை ரசிப்பான். சிறைபட்ட இந்தக் கனத்த உடலுக்குள்ளிருந்து இப்போதெல்லாம் நினைவுகள் மேலெழும்பி வருவ தில்லை. தான் கடத்தப்பட்ட நேரம், அடிஉதைகள், அலறல்கள், இப் போதிருக்கும் இருளில் அவனைப் பிடித்துத் தள்ளிய மனிதனின் கைகள் இவை எவையும் அவனுக்கு ஞாபகம் இல்லை. அந்தத் தருணத்திலிருந்தே, நிதானமாக ஓடும் செனாகல் நதிகளையோ, தெற்கு மொரோக்கோவின் வெண்ணிற நகரங்களையோ பார்க்க முடியாத பார்வையிழந்தவனைப்

போல, பழக்கப்பட்ட குரல்களைக் கேட்க முடியாத காது கேளாதவனைப் போல, ஒருவித விசித்திரமான தூக்கத்தில் அமிழ்ந்துகொண்டிருப்பான். அவன் சோகமாக இருக்கவில்லை, ஊனமாக ஆகிவிட்டிருந்தான். என்றோ ஒருநாள், நாடோடி வாழ்க்கை முறையில் வீழ்ந்துவிட்டான். புலம் பெயர்தல்களுக்கு உள்ளாகி, பாலைவனத்தில் அவை வரையும் பாதைகளோடு தன் வாழ்நாள் முழுவதும் பிணைக்கப்பட்டிருந்த அவன், தன் கடந்த காலத்துடனோ, அல்லது தனக்கென்று இருக்கும் ஒரு வீட்டுடனோ, அல்லது அவனைப் பொறுத்தவரை ஏற்கனவே இறந்துபோய்விட்டவர்களைப் போலவே அவ்வளவு உயிரற்று இருந்த மனைவி, குழந்தைகளுடனோ பொதுவாக என்ன தொடர்பை வைத்துக்கொள்ள முடியும்?

பல வருடங்களாக நீடித்த மகத்தான காதல் வாழ்வுக்குப் பின் அதை இழந்துவிட்ட மனிதர்கள், தங்கள் தனிமையின் மேன்மையிடமும் சலிப்படைந்துவிடுவார்கள். அப்போது அவர்கள் வாழ்க்கையை மிகவும் பணிவோடு அணுகி, மிகச் சாதாரண நேசத்தில் மகிழ்ச்சியைத் தேடுவார்கள். எல்லாவற்றையும் துறந்து அடிபணிந்து இருக்கும் வாழ்க்கையில் அமைதியைத் தேடுவதில் மென்மையான மனநிறைவைப் பெறுவார்கள். முதலாளியின் கனன்றுகொண்டிருக்கும் தணலில் அடிமை தன் பெருமிதத்தை உருவாக்கிக்கொள்கிறான்.

"இந்தா, எடுத்துக்கொள்," என்று அடிமையிடம் முதலாளி சில சமயங்களில் சொல்வார்.

எல்லா அசதிகளும் எரிச்சல்களும் தளர்ந்துவிடுவதாலும், குளுமையான சூழலில் ஒருவருக்கொருவர் அருகில் அமர்ந்து இருப்பதாலும் அந்த அடிமைக்கு முதலாளி நல்லவராகத் தோன்றும் நேரம் அது. அவர் அவனுக்கு ஒரு கோப்பைத் தேநீர் கொடுப்பார். அந்தக் கோப்பைத் தேநீருக்காக நன்றியுணர்வு மேலிட அடிமை தன் முதலாளியின் முழங்கால்களில் முத்தமிடுவான். அடிமைக்கு ஒருபோதும் சங்கிலி போடப்படவில்லை. அவனுக்குத்தான் அது தேவையில்லையே! அவ்வளவு விசுவாசமானவன்! தனக்குள் புதைத்திருந்த, பதவி பறிக்கப்பட்ட கறுப்பு அரசனை மறுத்துவிட்டான்: இப்போது அவன் மகிழ்ச்சியாக இருக்கும் அடிமை மட்டுமே.

இருந்தபோதிலும், அவனுக்கு ஒருநாள் விடுதலை கிடைக்கும். தன்னுடைய உணவுக்கோ, உடைக்கோ தகுதியில்லாத அளவுக்கு அவனுக்கு வயதாகும்போது நினைத்துப்பார்க்க முடியாத பெரிய விடுதலை அவனுக்கு அளிக்கப்படும். மூன்று நாட்கள் ஒவ்வொரு கூடாரத்துக்கும் போய் தன்னை அடிமையாக ஏற்றுக்கொள்ள வேண்டுவான்; ஒவ்வொரு நாளும், மேலும்மேலும் பலவீனமடைந்து, மூன்றாவது நாள் இறுதியில் எப்போதும் போலவே அடக்கமாக மணலில் படுத்துக்கொள்வான். அப்படியே நிர்

வாணமாக இறந்துபோனவர்களை நான் ஜூபியில் பார்த்திருக்கிறேன். இறந்துகொண்டிருக்கும் அந்த அடிமையை மூர் இனத்தவர்கள் மிக அருகில் கடந்து போவார்கள், ஆனால், எவ்வித இம்சையும் செய்யாமல். சிறுவர்கள் இந்தக் கறுப்புச் சிதைவுக்கு அருகிலேயே விளையாடிக்கொண்டிருப்பார்கள். தினமும் அதிகாலையில், அந்தச் சிதைவு இன்னும் அசைகிறதா என்று பார்க்க விளையாட்டாக ஓடிப் போவார்கள், ஆனால், அந்த முதிய அடிமையை எள்ளி நகையாடாமல். எல்லாமே இயற்கையின் நியதியில் அடங்கும். ஏதோ அவனிடம் யாரோ சொல்லிவிட்டதைப் போல இருக்கும்: ‘‘நீ நன்றாக உழைத்துவிட்டாய், தூங்குவதற்கான உரிமையைச் சம்பாதித்துவிட்டாய், போய்த் தூங்கு.’’ இன்னும் கிடந்தபடியே இருந்த அவன் அனுபவித்தது பசி; அது வெறும் தலைச் சுற்றல்தான்; அநீதியை அல்ல, அநீதி மட்டுமே வதைக்கும். சிறிதுசிறிதாக மணலோடு கலந்துவிடுவான். சூரியன் காய வைத்து, மணல் பெற்றுக்கொள்ளும். முப்பது ஆண்டுகள் கடும் உழைப்பு; பின்னர் உறக்கத்துக்கும் மண்ணுக்கும் உரிமை.

இது போன்ற அடிமை ஒருவனை நான் முதல்முறையாகப் பார்த்த போது, அவனிடமிருந்து ஒரு முனகல்கூட வெளிப்படவில்லை: ஆனால், முனகுவதற்கு அவனுக்கு எதிரில் யாருமில்லை. அவனிடம் இனம்தெரியாத ஒரு ஒப்புதலை என்னால் ஊகித்துணர முடிந்தது—மலையில் வழி தெரியாமல் காணாமல்போய், தன் சக்தியை முற்றிலுமாக இழந்து, பனிக்கட்டிகளின் மேலேயே தன் கனவுகளிலும் பனியிலும் தன்னைச் சுற்றிக்கொண்டு படுத்துக்கொண்டுவிட்ட மலைவாசியைப் போல. அவன் துன்புற்றது என்னை வருந்தச் செய்யவில்லை. அவன் துன்புற்றான் என்று எனக்குத் தோன்றவில்லை. ஆனால், ஒரு மனிதனின் சாவில் நமக்குத் தெரியாத ஒரு உலகம் செத்துக்கொண்டிருக்கிறது; அவனுக்குள்ளே என்ன மாதிரியான காட்சிகள் மறைந்துகொண்டிருந்தன என்று எனக்குத் தெரியாது. செனெகாலின் எந்தப் பண்ணைகள், தென் மொரோக்கோவின் எந்த வெண்ணிற நகரங்கள் சிறிதுசிறிதாக மறதியில் மூழ்கிக்கொண்டிருந்தன! அந்தக் கரிய உருவத்துக்குள் வெறும் சில அற்பக் கவலைகள்தான் அணைந்துகொண்டிருந்தனவா என்று எனக்குத் தெரிய வாய்ப்பில்லை: தயார்செய்ய வேண்டிய தேநீர், கிணற்றுக்கு அழைத்துச் செல்லப்பட வேண்டிய கால்நடைகள்,... இப்படி. ஒரு அடிமையின் ஆத்மாதான் அங்கு உறங்கிக்கொண்டிருந்ததா, அல்லது மேலெழும்பிவந்த நினைவுகளால் மீண்டும் உயிர்பெற்றுத் தன்னுடைய மேன்மையான நிலையில் அந்த மனிதன் இறந்துகொண்டிருந்தானா? பழைய பொக்கிஷப் பெட்டியொன்றைக் கடினமான அந்த மண்டை ஓடு எனக்கு நினைவூட்டியது. எவ்வித வண்ணப் பட்டுகள், என்ன விழாக் காட்சிகள், இங்கு உபயோகமில்லாத எவ்வளவு பழமையான பொருள்களெல்லாம் அந்த மூழ்கிய கப்பலிலிருந்து தப்பி

வந்திருந்திருக்கின்றன! அந்தப் பெட்டி அங்கே இருந்தது—பூட்டப்பட்டு, கனமாக. அவனுடைய இறுதி காலப் பெருந்தூக்கத்தில் உலகத்தின் எந்தப் பகுதி அந்த மனிதனுக்குள், இந்தப் பிரக்ஞைக்குள், சிறிதுசிறிதாக இருட்டாகவும் வேராகவும் மீண்டும் மாறப்போகிற இந்தச் சதைக்குள் சிதைந்து கொண்டிருந்தது எ ன்று எனக்குத் தெரியவில்லை.

''கால்நடைகளை நடத்திச் செல்லும் தலைவனாக நான் இருந்தேன். என்னை மொஹமத் என்றுதான் அழைப்பார்கள்.''

கறுப்பின அடிமை 'பார்க்'தான் எதிர்ப்புத் தெரிவித்த அடிமைகளில் எனக்குத் தெரிந்த முதல் ஆள். மூர் இனத்தவர்கள் அவனுடைய சுதந்திரத்தைப் பறித்து, ஒரே நாளில் அவனை அன்று பிறந்த குழந்தையைவிட நிர்வாணமாக்கிவிட்டார்கள் என்பது பெரிதல்ல. கடவுள் அனுப்பும் புயல்கள் ஒரே நாளில் மனிதனுடைய அறுவடைகளை நாசமாக்கிவிடுவது சகஜம்தான். அவனுடைய லோகாயதச் சொத்துக்களைவிட இன்னும் மிக ஆழமாக அவனுடைய அடிப்படையான மனிதத் தன்மையையே மூர் இனத்தவர்கள் உலுக்கிவிட்டிருந்தார்கள். மற்ற எவ்வளவோ அடிமைகள் ஆண்டு முழுவதும் தங்கள் சாப்பாட்டுக்காக உழைப்பதில் தங்களுக்குள்ளிருந்த சாதாரண கால்நடை மேய்ப்பவனைச் சாகவிட்டுக்கொண்டிருந்த போது, பார்க் அப்படி மசிந்துகொடுக்கவில்லை.

பார்க் தன்னுடைய அடிமை வாழ்வில் நிலைபெறவில்லை, காத்துக் கொண்டே இருக்கப் பொறுமையில்லாமல் மிக அற்பமான இன்பத்தையும் ஏற்றுக்கொண்டு அதில் நிலைபெற்றுவிடுபவர்களைப் போல. தன் முதலாளியின் தாராள குணத்திலிருந்து தன் அடிமை வாழ்வின் இன்பங்களைப் பெற அவன் விரும்பவில்லை. அந்த மொஹமத் வசித்திருந்த வீட்டை அங்கே இப்போது இல்லாத இந்த மொஹமத் தன் நெஞ்சுக்குள் பாதுகாப்பாக வைத்திருந்தான். வெறுமையாக, சோகமாக இருந்தாலும் வேறு எவரும் வசிக்க முடியாத அந்த அவனுடைய வீடு. தோட்டத்துப் பாதையோரப் புற்களிடையே, மௌனத்தின் அலுப்பு மிகுதியில், விசுவாசத்தால் இறந்துபோகும் முடி நரைத்த தோட்டக்காரக் கிழவனைப் போல இருந்தான் பார்க்.

''நான் மொஹமத் பென் லாஹூஸின்'' என்று அவன் சொல்லிக்கொள்ளவில்லை, ''என்னை மொஹமத் என்று அழைத்தார்கள்'' என்றுதான் சொன்னான். மறந்துபோய்விட்ட அந்த மனிதன் புத்துயிர் பெற்று, அந்த மறுபிறவியே அடிமைத் தோற்றத்தை விரட்டிவிடும் என்று கனவு கண்டவாறே. சில சமயங்களில், இரவின் நிசப்தத்தில், அந்தக் கனவுகளெல்லாம் ஒரு குழந்தையின் பாடலின் நிறைவோடு அவனுக்கு அளிக்கப்படும். ''நடு இரவில் அவன் மர்ராகேஷைப் பற்றிப் பேசிக்கொண்டே அழுதான்'' என்று

மூர் இனத்தைச் சேர்ந்த எங்கள் மொழிபெயர்ப்பாளர் சொல்வார். தனிமையில், பழைய நினைவுகளுக்குத் திரும்புவதிலிருந்து யாரும் தப்பிக்க முடியாது. அவனுக்குள்ளிருந்த இன்னொரு மொஹமத் முன்னறிவிப்பின்றி விழித்துக்கொண்டு, அவனுடைய அங்கங்களுக்குப் பரவி, எந்தப் பெண்ணும் ஒருபோதும் அவனை நெருங்காத இந்தப் பாலைவனத்தில், தன்னுடைய மனைவியைத் தேடுவான். நீரூற்று எதுவுமே ஒருபோதும் இல்லாத இடத்தில், ஓடும் நீரூற்றின் பாடலை பார்க் கேட்டான். காற்றின் போக்கில் இடம்பெயர்ந்துகொண்டு, தடித்த துணியாலான கூடாரங்களில் வசித்த மனிதர்களிடையே ஒவ்வொரு இரவும் அதே நட்சத்திரத்தின் கீழ் உட்கார்ந்தபடி அந்த வெண்ணிற வீட்டில் கண்களை மூடிக்கொண்டு வசித்தான். தன்னுடைய பழைய பாச உணர்வுகளுடன், ஏதோ அவற்றின் துருவங்கள் நெருங்கி வந்துவிட்டதைப் போல, எப்படியோ வினோதமாகப் பிணைக்கப்பட்டு பார்க் என்னிடம் வந்தான். தான் தயாராக இருப்பதாகவும், தன்னுடைய பாச உணர்வுகளெல்லாமும் தயாராக இருப்பதாகவும், திரும்பித் தன் வீட்டுக்குப் போய் அவற்றைப் பகிர்ந்தளித்தால் போதும் என்றும் என்னிடம் சொல்ல விரும்பினான். என்னிடமிருந்து ஒரு சைகை கிடைத்தால் போதுமாம். பார்க் சிரித்தபடியே அதை எப்படிச் செய்வது என்றும் என்னிடம் சொன்னான், உண்மையில் நான் அதைப் பற்றி யோசித்துப் பார்த்திருந்திருக்கவில்லை:

‘‘அஞ்சல் பைகள் நாளைக்குத்தானே போக வேண்டும்... அகாதிர் செல்லும் அந்த விமானத்தில் என்னை ஒளித்துவிடு.’’

‘‘பாவம், இந்த முதிய பார்க்!’’

கிளர்ச்சியாளர்களின் பிரதேசத்திலிருந்த அவன் தப்பிப்போக நாங்கள் எப்படி உதவியிருக்க முடியும்? அடுத்த நாளே அந்த மூர் இனத்தவர்கள் இந்தத் திருட்டுக்கும் அவமதிப்புக்கும் எப்படிப் பழி வாங்கியிருப்பார்கள் என்பது கடவுளுக்குத்தான் வெளிச்சம். அந்த விமான நிலைய மெக்கானிக்குகள் லோபெர்க், மார்ஷால், அப்க்ரால் இவர்களுடைய உதவியுடன் அந்த அடிமையை விலை கொடுத்து வாங்க முயன்றேன்; ஆனால் அடிமைகளை வாங்கத் தங்களைத் தேடிக்கொண்டு வரும் ஐரோப்பியர்களை மூர் இனத்தவர்கள் பார்ப்பதே அரிது. இந்த வாய்ப்பைப் பயன்படுத்திக்கொண்டார்கள்.

‘‘இருபதாயிரம் ஃபிராங்குகள் தருவீர்களா?’’

‘‘எங்களை மடையர்கள் என்று நினைத்தாயா?’’

‘‘பலமான அவனுடைய கைகளைப் பாருங்கள்...’’ இப்படியே சில மாதங்கள் கழிந்தன.

இறுதியில் அந்த மூர்கள் தங்கள் பேரத்தில் இறங்கிவந்தார்கள். கடிதம் மூலம் நான் தொடர்புகொண்டிருந்த சில பிரெஞ்சு நண்பர்களின் உதவி யுடன் முதிய பார்க்கை விலைக்கு வாங்க முடியும் என்ற நிலையில் இருந் தேன்.

அதற்கான பேச்சுவார்த்தைகளும் சாதாரணமாக இருக்கவில்லை. எட்டு நாட்கள் நீடித்தன. பதினைந்து மூர்களும் நானும் மணலில் வட்டமாக உட் கார்ந்து அதை நடத்தினோம். அடிமையின் சொந்தக்காரனுக்கு நண்பனாக இருந்த சின் உல்த் ரத்தாரி என்ற கொள்ளைக்காரன் எனக்கும் நண்பனாக இருந்தான்; ரகசியமாக எனக்கு உதவினான்:

"அவனை விற்றுவிடு, எப்படியும் நீ அவனை இழக்கப்போகிறாய்", என்றான் அவன் மற்றவனிடம், என் யோசனையின் பேரில். "அவன் உடல்நலமில்லாமல் இருக்கிறான். வெளியில் அது தெரியாவிட்டாலும், உள் ளூர அவன் நோயாளி. திடீரென்று ஒருநாள் அவன் உடல் முழுவதும் வீங்கி விடும். சீக்கிரமே இந்தப் பிரெஞ்சுக்காரர்களுக்கு அவனை விற்றுவிடு."

இந்த வியாபாரத்தை முடித்துவைக்க எனக்கு உதவினால் அதற்கு ஒரு தொகை தருவதாக இன்னொரு கொள்ளைக்காரன் ராகியிடம் நான் சொல்லியிருந்தேன். அடிமையின் முதலாளிக்கு ராகி ஆசை காட்டினான்:

"இந்தப் பணத்தைக் கொண்டு நீ ஒட்டகங்களையும், துப்பாக்கிகளை யும் குண்டுகளையும் வாங்கலாம். அதன் மூலம் நீ உன் கும்பலுடன் படை யெடுத்து, பிரெஞ்சுக்காரர்களுடன் சண்டை போடலாம். மேலும் அதாரி லிருந்து புதிதாக மூன்று அல்லது நாலு அடிமைகளைக் கொண்டுவரலாம். இந்தக் கிழவனைக் கொடுத்துஒழி."

அப்படியாக, பார்க்கை எனக்கு விற்றார்கள். நான் அவனை எங்கள் குடி லுக்குள் ஆறு நாட்கள் வைத்துப் பூட்டியிருந்தேன்; ஏனென்றால், விமானம் வருவதற்கு முன் அவன் வெளியே சுற்றிக்கொண்டிருந்தால், இந்த மூர்கள் அவனைப் பிடித்துக்கொண்டுபோய், இன்னும் தொலைவில் எங்கேயாவது விற்றிருப்பார்கள்.

ஆனால், அவனை நான் அவனுடைய அடிமை நிலையிலிருந்து விடு வித்தேன். அது ஒரு அழகான விழா. மேற்கு ஆப்பிரிக்காவில் மாராபூ என் றழைக்கப்பட்ட ஒரு முஸ்லிம் மதத் தலைவரும், அடிமையின் பழைய முதலாளியும், நீதித்துறை அலுவலர் இப்ராஹீமும் விழாவுக்கு வந்தார்கள். அந்தக் கோட்டையிலிருந்து இருபது மீட்டர் தாண்டிக் கூசாமல் அவ னுடைய தலையைச் சீவியிருக்கக்கூடிய அந்த மூன்று கொள்ளைக்காரர் களும் எனக்கு ஒரு பாடம் புகட்டுவதற்காகவே, அவனை வாஞ்சையோடு தழுவி அதிகாரபூர்வமான ஒப்பந்தத்தில் கையெழுத்திட்டார்கள்.

‘‘இப்போது நீ எங்களுடைய மகன்.’’

சட்டப்படி பார்த்தால், என்னுடைய மகனும் கூடத்தான். பார்க் எல்லா அப்பாக்களையும் தழுவிக்கொண்டான்.

கிளம்ப வேண்டிய நாள் வரும்வரை, பார்க் எங்களுடைய இருப்பிடத்தில் கனிவானதொரு சிறைவாசத்தில் இருந்தான். வரவிருந்த எளிமையான பயணத்தைக் குறித்துத் தனக்கு விளக்கமாகச் சொல்லும்படி ஒரு நாளைக்கு இருபது முறை எங்களைக் கேட்டுக்கொண்டான்: அகாதிர் என்ற இடத்தில் விமானத்திலிருந்து இறங்க வேண்டும், அந்த நிறுத்தத்தில் மர்ராகேஷ் செல்லும் பேருந்தின் பயணச்சீட்டு அவனிடம் கொடுக்கப்படும். புதிய இடத்தைக் கண்டுபிடிக்கப்போகும் ‘ஆய்வாளர் விளையாட்டை’ விளையாடும் சிறுவனைப் போல ‘சுதந்திர மனிதன் விளையாட்டை’ பார்க் விளையாடினான்: வாழ்க்கையை நோக்கி மேற்கொள்ளும் இந்தப் பயணம், பேருந்து, மக்கள் கூட்டம் , தான் பார்க்கப்போகும் ஊர்கள்...

மற்ற இரு தோழர்கள் மார்ஷால், அப்க்ரால் சார்பாகவும் தோழர் லோபெர்க் என்னைப் பார்க்க வந்தார். போய் இறங்கியவுடனேயே பார்க் பசியால் வாடக் கூடாது. அவனிடம் கொடுக்கச் சொல்லி ஆயிரம் ஃப்ராங்குகளை என்னிடம் கொடுத்தார்கள்; வேலை கிடைக்கும்வரை அது அவனுக்குப் பயன்படும்.

நற்காரியங்கள் செய்யும் சில முதிய பெண்கள் தானம் செய்வதைப் பற்றி எண்ணிப்பார்த்தேன்; இருபது ஃபிராங்குகள் கொடுத்துவிட்டு, அதற்கு நன்றி தெரிவிப்பதை எதிர்பார்ப்பார்கள். விமான மெக்கானிக்குகளான மார்ஷால், அப்க்ரால், லோபெர்க் மூவருமாக ஆயிரம் ஃப்ராங்குகள் கொடுத்தார்கள்; தானமாகக் கொடுக்கவில்லை, நன்றியை எதிர்பார்க்கவில்லை. எல்லோரும் இன்பமாக இருக்க வேண்டுமென்று கனவு காணும் அந்த முதிய பெண்களைப் போல இரக்கத்தால் உந்தப்பட்டு அதை அவர்கள் செய்யவும் இல்லை. தன்னுடைய மானிட கௌரவத்தை ஒரு மனிதன் திரும்பப் பெறுவதற்கு அவர்கள் உதவினார்கள், அவ்வளவே. திரும்பி வந்துவிட்ட மயக்க நிலை தெளிந்த பிறகு, பார்க்குக்கு எதிரில் வந்து நிற்கப்போகும் முதல் விசுவாச நண்பன் ஏழ்மையாகத்தான் இருக்குமென்பதை, என்னைப் போலவே, அவர்களும் அறிந்திருந்தார்கள்; போய்ச் சேர்ந்து மூன்று மாதங்களுக்கு உள்ளாகவே இருப்புப் பாதைத் தடங்களில் குறுக்குக் கட்டைகளைப் பெயர்த்தெடுப்பதில் உடலை வருத்திக்கொண்டிருப்பான் என்றும் அறிந்திருந்தார்கள். பாலைவனத்தில் எங்களுடன் இருந்ததைவிட இன்னும் மகிழ்ச்சிக் குறைவுடனேயே இருப்பான். இருந்தாலும் தன்னுடைய மக்கள் மத்தியில் தானாக இருப்பதற்கு அவனுக்கு உரிமை இருந்தது.

''சரி, பார்க், போய் வா. இப்போது நீ ஒரு மனிதன்.''

கிளம்பத் தயாராக இருந்த விமானம் அதிர்ந்துகொண்டிருந்தது. காப் ஜூபியின் பிரம்மாண்ட, பரந்திருந்த வெறுமையைக் கடைசியாக ஒரு முறை பார்க் குனிந்து எட்டிப் பார்த்தான். புது வாழ்வின் நுழைவாயிலில் இருக்கும் அடிமையின் முகம் எப்படி இருக்கும் என்று பார்ப்பதற்காக இரு நூறு மூர்கள் விமானத்துக்கு முன்னால் குழுமியிருந்தார்கள். விமானம் பழு தடைந்து இறங்க நேர்ந்தால், அவனை மீண்டும் பிடித்துக்கொண்டுவிடு வார்கள்.

புதிதாகப் பிறந்த எங்களுடைய ஐம்பது வயதுக் குழந்தைக்குக் கையை அசைத்து விடைகொடுத்தோம், துணிந்து அவனை இந்த உலகில் விடுவதைக் குறித்த கவலையுடனேயே.

''போய் வா, பார்க்!''

''இல்லை.''

''இல்லையா, என்ன சொல்கிறாய்?''

''நான் பார்க் இல்லை. நான் மொஹமத் பென் லாவூஸின்.''

எங்களுடைய வேண்டுகோளின்படி அகாதிர் போய்ச் சேர்ந்த பார்க்குக்கு உதவிய அராப் அப்தல்லா என்ற அராபியர் மூலமாகத்தான் எங்களுக்கு இறுதியாக ஒரு முறை பார்க்கைப் பற்றிய தகவல் கிடைத்தது.

பேருந்து மாலையில்தான் கிளம்பும் என்று இருந்ததால், பார்க்குக்கு ஒரு நாள் அவகாசம் இருந்தது. அந்தச் சிறிய ஊரில் ஒரு வார்த்தையும் பேசாமல் அவ்வளவு நேரம் மேலும் கீழுமாக அலைந்துகொண்டிருந்த அவன், ஏதோ சங்கடப்படுவதைக் கவனித்த அப்தல்லா கவலையுடன் கேட்டான்:

''என்ன பிரச்சினை?''

''ஒன்றுமில்லை.''

திடீரென்று கிடைத்த விடுமுறையில் எங்கோ வந்து அலைந்துகொண் டிருந்த பார்க், புத்துயிர் பெற்று வந்திருப்பதை தனக்குள் இன்னும் உணர வில்லை. உள்ளுக்குள் மகிழ்ச்சியை உணர்ந்தபோதிலும், நேற்றைய பார்க் குக்கும் இன்றைய பார்க்குக்கும் இடையே அந்த மகிழ்ச்சியைத் தவிர பெரிய வித்தியாசம் எதுவும் இருக்கவில்லை. இருந்தாலும், அந்தக் கணத்தி லிருந்து மற்ற மனிதர்களுடன் தானும் சூரிய ஒளியைச் சமமாகப் பகிர்ந்து கொண்டான்: அந்த அராபியக் காப்பிக் கடைப் பந்தலின் கீழ் உட்காரும் உரிமையைப் பெற்றான். அங்கே போய் உட்காரவும் செய்தான். அப்தல் லாவுக்கும் தனக்கும் தேநீர் கொண்டுவரச் சென்னான். ஒரு பிரபுவைப் போல அவன் செய்த முதல் காரியம் அதுதான்; அந்த அதிகாரத் தோரணை

அவனிடம் மாறுதலை ஏற்படுத்தியிருக்க வேண்டும். ஆனால், எவ்வித வியப்பையும் காட்டாமல், ஏதோ அதுவும் ஒரு சாதாரணச் செயல் என்பதைப் போல, அந்த சர்வர் அவனுக்குத் தேநீர் ஊற்றினான். அந்தத் தேநீரை ஊற்றியதன் மூலம் தான் ஒரு சுதந்திர மனிதனுக்குப் புகழாரம் சூட்டியதை சர்வர் உணரவில்லை.

"வேறெங்காவது போவோம்," என்றான் பார்க்.

அந்த ஊரிலிருந்து சற்று உயரத்திலிருந்த காஸ்பா குன்றின் மேல் ஏறிப் போனார்கள்.

வட ஆப்பிரிக்காவின் பெர்பெர் இனத்தைச் சேர்ந்த சில இளம் நாட்டியக்காரிகள் அவர்களை நோக்கி வந்தார்கள். அவர்களின் அவ்வளவு பணிவான மென்மையில் தான் புத்துயிர் பெறப்போவதாக பார்க் நினைத்தான்; அது தெரியாமலேயே அவர்கள்தான் அவனைப் புது வாழ்வுக்கு வரவேற்றார்கள். அவனுடைய கையைப் பிடித்துக்கொண்டு, மற்ற எல்லோருக்கும் செய்வதைப் போலவே நளினமாகத் தேநீர் தந்து உபசரித்தார்கள். தன்னுடைய மறுபிறவியைப் பற்றி விவரிக்க பார்க் விரும்பினான். அவர்கள் மென்மையாகப் புன்னகை செய்தார்கள். அவன் மகிழ்ச்சியாக இருந்ததில் அவர்களும் மகிழ்ச்சி அடைந்தார்கள். அவர்களை வியப்பில் ஆழ்த்துவதற்காக மேலும் சொன்னான்: "நான்தான் மொஹமத் பென் லாவூஸின்." அது அவர்களைச் சற்றும் வியப்பில் ஆழ்த்தவில்லை. எல்லா மனிதர்களுக்கும் ஒரு பெயர் இருக்கிறது, மேலும், மிகத் தொலைவிலிருந்து சொந்த ஊருக்கு எவ்வளவோ பேர் வருகிறார்கள்.

அப்தல்லாவுடன் நகரத்துக்கு பார்க் திரும்பவும் வந்தான். யூதர்களின் கடைகளுக்கு முன்னால் அலைந்தான், கடல் இருந்த திசையில் பார்த்தான், எந்தத் திசையையும் நோக்கித் தன் இஷ்டப்படி தன்னால் நடந்து போக முடியும் என்றும், தான் சுதந்திரமாக இருந்ததாகவும் நினைத்தான்... ஆனால் இந்தச் சுதந்திரம் அவனுக்குக் கசப்பாக இருந்தது: இந்த உலகத்துடன் தனக்கு எந்த அளவுக்குத் தொடர்பு இல்லாமல் இருந்தது என்பதை அவனுக்கு அது தெளிவாக்கியது.

அப்போது தன்னைக் கடந்து சென்ற ஒரு குழந்தையின் கன்னத்தை பார்க் செல்லமாக வருடினான். குழந்தை சிரித்தது. அவன் புகழ்ந்து பாராட்டியது தன் எஜமானின் குழந்தையை அல்ல. கன்னத்தை வருடித் தன் அன்பை அவன் வெளிப்படுத்தியது ஒரு நோஞ்சான் குழந்தையிடம். குழந்தை புன்னகை செய்தான். இந்தக் குழந்தை பார்க்கை விழிப்படையச் செய்தது, தன்னை நோக்கிப் புன்முறுவல் செய்த இந்த நோஞ்சான் சிறுவனால் தனக்கு இந்தப் பூமியில் சற்றுக் கூடுதலான முக்கியத்துவம் அளிக்கப்பட்டுவிட்டதாக அவன் உணர்ந்தான். இனி வரப்போகும் ஏதோ

ஒன்றை முன்கூட்டியே உணரத் தொடங்கிய அவன் கால்களை எட்டிப் போட்டு நடந்தான்.

''எதைத் தேடுகிறாய்?'' என்று கேட்டான் அப்தல்லா.

''ஒன்றுமில்லை,'' பதிலளித்தான் பார்க்.

ஆனால் தெருவின் திருப்பத்தில் விளையாடிக்கொண்டிருந்த சில சிறுவர்கள் குறுக்கிட்டபோது அவன் நின்றான். ஆமாம், இங்கேதான். மௌனமாக அவர்களைப் பார்த்தான். பிறகு, அங்கிருந்து யூதர்கள் கடைகளை நோக்கிப் போன அவன், கைகள் நிறையப் பரிசுகளை எடுத்துவந்தான். அப்தல்லாவுக்குக் கோபம் வந்தது:

''மடையா, கையில் கொஞ்சம் பணம் வைத்துக்கொள்.''

ஆனால், பார்க் எதையும் கேட்கவில்லை. முனைப்புடன், ஒவ்வொருவரையும் பார்த்துச் சைகை செய்தான். அவன் கொடுத்த விளையாட்டுச் சாமான்கள், வளையங்கள், தங்க நூல் வேலைப்பாட்டுடன் இருந்த காலணிகள் இவற்றை நோக்கி அந்தப் பிஞ்சுக் கைகள் நீண்டன. தன்னுடைய பொக்கிஷத்தைப் பெற்றுக்கொண்ட ஒவ்வொரு குழந்தையும் ஒரு காட்டுவாசியைப் போல ஓடியது.

அகாதிர் ஊரிலிருந்த மற்ற குழந்தைகளும் இந்தச் செய்தியைக் கேட்டு அவனை நோக்கி ஓடினார்கள்: தங்க நூல் வேலைப்பாடுடன் இருந்த காலணிகளை பார்க் அவர்களுடைய கால்களில் அணிவித்தான். அகாதிரின் சுற்றுப்புறங்களிலிருந்த மற்ற குழந்தைகளும், தங்கள் பங்குக்கு இந்த வதந்தியைக் கேள்விப்பட்டு, இந்தக் கரிய கடவுளை நோக்கி ஓடி, அவனுடைய பழைய அடிமை ஆடைகளைப் பிடித்திழுத்து தங்களுடைய பங்கைக் கேட்டார்கள். பார்க் தன்னைத் தானே அழித்துக்கொண்டிருந்தான்.

அவனுக்கு 'மகிழ்ச்சியால் பைத்தியம்' பிடித்துவிட்டது என்று அப்தல்லா நினைத்தான். ஆனால், அளவுக்கு அதிகமாக இருந்த மகிழ்ச்சியை அவன் பகிர்ந்துகொண்ட செயல் அல்ல அது என்றே நான் நினைத்தேன்.

அவன் சுதந்திரமாக இருந்ததால், அத்தியாவசியமான சொத்துகள் அவனுக்கு இருந்தன: மற்றவர்களின் அன்புக்குப் பாத்திரமாவது, வடக்கேயோ தெற்கேயோ பார்த்துப் போவது, தான் உழைத்துத் தன்னுடைய சாப்பாட்டைச் சம்பாதிப்பது இவற்றுக்கான உரிமை இருந்தது. இந்தப் பணம் இருந்து என்ன பயன்?... தீராப் பசியை ஒருவன் உணர்வதைப் போல, மனிதர்களிடையே ஒரு மனிதனாக, மற்ற மனிதர்களுடன் தொடர்பு உடையவனாக இருப்பதன் தேவையை அவன் உணர்ந்தான். முதிய பார்க்கிடம் அந்த நாட்டியக்காரிகள் அன்பாகவே இருந்தார்கள், ஆனால், அவர்களிடம் போனதைப் போலவே மிக எளிதாக அவர்களிடமிருந்து விடைபெற்றான்;

அவர்களுக்கு இவன் தேவைப்படவில்லை. அந்த அராபியத் தேநீர் கடை சர்வர், தெருவில் போய்க்கொண்டிருந்தவர்கள் எல்லோருமே அவனுடைய சுதந்திரத்துக்கு மரியாதை கொடுத்தார்கள், சூரிய ஒளியை அவனுடன் சம மாகவே பகிர்ந்துகொண்டார்கள். ஆனால், யாருக்குமே அவன் தேவைப் படுவதாக அவர்கள் காட்டிக்கொள்ளவே இல்லை. அவன் சுதந்திரமாகத் தான் இருந்தான், ஆனாலும், முடிவில்லாத ஒருவிதத்தில், இந்தப் பூமிக் குத் தான் ஒரு சுமையாக இல்லை என்பதை உணரும் விதத்தில். தன் னுடைய செயல்களைப் பாதிக்கும் மனித உறவுகள், கண்ணீர்த் துளிகள், வழியனுப்புதல்கள், கண்டனங்கள், மகிழ்ச்சிகள், உடலின் ஒரு அசைவுடன் ஒருவன் ஆசையாகத் தடவிக்கொடுக்கும் அல்லது கிழித்துப்போடும் பொருள்கள்—இன்னும் இவை போன்ற ஆயிரக்கணக்கான தொடர்புகள், மற்றவர்களோடு அவனைப் பிணைத்து, அவனுடைய சுமையை அதிகரிக் கும் தொடர்புகள் அவனுக்கு இனி இருக்கவில்லை. ஆனாலும், பார்க்கின் மேல் சுமையாக இருந்தவை ஆயிரக்கணக்கான எதிர்பார்ப்புகள்.

அகாதிர் நகரத்தில் அந்தி சாயும் நேரத்தின் அருமையிலும், நிம்மதியாக இளைப்பாற அவன் எதிர்நோக்கியிருந்த ஒரே ஒரு மென்மையான உணர் வான இந்தக் குளுமைல் தன்னுடைய ஆட்சியைத் தொடங்கினான். கிளம்ப வேண்டிய நேரம் நெருங்கியவுடன், முன்பொரு காலம் தன் ஆட் டுக்குட்டிகளிடையே இருந்ததைப் போல இப்போது அலைமோதும் குழந்தைகளின் கூட்டத்தினிடையே மூழ்கித் திளைத்து, தன் பாதையைத் தொடர்ந்தான். நாளை தன் சுற்றத்தினரின் ஏழ்மைக்கு நடுவே, தன்னு டைய முதிய கைகளால் உணவளிக்க முடியாத அளவுக்கு அதிகமாக இருந் தவர்களுக்குப் பொறுப்பாளியாக அவர்களுடைய உலகத்தில் நுழைவான்; அந்தச் சுமையை ஏற்கனவே இப்போது உணர்ந்தான். மானிட வாழ்க் கையைத் தானும் வாழ முடியாத அளவுக்கு மிகவும் லேசாக இருக்கும் தேவதூதன், தன் சுமையை அதிகரிப்பதற்காக இடுப்புப் பட்டையில் ஈயத் தைக் கட்டிக்கொண்டு ஏமாற்றுவதைப் போல, தங்க நூல் தைத்த காலணி களைக் கேட்டுக்கொண்டிருந்த ஆயிரக்கணக்கான குழந்தைகள் அவனைத் தரை நோக்கி இழுக்க, அவனும் மிகவும் சிரமப்பட்டு அடியெடுத்து வைத்து நடந்தான்.

VII

பாலைவனம் என்பது இதுதான்; விளையாட்டு விதிகளைப் பற்றி மட்டு மேயான ஒரு குர்ஆன்; அது பாலைவனத்தின் மணலைப் பேரரசாக மாற்று கிறது. பார்ப்பதற்கு வெறுமையாகத் தோன்றும் சஹாராவின் ஆழங்களில் மனிதர்களின் தீவிர ஆர்வங்களைக் கிளறும் நாடகம் ஒன்று நடக்கிறது. ஆதிஇனங்கள் பசுமையைத் தேடிக் கூட்டமாக இடம்பெயர்வதில் இல்லை

அந்தப் பாலைவனத்தின் உண்மையான வாழ்க்கை; மாறாக, அங்கே இன்னமும் நடத்தப்பட்டுக்கொண்டிருக்கும் மனிதகுல விளையாட்டில் தான் அது இருக்கிறது. அங்கே, ஆக்கிரமிக்கப்பட்டிருக்கும் மணற்பரப்பு களுக்கும் மற்றவற்றுக்கும் இடையே எவ்வளவு வேறுபாடுகள்! எல்லா மனிதர்களுக்குமே அது அப்படித்தானே? உருமாற்றப்பட்டுவிட்டிருக்கும் இந்தப் பாலைவனத்தைப் பார்க்கும்போது என்னுடைய குழந்தைப் பருவ விளையாட்டு ஒன்று எனக்கு ஞாபகம் வருகிறது: ஒருபோதும் எங்க ளுக்கு முற்றிலும் தெரிந்திருக்காத, நாங்கள் ஒருபோதும் தேடி ஆராய்ந் திருக்காத ஒரு சதுர கிலோமீட்டர் பரப்புக்குள் எல்லையற்ற ராஜ்ஜியங் களை நிறுவி, பல தெய்வங்களால் நாங்கள் நிரப்பிவிட்டிருந்த அந்த இருண்ட, தங்க முலாம் பூசியதைப் போன்ற பூங்கா ஞாபகம் வந்தது. நாங்கள் தனித்தன்மை வாய்ந்த நாகரிகம் ஒன்றை உருவாக்கினோம்; வேறெங்கேயும் சாத்தியமில்லாத வகையில், அங்கே எங்களுடைய காலடி களுக்கு ஒரு தனிச் சுவையும், ஒவ்வொரு பொருளுக்கும் ஒரு தனி அர்த்தமும் இருந்தது. இப்போது பெரிய மனிதர்களாகி, வேறு சட்ட விதிகளுக்குட்பட்டு வாழ்ந்துகொண்டிருக்கும்போது, மாயமாய் உறைந்து போய், தகதகத்துக்கொண்டிருந்த குழந்தைப் பருவ காலத்து நிழல்கள் நிறைந்த பூங்காவுக்குத் திரும்பிவந்து, அதைச் சுற்றியிருக்கும் சாம்பல் நிறக் கற்களாலான மதிற்சுவருக்கு அப்பாலிருந்து இப்போது பரிதவிப் புடன் பார்க்கும் அந்தப் பூங்காவில் என்னதான் மிஞ்சியிருக்கிறது? இந்தக் குறுகிய மதிற்சுவர் சதுரத்துக்குப் பின்னால் எங்களைப் பொறுத்த வரை எல்லையற்று இருந்த ஒரு ராஜ்ஜியத்தை மீண்டும் பார்த்து ஆச்சரியப் பட்டு, இந்த எல்லையற்ற ராஜ்ஜியத்துக்குள் நாங்கள் இனி ஒருபோதும் நுழைய முடியாது என்பதைப் புரிந்துகொண்டு, இப்போது நாங்கள் நுழைய வேண்டியது பூங்காவுக்குள் அல்ல, இந்த விளையாட்டுக்குள்தான் என்ப தையும் புரிந்துகொண்டோம்.

கிளர்ச்சியாளர்களின் பிரதேசம் இனிமேலும் இங்கே இல்லை. காப் ஜூபி, சிஸ்நெரோஸ், புவர்டோ கேன்சாடோ, சாகெ-எல்-ஹம்ரா, டோரா, ஸ்மாரா: இவை எதுவுமே இனிமேல் புதிரானவை அல்ல. கைகளில் அகப் பட்டவுடனேயே அந்தக் கதகதப்பில் தங்களுடைய வண்ணத்தை இழந்து விடும் பூச்சிகளைப் போல, எங்களுடைய பயணங்களின் தொடுவானங்கள் ஒன்றன்பின் ஒன்றாக மறைந்துவிட்டன. அந்தத் தொடுவானங்களைத் தேடிச் சென்ற யாருமே ஒரு மாயையின் விளையாட்டுப் பொம்மையாக இருக்கவில்லை. எங்களுடைய தேடல்களில் நாங்கள் ஏமாந்துபோகவில்லை. 'ஆயிரத்து ஒரு இரவுகள்' கதையில் வரும் சுல்தான்கூட, சூட்சமமான எதையோ தேடிக்கொண்டிருந்த அந்த சுல்தான்கூட ஏமாறவில்லை—அவ னிடம் சிறைபட்ட அழகிய பெண்கள் தொட்ட மாத்திரத்திலேயே தங்க ளுடைய இறக்கைகளின் தங்கத்தை இழந்து, விடியும் வேளையில் ஒருவர்

பின் ஒருவராக இறந்துவிட்ட போதிலும். மணலின் மாயம் எங்களுக்கு ஊட்டம் அளிக்கிறது; மற்றவர்கள் ஒருவேளை அதே மணலில் எண்ணெய்க் கிணறுகளைத் தோண்டி, அந்த வியாபாரத்தின் மூலம் பணக்காரர்களாக ஆகிவிடுவார்கள். ஆனால் அவர்கள் வரும்போது ஏற்கனவே காலம் தாழ்ந்துவிட்டிருக்கும். ஏனென்றால், தடை செய்யப்பட்டிருந்த அந்த ஈச்சந் தோப்புகளும், கன்னிமை மாறாத கிளிஞ்சல் தூள்களும் தங்களுடைய மிக அரிய பொக்கிஷத்தை எங்களுக்கு அளித்திருந்தன: ஆனந்தத்தின் உச் சத்தை ஒரு மணி நேரத்துக்கு மட்டும் அவை அளித்தன, அதை வாழ்ந்து அனுபவித்தது நாங்கள்தான்.

பாலைவனமா? என் இதயத்தின் வாயிலாக அதை உணர்ந்து அறிய எனக்கு ஒரு வாய்ப்புக் கிட்டியது. 1935இல் இந்தோ-சீனாவை நோக்கிப் பறக்கும்போது, எகிப்து நாட்டில் லிபியாவின் எல்லைக்கு அருகில் நான் இருக்க நேர்ந்தது. பசையில் ஒட்டிக்கொண்டதைப் போல மணலில் மாட்டிக்கொண்டுவிட்டிருந்தேன். அந்த மணலே என்னைக் கொன்றுவிடும் என்றும் நினைத்தேன். இதோ அந்தக் கதை.

7
பாலைவனத்தின் நடுவே

I

மத்தியதரைக் கடலை நெருங்கியபோது, தாழ்வாகப் போய்க்கொண்டிருந்த மேகங்களை எதிர்கொண்டேன். இறங்கி இருபது மீட்டர் உயரத்தில் பறந்துகொண்டிருந்தேன். விமானத்தின் முன்புறக் கண்ணாடிமேல் மழை அடித்துக்கொண்டிருக்க, கடல் புகைப்பதைப் போலத் தோன்றியது. அதனூடே ஏதாவது தெரிகிறதா என்று பார்த்து, கப்பலின் கொடிக் கம்பம் எதன் மீதாவது மோதாமல் இருக்கப் பெரும் முயற்சியை மேற்கொள்கிறேன்.

என்னுடைய மெக்கானிக் ஆந்த்ரே ப்ரெவொ எனக்காக சிகரெட் ஒன்றைப் பற்றவைத்துக் கொடுக்கிறார்.

"காப்பி..."

அவர் விமானத்தின் பின்பகுதிக்குப் போய் ஒரு தெர்மோஸ் குடுவையுடன் வருகிறார். நான் காப்பி குடிக்கிறேன். அவ்வப்போது வேகத்தைக் கூட்டும் கைப்பிடியை முடுக்கி, விநாடிக்கு 2100 சுற்றுகள் தொடர்ந்து இருக்கும்படி செய்கிறேன். விமானக் கட்டுப்பாட்டு மானிகளின் முட்களின் மேல் பார்வையை வீசுகிறேன். என்னுடைய பிரஜைகள் கட்டுப்பாட்டுக்கு உட்பட்டவர்கள், ஒவ்வொரு முள்ளும் அதற்குரிய இடத்தில் இருக்கிறது. கடலின் மேல் பார்வையை வீசுகிறேன்; பெரிய சூடான கொப்பரையைப் போல, அப்போது பெய்துகொண்டிருந்த மழையில் கடலிலிருந்து நீராவி கிளம்பிக்கொண்டிருக்கிறது. நான் ஓட்டிச்சென்றது கடல் விமானமாக இருந்தால், கடல் இந்த அளவுக்கு 'ஏந்தலாக' இருப்பது வருத்தமாக இருக்கும், ஆனால் நான் இருந்ததோ சாதாரண விமானம். ஏந்தலாக இருக்கிறதோ இல்லையோ, அங்கே இறங்க முடியாது. அபத்தமான ஒரு பாதுகாப்பு உணர்வை இது எனக்களிக்கிறது, ஏனென்று தெரியவில்லை. கடல் என்பது எனக்குச் சம்பந்தமில்லாத உலகம். இங்கே விமானம் பழுதடைந்து விட்டால் என்னால் எதுவும் செய்ய முடியாது, அது என்னை அச்சுறுத்தவும் இல்லை: கடலை எதிர்கொள்ள நான் தயாராக இருக்கவில்லை, அவ்வளவே.

ஒன்றரை மணி நேரம் பறந்துகொண்டே இருந்த பிறகு மழை ஓய்கிறது. மேகங்கள் இன்னமும் தாழ்வாகவே இருக்கின்றன. ஆனால், ஏற்கனவே, பெரிய புன்முறுவலைப் போல ஒளிக்கீற்று ஒன்று அவற்றுக்குக் குறுக்கே போகிறது. தெளிவான வானம் மெதுவாகத் தயாராகிக்கொண்டிருப்பது எனக்குப் பிடித்திருக்கிறது. என் தலையின் மேல் லேசாகப் பஞ்சுபோல ஏதோ இருப்பதை ஊகிக்கிறேன். மழையைத் தவிர்க்க விமானத்தைத் திசை திருப்புகிறேன்: இனிமேலும் அதனூடே போக வேண்டிய அவசியம் இல்லை. இதோ, மேகங்களிடையே முதல் கிழிசல்...

கண்களால் பார்ப்பதற்கு முன்பே நான் அதை எதிர்பார்த்திருந்தேன், ஏனென்றால், எனக்கு முன்னால் கடலின் மேல், புல்வெளியின் பசுமை நிறத்தில் ஒரு நீண்ட கோடு தென்பட்டது; செனெகாலிலிருந்து புறப்பட்டு மூவாயிரம் கிலோமீட்டர்வரை மணற்பரப்பின் மேல் பறந்த பிறகு, நெஞ் சைக் கிள்ளும்படி இருந்த தென் மொரோக்கோ பார்லி வயல்களைப் போன்ற, ஆழ்ந்த பிரகாசமான ஒருவிதப் பச்சை நிறப் பாலைவனச் சோலை காட்சியளித்தது. மனிதர்கள் வசிக்க உகந்த பிரதேசத்தை அடையப்போவ தாக உணர்ந்து, லேசான புல்லரிப்பை அடைந்தேன். ப்ரெவொவின் பக்கம் திரும்பினேன்:

‘‘அவ்வளவுதான், இனிமேல் கவலை இல்லை.’’

‘‘ஆமாம், கவலை இல்லை.’’

துனிஸ். விமானத்தில் எரிபொருள் நிரப்பப்படும்போது அலுவலகப் படி வங்களைப் பூர்த்திசெய்தேன். ஆனால் அலுவலகத்திலிருந்து வெளியே வந்த சமயத்தில், திடீரென்று ஒருவர் நீரில் குதித்ததைப் போன்ற பெரிய சத்தம் ஒன்று கேட்கிறது. எதிரொலியே இல்லாத, ஊமைச் சத்தத்தைப் போன்ற ஒரு சத்தம். அந்தக் கணமே இதே மாதிரியான சத்தத்தை ஏற்கனவே கேட் டிருந்த நினைவு எனக்கு வருகிறது: வாகனம் பழுதுபார்க்கும் பட்டறையில் ஏற்பட்ட வெடிகுண்டுச் சத்தம். இந்தக் கரகரக்கும் இருமலில் இரண்டு மனிதர்கள் இறந்துவிட்டிருக்கிறார்கள். பாதைக்கு இணையாகப் போன சாலையை நோக்கித் திரும்புகிறேன். இரண்டு அதிவேக மோட்டார் கார்கள் மோதிக்கொண்டு, பனியில் உறைந்துவிட்டதைப் போல அசை வற்று இருக்க, புழுதிப் படலம் கிளம்புகிறது. அவற்றை நோக்கிச் சிலர் ஓடுகிறார்கள்; வேறு சிலர் எங்களை நோக்கி ஓடிவருகிறார்கள்:

‘‘தொலைபேசி... மருத்துவர்... தலை...’’

என் நெஞ்சில் ஓர் இறுக்கம். சாந்தமான மாலை வெளிச்சத்தில் விதி வெற்றிகரமாக வென்றுவிட்டது. சிதைக்கப்பட்ட ஒரு அழகு, ஒரு அறிவு அல்லது ஒரு உயிர்... கொள்ளைக்காரர்கள் பாலைவனத்தில் இப்படித்தான்

போனார்கள், மணலில் மெதுவாகப் படிந்த அவர்களுடைய காலடிகள் யாருக்கும் கேட்கவில்லை. எங்களுடைய கூடாரங்களிடையே கொள்ளைக் காரர்களின் படையெடுப்புச் சத்தம் இப்படித்தான் குறுகிய ஒன்றாக இருந் தது. பிறகு எல்லாமே தங்க முலாம் பூசிய மௌனத்துக்குத் திரும்பியது. இப்போதும் அதே அமைதி, அதே நிசப்தம்... எனக்கு அருகில் யாரோ ஒரு வர் மண்டையோட்டு எலும்பு முறிவைப் பற்றிச் சொல்லிக்கொண்டிருக் கிறார். உயிரற்ற, ரத்தம் சொட்டும் நெற்றியைப் பற்றித் தெரிந்துகொள்ள எனக்கு விருப்பமில்லை; சாலைக்கு முதுகைக் காட்டியபடி திரும்பி விமா னத்தில் ஏறுகிறேன். ஆனால், என் நெஞ்சில் ஒரு அச்சுறுத்தல் பதிந்துவிட் டிருக்கிறது. அந்தச் சத்தத்தை இன்னும் சிறிது நேரத்தில் நானும் அறிந்து கொள்ளப்போகிறேன். என்னுடைய கரிய பீடபூமியை மணிக்கு இருநூற்றி எழுபது கிலோமீட்டர் வேகத்தில் சுரண்டிச் செல்லும்போது, இதே கர கரப்பு இருமலைக் கேட்கப்போகிறேன்: நாங்கள் சேருமிடத்தில் எங்களைச் சந்திக்கக் காத்திருக்கும் விதியின் இதே உறுமலை.

பென்காஸிக்குப் புறப்படுகிறோம்.

II

பயணத்தைத் தொடர்கிறோம். இன்னும் இரண்டு மணி நேரம்வரை பகல் பொழுது இருக்கிறது. திரிபோலிடானியா அருகே வரும்போது ஏற்கனவே என் கறுப்புக் கண்ணாடியை கழட்டிவிட்டிருந்தேன். மணல் தங்கமாக ஜொலிக்கிறது. கடவுளே, இந்தக் கிரகம் எவ்வளவு பாலையாக இருக்கிறது! நதிகள், காடுகள், மனிதர்களின் குடியிருப்புகள் இவையெல்லாம் அதிர்ஷ்ட வாய்ப்புகளின் சங்கமமாகவே மீண்டும் ஒருமுறை எனக்குத் தோன்றுகிறது. பாறை, மணல் இவற்றின் பங்கு எவ்வளவு பெரிதாக இருக்கிறது!

ஆனாலும், இவையெல்லாம் எனக்கு அந்நியமானவை, நான் வானத் தின் ராஜ்ஜியத்தில் வசிப்பவன். இரவு நெருங்கிக்கொண்டிருப்பதை உணர் கிறேன்; ஒரு ஆலயத்துக்குள் இருப்பதைப் போல அதனுள் நான் அடைந்து கொள்வேன். எந்த உதவியும் கிடைக்காத தியானத்தில், ஆதாரச் சடங்கு களின் ரகசியங்களுக்குள் அடைந்துகொள்வேன். ஏற்கனவே மங்கிக் கொண்டே வரும் இந்த மாசுற்ற உலகம் முற்றிலுமாக மறைந்துவிடப் போகிறது. பொன்னிறப் பிரகாசத்தில் இன்னும் ஒளிர்ந்துகொண்டிருந்த இயற்கைக் காட்சியிலிருந்து ஏற்கனவே ஏதோ ஆவியாகிக்கொண்டிருக் கிறது. இந்தக் கணப் பொழுதுக்கு நிகராக எதுவுமே, சுத்தமாக எதுவுமே, எனக்குத் தெரியவில்லை. பறப்பதில் கிடைக்கும், வார்த்தைகளால் வர் ணிக்கப்பட முடியாத, அந்த ஆசையை அனுபவித்திருப்பவர்கள்தான் நான் சொல்வதை நன்றாகப் புரிந்துகொள்வார்கள்.

சூரிய ஒளியைக் கொஞ்சம்கொஞ்சமாக நான் துறக்கிறேன். விமானம் பழுதடைந்து கீழே இறங்கியிருந்தால் என்னை வரவேற்றிருக்கும் தங்க மயமான பரந்த வெளிகளைத் துறக்கிறேன்... எனக்கு வழி காட்டியிருக்கும் அடையாளக் குறிகளைத் துறக்கிறேன். வானத்தைப் பின்னணியாகக் கொண்டு, ஆபத்திலிருந்து என்னைக் காப்பாற்றியிருக்கக்கூடிய மலைத் தொடரின் பக்கவாட்டுத் தோற்றத்தைத் துறக்கிறேன்... இரவுக்குள் நுழை கிறேன். விமானத்தை ஓட்டுகிறேன். இனி எனக்கு இருப்பவை நட்சத்திரங் கள் மட்டுமே.

உலகத்தின் இந்த மரணம் நிதானமாக நிகழ்கிறது. கொஞ்சம்கொஞ்ச மாக, எனக்கு வெளிச்சமும் இல்லாமல் போகிறது. கொஞ்சம்கொஞ்சமாக பூமிக்கும் வானத்துக்கும் வித்தியாசம் தெரியாமல் போகிறது. பூமி மேலெ ழும்பி வந்து, ஒரு ஆவியைப் போலப் பரவுவதாகத் தோன்றுகிறது. முத லில் தோன்றும் நட்சத்திரங்கள், பச்சை நிற நீரில் ஒளிர்வதைப் போல நடுங்கிக்கொண்டிருக்கின்றன. அவை உறுதியான வைரக் கற்களாக மாறு வதற்கு இன்னும் நிறைய நேரம் காத்திருக்க வேண்டும். பறக்கும் எரிகல் களின் ஓசையற்ற விளையாட்டுகளைப் பார்ப்பதற்கு இன்னும் அதிக நேரம் காத்திருக்க வேண்டும். இரவுகளின் ஆழத்தில் சில சமயம், நட்சத்திரங்க ளிடையே ஒரு பெருங்காற்று வீசிக்கொண்டிருந்ததைப் போல ஏகப்பட்ட பறக்கும் தீப்பொறிகளையும்கூடப் பார்த்திருக்கிறேன்.

ப்ரெவொ நிரந்தர விளக்குகளையும் நெருக்கடி நிலை விளக்குகளையும் சரிபார்த்துக்கொண்டிருக்கிறார். சிவப்புக் காகிதங்களைக் கொண்டு பல்பை மூடி மறைக்கிறோம்.

‘‘இன்னும் ஒரு சுற்று...’’

மேலும் ஒரு சுற்றைச் சுற்றி முடித்து, ஒரு பொத்தானை அமுக்குகிறார். வெளிச்சம் இன்னும் அதிகப் பிரகாசத்துடன் இருக்கிறது. ஒரு புகைப்படக் காரரின் அறையைப் போல, வெளி உலகத்தின் வெளிறிய தோற்றத்தை அது மறைத்துவிடும். சில சமயங்களில், இரவு எல்லாவற்றுக்கும் அளிக்கும் லேசான ஒரு சதைப் பற்றை அது அழித்துவிடும். இன்று அந்த இரவு வந்துவிட்டது. ஆனால், அது இன்னும் முழுமையான இரவாக இல்லை. ஏனென்றால், ஒரு பிறை நிலவும் உயிர்பிழைத்திருக்கிறது. ப்ரெவொ விமா னத்தின் பின்புறம்வரை போய், சான்ட்விச் எடுத்துவருகிறார். நான் ஒரு திராட்சைக் கொத்தை எடுத்துக் கொறிக்கிறேன். எனக்குப் பசிக்கவில்லை. பசியோ தாகமோ இல்லை. எவ்வித அசதியையும்கூட நான் உணரவில்லை. இதேபோல தொடர்ந்து பத்து ஆண்டுகள் விமானம் ஓட்டிச்செல்ல முடியும் போலத் தோன்றுகிறது.

நிலவு செத்துவிடுகிறது.

கும்மிருட்டில் பென்காஸியை நெருங்குகிறோம். இருண்ட குழியின் ஆழத்தில் பென்காஸி இருப்பதால் அதன் மேலே எவ்வித ஒளிவட்டமும் தெரியவில்லை. நகரத்துக்கு வந்து சேர்ந்தவுடன்தான் அதைப் பார்க்க முடிந்தது. ஒரு பாதையைத் தேடினேன். இதோ அந்த வழிகாட்டிச் சிவப்பு விளக்குகள் எரிகின்றன. இருட்டில் விளக்குகள் ஒரு செவ்வகத்தை வெட்டிக் காட்டுகின்றன. விமானத்தைத் திருப்புகிறேன். வானை நோக்கி வீசப்பட்ட ஒரு ஒளிக்கற்றை, தீயணைப்புப் படையின் குழாயைப் போல மேல்நோக்கிப் பாய்ந்து, சுழன்று, தரையில் தங்கமயமான பாதையைச் சுட்டிக்காட்டுகிறது. அங்கிருக்கும் தடைகளை நன்றாகக் கவனிப்பதற்காக நான் விமானத்தை இன்னும் சற்றுத் திருப்புகிறேன். இந்த ஓடுபாதையில் இரவில் இறங்குவதற்கான சாதனங்கள் பிரமாதமாக இருக்கின்றன. நான் வேகத்தைக் குறைத்து, கறுப்பு நீரில் குதிப்பவனைப் போல இறங்கத் தொடங்குகிறேன்.

விமானம் இறங்கும்போது அந்த ஊரில் நேரம் இரவு பதினொன்று. வழிகாட்டி விளக்கை நோக்கி விமானத்தைச் செலுத்துகிறேன். உலகிலேயே உபசரிப்பில் சிறந்தவர்களான அதிகாரிகளும் சிப்பாய்களும் சுழலும் ஒளி வெள்ளத்தின் நிழலிலும், பிரகாசத்திலும் மாறிமாறித் தோன்றி மறைந்தபடி இருக்கிறார்கள். பயண ஆவணங்களை என்னிடமிருந்து வாங்கிக் கொண்டு, விமானத்துக்கு பெட்ரோல் நிரப்பத் தொடங்குகிறார்கள். இருபது நிமிடங்களில் எனக்குத் தேவையானவையெல்லாம் செய்யப்பட்டு விடும்.

''கிளம்பியதும் திரும்பி, எங்கள் தலைக்கு மேலே பறந்து செல்லுங்கள்; அப்போதுதான் நீங்கள் சரியாக மேலெழுந்துவிட்டீர்கள் என்று எங்களுக்குத் தெரியும்.''

கிளம்புகிறோம்.

இந்தத் தங்கமயமான பாதையில், வானில் கிளம்புவதற்குத் தடையில்லாத திறப்பை நோக்கி விமானத்தை ஓட்டிச் செல்கிறேன். ஓடுபாதையின் நீளம் முடிவதற்கு முன்பாகவே என்னுடைய 'சிமூன்' ரக விமானம் தன் எடை முழுவதையும் நன்றாகத் தூக்கியபடி மேலெழுகிறது. கீழிருந்து பாயும் ஒளிக்கற்றை என்னைத் தொடர்வதால் திரும்புவது எனக்குச் சிரமமாக இருக்கிறது. எனக்குக் கண் கூசுகிறது என்பதை உணர்ந்த அவர்கள், ஒளியை என்னிடமிருந்து வேறு திசைக்கு விலக்குகிறார்கள். அவர்களுடைய தலையின் மேல் பறப்பதற்காகச் செங்குத்தாகத் திரும்பும்போது, முகத்தின் மேல் மீண்டும் ஒளிக்கற்றை பாய்ந்தாலும் என்மேல் பட்டவுடனேயே எனக்குப் பின்னால் தொடர்ந்து, பின்னர் தன்னுடைய நீண்ட தங்கமயமான ஒளிக்குழலை வேறு திசையில் திருப்புகிறது. இந்தச் செயல்

களுக்குப் பின்னால் அளவு கடந்த அக்கறை என்னைப் பற்றி அவர்களுக்கு இருந்ததை உணர்கிறேன். இப்போது பாலைவனத்தை நோக்கி ஓடித்துத் திரும்புகிறேன்.

பாரிஸ், துனிசியா, பென்காஸியின் எல்லா வானிலை மையங்களும் மணிக்கு முப்பது முதல் நாற்பது கிலோமீட்டர் வேகத்தில் எனக்குப் பின்னாலிருந்து காற்று வீசும் என்று அறிவித்திருக்கின்றன. மணிக்கு முந்நூறு கிலோமீட்டர் வேகத்தில் நான் பறக்க முடியும் என்று நினைக்கிறேன். அலெக்ஸான்டிரியாவுக்கும் கெய்ரோவுக்கு இடையே வலது பக்கப் பகுதியின் நடுவில் என்னுடைய பாதையை அமைத்துக்கொள்கிறேன். அப்படிச் செய்தால் கடற்கரையோரம் தடைசெய்யப்பட்ட பகுதிகளைத் தவிர்க்க முடியும். என்னையறியாமலேயே பக்கவாட்டு இழுப்பு எதுவும் இருந்தாலும்கூட எனக்கு வலப்புறமோ அல்லது இடப்புறமோ இருக்கும் நகரங்களில் ஏதாவதொன்றின் விளக்குகளையோ அல்லது பொதுவாக நைல் நதிப் பள்ளத்தாக்கின் வெளிச்சத்தையோ நான் பின்பற்ற முடியும். காற்றில் மாற்றங்கள் எதுவுமில்லாவிட்டால், மூன்று மணி இருபது நிமிடங்கள் பறப்பேன். காற்று சற்று ஓய்ந்துவிட்டால், மூன்று மணி நாற்பத்தைந்து நிமிடங்கள். ஆயிரத்து ஐம்பது கிலோமீட்டர் பாலைவனத்தைக் கடக்கத் தொடங்குகிறேன்.

இப்போது நிலா இல்லை. நட்சத்திரங்கள்வரை விரிந்திருக்கும் கருப்புத் தார்ப் பிசின். விளக்கு எதுவும் இப்போது எனக்குத் தெரியாது, எவ்வித அடையாளத்தின் உதவியும் கிடைக்காது, நைல் நதியை அடையும்வரை வானொலியைத் தவிர வேறெந்த மனித சைகையும் இருக்காது. என்னுடைய திசைமானியையும் செயற்கைத் தொடுவானத்தையும் தவிர வேறெதையும் கவனித்துப் பார்க்கக்கூட நான் முயலவில்லை. கருவியின் இருட்டுத் திரையில் அசையும் மெல்லிய ரேடியம் கோட்டின் மெதுவான சுவாசத்தில் மட்டுமே நான் அக்கறை கொள்கிறேன். ப்ரெவொ மெதுவாக அசையும்போதெல்லாம் கருவியின் முள்ளைச் சரிசெய்கிறேன். காற்று எங்கு எனக்குச் சாதகமாக இருக்கும் என்ற அறிவிப்பை அடுத்து, இரண்டாயிரம் மீட்டர் உயரத்துக்கு விமானத்தை உயர்த்துகிறேன். நீண்ட இடைவெளிகளில் அவ்வப்போது இன்ஜினின் மானிகளின் டயல்களை விளக்கைப் போட்டுப் பார்க்கிறேன். அவற்றில் எல்லாமே பிரகாசமாக இல்லை. ஆனாலும், பெரும்பாலான நேரம் இருட்டில் அடைபட்டபடியே இருக்கிறேன். நட்சத்திரங்களைப் போலவே கனிம ஒளியை அளித்து அதே மொழியைப் பேசும் என்னுடைய இந்தச் சிறிய நட்சத்திர மண்டலங்களிடையே இருக்கிறேன். வானவியலாளர்களைப் போலவே நானும் ஒரு விண் எந்திரவியல் புத்தகத்தைப் படித்தறிகிறேன். மாசற்ற, தீவிர வாசிப்பில் ஆழ்ந்திருப்பதாக என்னை நான் உணர்கிறேன். வெளி உலகில் எல்லாம் அணைந்து

போய்விட்டிருக்கிறது. வெகு நேரம் தூக்கத்துடன் போராடிய பிறகு, ப்ரெவொ தூங்கிக்கொண்டிருக்கிறார். என்னுடைய தனிமையை நான் முழுமையாகச் சுவைக்கிறேன். இன்ஜின் மென்மையாக உறுமிக்கொண் டிருக்கிறது, எனக்கு எதிரில் இருக்கும் கட்டுப்பாட்டுப் பலகையில் எல்லா நட்சத்திரங்களும் அமைதியாக இருக்கின்றன.

இருந்தாலும், ஆழ்ந்த யோசனையில் ஆழ்கிறேன். நிலவொளியும் இல்லை, வானொலித் தொடர்பும் இல்லை. எவ்விதத் தொடர்பும், என்ன தான் லேசானதாக இருந்தாலும், எங்களை உலகத்துடன் பிணைக்காது—நைல் நதியின் வெளிச்சக் கீற்றைப் பிடித்து அதைத் தொடரும்வரை. நாங் கள் எல்லாவற்றுக்கும் வெளியே இருக்கிறோம்; விமானம் என்னும் இயந் திரம் மட்டுமே எங்களை அந்தரத்தில் விட்டு, இந்தக் கரிய தார்ப் பிசினில் நீடிக்கவைக்கிறது. தேவதைக் கதைகளில் வரும் பெரிய கரும் பள்ளத் தாக்கை, பெரிய சோதனையை, கடந்து போய்க்கொண்டிருக்கிறோம். இங்கே தவறுகளுக்கு மன்னிப்பே கிடையாது. நாங்கள் கடவுளின் சித்தத் தில் ஒப்படைக்கப்பட்டிருக்கிறோம்.

விளக்குக் கூண்டின் இணைப்பு ஒன்றின் வழியாக வெளிச்சம் கசிகிறது. அதை மூடுவதற்காகப் ப்ரெவொவை எழுப்புகிறேன். நிழலில் ப்ரெவொ கரடியைப் போல அசைந்து, உடலை உலுக்கி எழுந்து, முன்னே வருகிறார். கைக்குட்டையையும் கறுப்புக் காகிதத்தையும் எனக்குத் தெரியாத ஏதோ ஒரு வகையில் இணைப்பதில் மும்முரமாக ஈடுபடுகிறார். ஒளிக்கதிர் மறைந்துவிடுகிறது. இந்த உலகத்துக்கு அது பொருத்தமில்லாமல் இருந்தது. தொலைவிலிருந்த வெளிறிய ரேடியம் வெளிச்சத்தின் அதே தன்மை இந்த ஒளிக்கதிருக்கு இருக்கவில்லை. அது ஒருவித இரவு விடுதியின் வெளிச்சம், நட்சத்திரங்களின் ஒளி அல்ல. மேலும், அது என் கண்ணைக் கூசவைத்து, மற்ற மங்கிய ஒளிகளை இல்லாமல் செய்துவிட்டது.

மூன்று மணி நேரம் பறந்துவிட்டிருந்தோம். பிரகாசமாக எனக்குத் தோன்றிய ஒளி என்னுடைய வலது பக்கத்தில் பளிச்சிடுகிறது. அதைப் பார்க்கிறேன். இதுவரை கண்ணுக்குத் தெரியாமல் இருந்த ஒரு நீண்ட ஒளிக்கற்றை இறக்கையின் நுனி விளக்கிலிருந்து வீசுகிறது. மாறிமாறிப் பிர காசமாகவும் மங்கலாகவும் விட்டுவிட்டுத் தெரியும் ஒரு ஒளி. இதோ, நான் ஒரு மேகத்துக்குள் நுழைந்துகொண்டிருக்கிறேன். என்னுடைய விளக்கின் ஒளி அதில் பட்டுப் பிரதிபலிக்கிறது. எனக்கு அடையாளச் சின்னங்களாக இருக்கக் கூடிய இடத்துக்குப் பக்கத்தில் வரும்போது வானம் நிர்மலமாய் இருப்பதையே நான் விரும்பியிருப்பேன். இப்போது இந்த ஒளிவட்டத் தின் கீழ் இறக்கை வெளிச்சம் பெறுகிறது. அதே இடத்தில் நிலைத்துவிட்ட ஒளியின் பிரகாசம் சுற்றிலும் பரவி, வெளிர் சிவப்பு நிற மலர்க் கொத்தைப் போல இருக்கிறது. காற்றழுத்தத்தால் வரும் தீவிரக் குலுக்கல்

என் விமானத்தை அலைக்கழிக்கிறது. ஏதோ ஒரு மேகக் கூட்டத்தின் காற்றலைகளில் நான் விமானத்தை ஓட்டுகிறேன்; அதன் அடர்த்தி என்ன வென்றுகூடத் தெரியவில்லை. இரண்டாயிரத்து ஐநூறு மீட்டர்வரை உயரே பறந்தும், மேகக் கூட்டத்திலிருந்து வெளியே வரவில்லை. ஆயிரம் மீட்டர்வரை இறங்குகிறேன். மலர்க் கொத்து ஒளி இன்னும் அங்கேயே அசைவற்று இருக்கிறது, இன்னும் பிரகாசமாக. சரி. நல்லது. எதுவும் செய்ய முடியாது. வேறு எதையோ யோசிக்க முற்படுகிறேன். பிரச்சினையிலிருந்து மீண்ட பிறகு அது என்னவென்று ஆராயலாம். ஆனால், தங்கும் விடுதியில் இருக்கும் விளக்கைப் போன்ற இந்த மங்கிய ஒளி எனக்குப் பிடிக்கவில்லை.

கூட்டிக் கழித்துப்பார்க்கிறேன்: ''இங்கே கொஞ்சம் விமானம் ஆடுகி றது, சகஜம்தான். ஆனால் வழி நெடுக இதுவரை ஆகாயம் தெளிவாக இருந்து, நானும் நல்ல உயரத்தில் பறந்தாலும், இந்த ஆட்டங்கள் இருந்து கொண்டே இருந்தன. காற்றும் சற்றுகூட ஓயவேயில்லை. நானும் மணிக்கு முந்நூறு கிலோமீட்டர் வேகத்தைத் தாண்டியிருக்க வேண்டும்.'' இருந்தாலும் தெளிவாக எதுவும் எனக்குப் புரிபடவில்லை. மேகத்தை விட்டு வெளியே வந்தபின், என்னுடைய நிலமையை அறிந்துகொள்வேன்.

இதோ, வெளியே வந்துவிட்டேன். அந்த மலர்க் கொத்தும் மறைந்து விட்டது. அதன் மறைவுதான் இந்த நிகழ்வை எனக்கு அறிவிக்கிறது. எனக்கு எதிரில் பார்க்கிறேன், எவ்வளவு தூரம் ஒருவரால் முடியுமோ அவ்வளவு தூரம் பார்க்கிறேன்; குறுகிய ஒரு ஆகாயப் பள்ளத்தாக்கு, அடுத்த மேகக் கூட்டத்தின் பெரும் சுவர். அந்த மலர்க் கொத்தும் மீண்டும் ஒளிர்கிறது.

சில விநாடிகள் மட்டுமே இந்தக் குழப்பத்திலிருந்து என்னால் மீள முடி யும். மூன்றரை மணி நேரம் பறந்த பிறகு, எனக்கு இது கவலையளிக்கத் தொடங்கியது. ஏனென்றால், நான் நினைப்பதைப் போல முன்னேறிக் கொண்டிருந்திருந்தால், இப்போது நைல் நதியை நெருங்கியிருந்திருக்க வேண்டும். எனக்குக் கொஞ்சம் அதிர்ஷ்டம் இருந்தால், மேகக் கூட்டங்க ளிடையே வரும் பிளவுகள் ஊடாக அதைப் பார்க்கலாம், ஆனால், அப்படி யொன்றும் நிறையப் பிளவுகளும் இல்லை. இதைவிடத் தாழ்வாக இறங் கிப் பறக்க எனக்குத் துணிவில்லை. நான் நினைப்பதைவிட மெதுவாகப் பறந்திருப்பேனென்றால், உயர்ந்த பீடபூமிகளின் மேல்தான் பறந்துகொண் டிருப்பேன்.

இப்போதும்கூட எவ்விதக் கவலையையும் நான் உணரவில்லை, ஆனால் நேரத்தை இழந்துகொண்டிருக்கும் அபாயத்தைக் குறித்து மட்டும் பய மாக இருக்கிறது. இருந்தாலும், என்னுடைய சாந்தத்துக்கு ஒரு எல்லைக் கோடு வரையறுக்கிறேன். நாலே கால் மணி நேரம் பறப்பது. இந்த அவ காசத்துக்குப் பின், காற்றே இல்லாமல் இருந்தாலும்கூட—அப்படி இருக்

குமா என்பது நிச்சயமல்ல—நான் நைல் நதிப் பள்ளத்தாக்கைத் தாண்டி யிருப்பேன்.

மேகக் கூட்டத்தின் விளிம்புக்கு நான் வரும்போது, மலர்க் கொத்து ஒளிக்கதிர் வெகு வேகமாக மாறிமாறிப் பளிச்சிட்டுப் பின்னர் அணைந்து விடுகிறது. இரவுப் பிசாசுகளுடனான இந்த சங்கேதத் தகவல்களை நான் ரசிக்கவில்லை.

என் கண்ணுக்கெதிரில் கலங்கரைவிளக்கம் போலப் பிரகாசமாக ஒரு பச்சை விளக்குத் தோன்றுகிறது. அது நட்சத்திரமா, அல்லது வழிகாட்டும் விளக்கா? இந்த அமானுஷ்யமான வெளிச்சம் எனக்குப் பிடிக்கவில்லை, இந்த ஞானிகள்-நட்சத்திரத்தை. இந்த அபாயகரமான அழைப்பை.

ப்ரெவொ விழித்துக்கொண்டு இன்ஜினின் மானிகளை நோக்கி விளக் கைத் திருப்புகிறார். நான் அவரையும் அவருடைய விளக்கையும் விலக்கி விடுகிறேன். இரண்டு மேகங்களுக்கிடையே இப்போதுதான் வந்திருக்கி றேன், இந்த வாய்ப்பைப் பயன்படுத்தி எனக்குக் கீழே குனிந்து பார்க்கிறேன். ப்ரெவொ திரும்பவும் தூங்குகிறார்.

மேலும் பார்ப்பதற்கு எதுவும் இல்லை.

நான்கு மணி ஐந்து நிமிட நேரம் பறந்திருக்கிறோம். ப்ரெவொ என் னருகில் வந்து உட்காருகிறார்.

"இப்போது கெய்ரோவை அடையப்போகிறோம்..."

"அப்படித்தான் நினைக்கிறேன்."

"அது என்ன? நட்சத்திரமா அல்லது வழிகாட்டி விளக்கா?"

நான் வேகத்தைச் சற்றுக் குறைத்திருந்தேன், அதுதான் ஒருவேளை ப்ரெ வொவை எழுப்பியிருக்கிறது. பறக்கும்போது எழும் சத்தங்களின் வித்தியா சங்களை அவர் உடனுக்குடனே உணர்வார். மேகங்களுக்குக் கீழே வரும் எண்ணத்தில் மெதுவாகக் கீழே இறங்கத் தொடங்குகிறேன்.

என்னுடைய வரைபடத்தைக் கவனித்துப் பார்க்கிறேன். எப்படியும் கடற்கரை ஓரமாகவேதான் வந்திருக்கிறேன்: பெரிய ஆபத்து எதுவும் இல்லை. இன்னும் இறங்கியபடியே வடதிசையை நோக்கித் திரும்புகி றேன். அப்படிப் போனால், என் விமான ஜன்னல்கள் வழியே நகர விளக்கு கள் தெரியும். நான் ஒருவேளை அவற்றைத் தாண்டிப் போயிருக்கலாம், ஆகவே, அவை இடதுபுறத்தில் தோன்றும். இப்போது நான் மேகத் திரட்டுக்கு அடி யில் பறந்துகொண்டிருக்கிறேன், ஆனால், இடதுபுறத்தில் இன்னும் கீழே இருக்கும் இன்னொரு மேகத்தைச் சுற்றி வளைத்தவாறே. அதனுடைய வலையில் மாட்டிக்கொள்ளக் கூடாது என்பதற்காகத் திரும்புகிறேன். வடக்கு—வடகிழக்குத் திசையில் போகிறேன்.

இந்த மேகம் இன்னும் அடர்ந்து தாழ்வாக இருப்பதால், தொடு வானத்தை முற்றிலுமாக மறைக்கிறது. பறக்கும் உயரத்தை இனியும் குறைக்க எனக்குத் துணிவில்லை. என் உயரமானி 400 மீட்டர் உயரத்தைத் தொடுகிறது, ஆனால் காற்றின் அழுத்தம் எவ்வளவு என்று தெரியவில்லை. ப்ரெவொ எட்டிப்பார்க்கிறார். அவரிடம் கத்திச் சொல்கிறேன்: ‘‘நான் கடலை நோக்கி விமானத்தை ஓட்டப் போகிறேன், வேறெங்காவது போய் மோதுவதைவிடக் கடலில் விழுவதே மேல்...’’

போதாக்குறைக்கு நான் பாதையிலிருந்து விலகி இன்னும் கடலை நோக்கிப் போயிருக்கவில்லை என்பதைக் காட்டுவதற்கான நிரூபணம் எதுவும் இருக்கவில்லை. இந்த மேகத்துக்குக் கீழே இருந்த இருட்டைத் திட்ட வட்டமாகத் துளைக்க முடியவில்லை. ஜன்னலை ஒட்டியபடி இருக்கிறேன். எனக்குக் கீழே இருப்பதைப் பார்த்து அறிய முயல்கிறேன். ஏதாவது விளக்குகள், சமிக்ஞைகள் தெரிகின்றனவா என்று பார்க்க விழைகிறேன். சாம்பலில் தேடித் துழாவும் மனிதன் நான்; கணப்பின் அடியில் இன்னும் கனன்றுகொண்டிருக்கும் தணலைத் தேடும் மனிதன்.

‘‘அதோ, கலங்கரைவிளக்கம்!’’

ஒரே சமயத்தில் நாங்கள் அதைப் பார்த்தோம், அந்தப் பிரகாசமான பொறியை! என்ன பைத்தியக்காரத்தனம்! இந்த வழிகாட்டி விளக்குப் பிசாசு, இரவின் கண்டுபிடிப்பு எங்கிருந்தது? ஏனென்றால், எங்களுடைய விமான இறக்கைகளுக்கு முந்நூறு மீட்டருக்கு அடியில், அது மீண்டும் தெரிகிறதா என்று பார்ப்பதற்காக ப்ரெவொவும் நானும் முன்நோக்கிக் குனிந்த அந்த விநாடியே திடீரென்று...

‘‘ஆ!’’

நான் வேறெதுவும் சொல்லவில்லை என்றே நினைக்கிறேன். நம் உலகத்தின் அடித்தளத்தையே உலுக்கும் ஒரு பயங்கர அதிர்வைத் தவிர நான் வேறெதையும் உணரவில்லை என்றே நினைக்கிறேன். மணிக்கு இருநூற்று எழுபது கிலோமீட்டர் வேகத்தில் நாங்கள் தரையில் மோதியிருந்தோம்.

அதைத் தொடர்ந்த மிகக் குறுகிய நொடிப் பொழுதில், எங்கள் இருவரையும் உருத்தெரியாமல் செய்துவிடும் வெடிப்பின் ஊதா நிற நட்சத்திரத்தைத் தவிர வேறெதையும் நான் எதிர்பார்க்கவில்லை என்று நினைக்கிறேன். ப்ரெவொவிடமோ என்னிடமோ எவ்வித உணர்ச்சியும் வெளிப்படவில்லை. அந்த நொடியிலேயே எங்கள் இருவரையும் ஆவிபோல் மறையச் செய்யும் கண் கூசும் பிரகாச நட்சத்திரத்தைக் குறித்த எதிர்பார்ப்பை, மிதமிஞ்சிய அந்த எதிர்பார்ப்பை நான் மட்டும் எனக்குள் உணர்ந்தேன். ஆனால், ஊதா நிற நட்சத்திரம் எதுவும் அங்கே இருக்கவில்லை. விமானியின் அறையைச் சிதற அடித்து, ஜன்னல்களைப் பிய்த்தெறிந்து, இரும்புக்

கம்பிகளை நூறு மீட்டர் தொலைவுக்குத் தூக்கியடித்து, எங்கள் குடலைத் தன் உறுமல்களால் நிரப்பிய ஒருவித நிலநடுக்கம்தான் அங்கே இருந்தது. வெகு தொலைவிலிருந்து கடினமான மரம் ஒன்றை நோக்கி வீசப்பட்ட ஒரு கத்தியைப் போல விமானம் நடுங்கிக்கொண்டிருந்தது. இந்தக் கோப ஆவேசத்தில் பொறி கலங்கிப்போயிருந்தோம். ஒரு விநாடி, இரண்டு விநாடிகள்... விமானம் இன்னமும் துடித்துக்கொண்டிருந்தது. அதில் மீத மிருந்த எரிபொருள் வெடிகுண்டைப் போல அதை வெடிக்கச் செய்யும் என்று ஒரு பூதாகாரமான பொறுமையின்மையுடன் காத்திருந்தேன். ஆனால், எந்தவொரு பெரும் வெடிப்புடனும் முடிவுக்கு வராமல் நிலத் துக்குக் கீழே நடுக்கம் நீடித்தது. கண்ணுக்குத் தெரியாத இந்த நிகழ்வு எனக்குப் புரியவில்லை. இந்த நிலநடுக்கமோ, இந்தக் கோபமோ, இந்தக் கால தாமதமோ எதுவுமே எனக்குப் புரியவில்லை... ஐந்து விநாடிகள், ஆறு விநாடிகள்... திடீரென்று நாங்கள் சுழல்வதைப் போல உணர்ந்தோம், எங் கள் சிகரெட்டுகளை ஜன்னல் வழியாக விசிறியடித்து, வலது இறக்கை யைப் பொடிப்பொடியாக்கிய அதிர்வு, அவ்வளவுதான். உறைந்துவிட்ட ஒரு சலனமின்மை மட்டுமே. ப்ரெவொவைப் பார்த்துக் கத்தினேன்.

''தப்பி ஓடு, சீக்கிரம்!''

அவரும் அதே சமயம் கத்தினார்.

''நெருப்பு!''

பிய்ந்துவிட்டிருந்த ஜன்னல் வழியே ஏற்கனவே நாங்கள் வெளியே வந்து விழுந்திருந்தோம். இருபது மீட்டர் தொலைவில் நின்றுகொண்டிருந்தோம். ப்ரெவொவிடம் கேட்டேன்:

''எங்காவது வலிக்கிறதா?''

அவர் பதிலளித்தார்:

''வலி எதுவும் இல்லை!''

ஆனால், அவர் தன் முழங்காலைத் தேய்த்துவிட்டுக்கொண்டிருந்தார்.

நான் சொன்னேன்:

''தடவிப் பார்த்துக்கொள்ளுங்கள், அசைத்துப்பாருங்கள், எந்த முறிவும் இல்லை என்று உறுதி செய்துகொள்ளுங்கள்.''

''அது ஒன்றுமில்லை, அந்த அவசரக் கால தேவை பம்புதான் என்று நினைக்கிறேன்...,'' என்றார்.

ஆனால், திடீரென்று தலையிலிருந்து தொப்புள்வரை பிளந்த நிலையில் அவர் சரிந்து விழப்போகிறார் என்று நினைத்தேன், ஆனால் கண்ணைச் சிமிட்டாமல் மேலும் சொன்னார்:

''ஆமாம், அவசரக் கால பம்ப்புதான்!...''

நான் நினைத்ததோ வேறு: இதோ, இந்தப் பைத்தியக்காரன், ... ஆடப்போகிறான்...

ஆனால், இப்போது நெருப்பிலிருந்து தப்பிவிட்டிருந்த விமானத்தை விட்டுத் தன் பார்வையை ஒருவழியாகத் திருப்பிய அவர், மீண்டும் என்னைப் பார்த்துச் சொன்னார்:

''அது ஒன்றும் பிரமாதமில்லை, அந்த அவசரக் கால பம்ப்புதான் என் முழங்காலில் இடித்துவிட்டது.''

III

நாங்கள் இன்னும் உயிரோடிருக்கிறோம் என்பது விளக்கப்பட முடியாத ஒன்று. கைமின்விளக்கை எடுத்துக்கொண்டு, தரையில் விமானம் பதித்திருந்த சுவடுகளைத் தொடர்ந்து போகிறேன். விமானம் நின்றுவிட்டிருந்த இடத்திலிருந்து இருநூற்று ஐம்பது மீட்டர் தொலைவில் அது வந்த பாதை நெடுகிலும் மணலில் தகடுகளும், வளைந்த உலோகக் கம்பிகளும் சிதறிக் கிடந்தன. பாலைவனப் பீடபூமியின் மிருதுவான ஒரு சரிவின் மேல் கிட்டத்தட்ட ஒரு தொடுகோட்டைப் போல உரசிக்கொண்டே போயிருந்திருக்கிறோம் என்பதைப் பிறகு ஒருநாள், அதற்குரிய நேரம் வரும்போது, தெரிந்துகொள்வோம். வந்து மோதிய இடத்தில் மணலில் ஏற்பட்ட குழி, கலப்பை ஒன்றைப் பதித்திருந்த மாதிரி இருந்தது. விமானம் புரண்டு கவிழ்ந்துவிடாமல், ஊர்ந்து செல்லும் பிராணியின் வாலசைவுடனும் கோபத்துடனும் வழி முழுவதும் தன் வயிற்றைத் தேய்த்துக்கொண்டே போயிருக்கிறது. மணிக்கு இருநூற்று எழுபது கிலோமீட்டர் வேகத்தில் தரையில் ஊர்ந்து போயிருக்கிறது. மணலில் சரளமாக உருண்டு செல்லும் உருண்டையான கறுப்புக் கூழாங்கற்களால்தான் நாங்கள் உயிர் பிழைத்தோம்; கோலிக் குண்டுகள் நிரம்பிய பலகையைப் போல அது இருந்திருக்கிறது.

மின்சுற்றுத் தடை ஏற்பட்டுக் கொஞ்சம் நேரம் கழித்துத் தீ விபத்து எதுவும் நிகழ்வதைத் தடுப்பதற்காக விமானத்திலிருந்த மின்கலங்களின் இணைப்புகளைப் ப்ரெவொ துண்டித்தார். நான் மோட்டார்மேல் சாய்ந்தபடி யோசித்தேன்: நாலே கால் மணி நேரமாக நான் உயரே பறந்து கொண்டிருந்தபோது மணிக்கு ஐம்பது கிலோமீட்டர் வேகத்தில் காற்று அடித்துக்கொண்டிருந்ததால்தான் விமானத்தில் பக்கவாட்டுக் குலுக்கல்கள் இருந்தன. ஆனால், வானிலை முன்னறிவிப்புக்குப் பிறகு ஏதாவது மாற்றங்கள் இருந்திருந்தால், காற்று எந்தத் திசையில் போயிருக்கும் என்று எனக்குத்

தெரியாது. ஆகவே, ஒவ்வொரு பக்கமும் நானூறு கிலோமீட்டர் நீளம் கொண்ட சதுரம் ஒன்றில் எங்கேயோ நான் இருக்கிறேன்.

ப்ரெவொ எனக்குப் பக்கத்தில் வந்து இப்போது உட்கார்ந்துகொண்டு, சொல்கிறார்:

''இன்னும் உயிரோடிருப்பதென்பது அசாதாரணமான ஒன்று...''

நான் அவருக்குப் பதில் எதுவும் சொல்லவில்லை, எவ்வித மகிழ்ச்சியையும் நான் உணரவில்லை. ஒரு சிறிய எண்ணம் எப்படியோ என் தலைக்குள் நுழைந்து, ஏற்கனவே லேசாக என்னை வருத்திக்கொண்டிருக்கிறது.

நாங்கள் இருக்குமிடம் அடையாளம் தெரிவதற்காக ப்ரெவொவைத் தன் விளக்கை ஏற்றிவைக்கச் சொல்லி, என்னுடைய கைமின்விளக்கை எடுத்துக்கொண்டு எனக்கு எதிர்ப் பக்கத்தில் நேராகப் போகிறேன். தரையைக் கவனமாகப் பார்க்கிறேன். மெதுவாக முன்னேறி, ஒரு அரை வட்டப் பாதையை அமைத்துக்கொண்டு, போகும் திசையைப் பலமுறை மாற்றுகிறேன். ஏதோ தொலைந்துவிட்ட மோதிரத்தைத் தேடுவதைப் போலத் தரையைத் துழாவுகிறேன். இதைப் போலத்தான் சற்று நேரம் முன் தணலைத் தேடினேன். இருட்டில் இன்னமும் முன்னோக்கிப் போகிறேன், எனக்கு எதிரில் நான் நடத்திச்செல்லும் வெண்ணிற ஒளி வட்டத்தைக் குனிந்து பார்த்தவாறே. ஆமாம், அதுதான்... ஆமாம், அதுதான்... மெதுவாக விமானத்தை நோக்கிப் போகிறேன். ஓட்டுநர் இருக்கைக்கு அருகில் உட்கார்ந்துகொண்டு யோசனையில் ஆழ்கிறேன். நம்பிக்கையளிக்கும் காரணம் எதையாவதைத் தேடினேன், எதையும் கண்டுபிடிக்கவில்லை. வாழ்க்கை எனக்கு அளிக்கக்கூடிய சமிக்ஞை ஒன்றைத் தேடினேன், வாழ்க்கை சமிக்ஞை எதையும் செய்யவில்லை.

''ப்ரெவொ, நான் இன்னும் ஒரு புல் இதழைக்கூடப் பார்க்கவில்லை.''

ப்ரெவொ பேசவில்லை, நான் சொன்னதைப் புரிந்துகொண்டாரா என்று தெரியவில்லை. திரை விலகியவுடன், பொழுது விடிந்த பிறகு இதைப் பற்றி மீண்டும் பேசுவோம். வெறும் சலிப்புணர்வு மட்டுமே எனக்கு ஏற்படுகிறது. நினைத்துப்பார்க்கிறேன்: ''கிட்டத்தட்ட நானூறு கிலோமீட்டர், பாலைவனத்தில்!...'' திடீரென்று எம்பிக் குதிக்கிறேன்:

''தண்ணீர்!''

பெட்ரோல் டின், எண்ணெய் டின் இவையெல்லாம் ஓட்டையாகிவிட்டன. நாங்கள் சேமித்து வைத்திருந்த நீர்க் கலனும் அப்படியே. மணல் எல்லாவற்றையும் குடித்துவிட்டிருந்தது. நசுங்கிவிட்ட தெர்மோஸ் குடுவையின் அடியில் அரை லிட்டர் காப்பியும், இன்னொரு குடுவையின் அடியில் கால் லிட்டர் வெள்ளை வைனும் இருந்தன. இந்தத் திரவங்களை வடி

கட்டி, ஒன்றாகக் கலக்குகிறோம். கொஞ்சம் திராட்சையையும் ஆரஞ்சை யும் கண்டுபிடிக்கிறோம். ஆனால், நான் ஒரு கணக்குப் போடுகிறேன்: "பாலைவனத்தில், சூரிய வெப்பத்தில், ஐந்து மணி நேரம் நடந்தால், இவையெல்லாம் தீர்ந்துவிடும்..."

விமான ஓட்டுநர் அறையிலேயே உட்கார்ந்துகொண்டு விடிவதற்காகக் காத்திருக்கிறோம். நான் காலை நீட்டிப் படுக்கிறேன், தூங்கப்போகிறேன். தூக்கக் கலக்கத்தில், இனி வரவிருக்கும் சாகச அனுபவங்களைச் சீர்தூக் கிப்பார்க்கிறேன்: எங்களுடைய நிலையைப் பற்றி எங்களுக்கு எதுவும் தெரியவில்லை. ஒரு லிட்டர் திரவம்கூட எங்களிடம் இல்லை. நாங்கள் பின்பற்றும் பாதை சரியாக இருப்பதாக வைத்துக்கொண்டால், எட்டு நாட் களில் எங்களைக் கண்டுபிடித்துவிடுவார்கள்; அதைவிடச் சிறப்பாக எதை யும் நாங்கள் எதிர்பார்க்கக் கூடாது, அதுவே எங்களுக்கு மிகவும் காலம் கடந்ததாக ஆகிவிடும். வழி தவறி வேறு திசையில் நாங்கள் போய்க்கொண் டிருந்தால், ஆறு மாதங்களில் எங்களைக் கண்டுபிடிப்பார்கள். விமானங் களை நம்பிக்கொண்டு இருக்க முடியாது. அவை எங்களைக் கண்டுபிடிக்க மூவாயிரம் கிலோமீட்டர்வரை தேட வேண்டியிருக்கும்.

"சே! இப்படியா ஆக வேண்டும்..." என்று என்னிடம் ப்ரெவொ சொன்னார்.

"ஏன்?"

"ஒரேயடியாக முடிந்துவிட்டிருக்கலாம்."

ஆனால் அவ்வளவு சீக்கிரம் மனம் தளரக் கூடாது. ப்ரெவொவும் நானும் எங்களையே ஊக்கப்படுத்திக்கொள்கிறோம். பறந்து வந்து எவராவது எங்க ளைக் காப்பாற்றும் வாய்ப்பு ஒன்று இருந்தால், அது எவ்வளவு லேசான வாய்ப்பாகவே இருந்தாலும், அதைத் தவறவிடக் கூடாது. அதே சமயம், ஒரே இடத்திலேயே இருக்கவும் கூடாது; அருகிலிருக்கும் பாலைவனச் சோலை எதையாவது தவறவிட்டுவிடுவோம். இன்று முழுவதும் நடப் போம், பிறகு விமானத்துக்குத் திரும்புவோம். போவதற்கு முன்னால் எங்க ளுடைய திட்டத்தை மணலில் பெரிதாகப் பதிவுசெய்வோம்.

ஆகவே, நான் பந்துபோலச் சுருண்டு படுத்தேன், விடியும்வரை தூங்கு வேன். தூங்கப்போவதைக் குறித்து எனக்கு மிக்க மகிழ்ச்சி. பல விதங்களிலும் எனக்கிருந்த அசதி என்னைச் சூழ்ந்துகொள்கிறது. பாலைவனத்தில் நான் தனியாக இருக்கவில்லை: குரல்களாலும், நினைவுகளாலும், கிசுகிசுக்கப் பட்ட ரகசியங்களாலும் என்னுடைய அரைத் தூக்கம் நிரம்பியிருக்கிறது. எனக்கு இன்னும் தாகம் எடுக்கவில்லை, நான் நலமாக இருப்பதாகவே உணர்கிறேன், தெரியாத எதிர்காலத்துக்கு அர்ப்பணிப்பதைப் போல, தூக்

கத்துக்கு என்னை அர்ப்பணிக்கிறேன். கனவுக்கு முன் யதார்த்தம் தோற்றுப் போய்க்கொண்டிருக்கிறது.

அடடா! பொழுது விடிந்தவுடன் எவ்வளவு வித்தியாசமாக இருந்தது!

IV

எனக்கு சஹாரா பாலைவனத்தை மிகவும் பிடிக்கும். கிளர்ச்சியாளர் களின் பிரதேசங்களில் பல இரவுகளைக் கழித்திருக்கிறேன். பொங்கிவரும் கடலைப் போல, காற்றால் உருவாக்கப்பட்ட அந்தப் பொன்னிறப் பரப் பில் கண்விழித்திருந்திருக்கிறேன். விமான இறக்கைக்கு அடியில் தூங்கிய படி, என்னைக் காப்பாற்ற வருபவர்களுக்காகக் காத்திருந்திருக்கிறேன், ஆனால் அது இதைப் போல அல்ல.

வளைந்திருந்த மணல் மேடுகளின் சரிவுகளில் நடக்கிறோம். மணலின் மேல் பளபளப்பாக ஒரு அடுக்குக் கறுப்புக் கூழாங்கற்களை முற்றிலுமாகப் பரப்பிய தரை. உலோகச் செதில்கள் என்றே சொல்லலாம்; எங்களைச் சுற் றிலும் இருந்த உயர்ந்த வளைவான குன்றுகள் கவசங்களைப் போலப் பள பளத்தன. கனிமப் பொருளின் உலகத்தில் வந்து விழுந்திருக்கிறோம். ஒரு இரும்பு நிலப்பரப்பில் சிறைபட்டிருக்கிறோம்.

முதல் குன்றின் உச்சியைத் தாண்டிய உடனேயே, தொலைவில் இதே போன்று கறுப்பாக, பளபளக்கும் இன்னொரு உச்சி தென்படுகிறது. நடக் கும்போது எங்கள் பாதங்களால் தரையைச் சுரண்டிவிட்டுக்கொண்டே போகிறோம், வெகு நேரம் கழித்துத் திரும்பி வரும்போது வழி காட்டும் அடையாளமாக இருக்கும் வகையில். சூரியனை நோக்கி முன் செல்கி றோம். தர்க்க ரீதியான காரணங்களுக்கு நேர்மாறாக முற்றிலும் கிழக்கை நோக்கிப் போவது என்று முடிவு செய்திருந்தேன், ஏனென்றால், நான் நைல் நதியைக் கடந்திருக்க வேண்டும் என்று என்னை நினைக்க வைக்கும் வகை யில் எல்லாமே இருந்தது: வானிலை அறிவிப்பு, நான் பறக்க எடுத்துக் கொண்டிருந்த நேரம். ஆனால், நான் மேற்குத் திசையை நோக்கி ஒரு சிறிய முயற்சியையும் மேற்கொண்டேன், எனக்கே சற்றும் புரியாத சங்கட உணர்வு ஒன்று ஏற்பட்டது. ஆகவே, மேற்குத் திசையை அடுத்த நாளைக்கு ஒத்திப்போட்டேன். கடலை நோக்கி இட்டுச்சென்றாலும், வடக்கே போவ தைக் கைவிட்டிருந்தேன். மூன்று நாட்களுக்குப் பிறகு, பாதி பைத்தியக் காரத்தனத்துடன், எங்களுடைய விமானத்தை இறுதியாகக் கைவிட்டு, நாங்கள் ஒரேயடியாக விழுந்துவிடும்வரை முன்னோக்கியே நடப்பது என்று முடிவெடுக்கும்போதும், மீண்டும் கிழக்குத் திசையை நோக்கித் தான் கிளம்புவோம். இன்னும் சரியாகச் சொன்னால், கிழக்கு-வடகிழக்கு. அதுவும்கூட எல்லா தர்க்க நியாயங்களுக்கும் நேர்மாறாக, எல்லா நம்பிக்கை

களுக்கும் நேர்மாறாகத்தான். நாங்கள் காப்பாற்றப்பட்ட பிறகுதான், வேறு எந்தத் திசையில் போவதும் நாங்கள் திரும்பிவர உதவியிருந்திருக்காது என்பதை அறிந்துகொள்வோம். ஏனென்றால், வடதிசையில், அளவுக்கு மீறி சோர்ந்துவிட்ட நிலையில், நாங்கள் கடல்வரை போயிருந்திருக்கவும் முடியாது. என்னதான் அபத்தமானதாக இருந்தாலும், என்னுடைய இந்த முடிவைத் தீர்மானித்திருக்கக்கூடிய எந்த அறிகுறியும் எனக்கு இல்லாத நிலையில், முன்பொரு முறை நான் ஆண்டிஸ் மலைத்தொடரில் அவ்வளவு நேரம் தேடி, கடைசியில் என் தோழர் கியோமெயைக் கண்டுபிடித்துக் காப்பாற்றியது இந்தத் திசைதான் என்ற ஒரே காரணத்தால்தான் இந்தத் திசையை நான் தேர்வுசெய்தேன் என்று எனக்கு இன்று தோன்றுகிறது. என்னைப் பொறுத்தவரை, ஏதோ ஒருவித குழம்பிய நிலையில், எனக்கு அதுதான் வாழ்க்கையின் திசை என்றாகிவிட்டது.

ஐந்து மணி நேரம் நடந்த பிறகு நிலப்பரப்பு மாறுகிறது. ஒரு பள்ளத்தாக்கில் மணல் ஆறு ஓடுவதைப் போலத் தோன்றுகிறது; அந்தப் பள்ளத்தாக்கின் பாதையில் போகிறோம். எவ்வளவு தூரம் முடியுமோ அவ்வளவு தூரம் போக வேண்டும் என்பதற்காக நீண்ட அடி எடுத்துவைத்து நடக்கிறோம்; நாங்கள் எதுவும் கண்டுபிடிக்காத பட்சத்தில், இரவுக்கு முன் திரும்பி வர வேண்டும். திடீரென்று நான் நிற்கிறேன்:

"ப்ரெவொ."

"என்ன?"

"நம் தடயங்கள்."

எங்களுக்குப் பின்னால் தடயங்களை விட்டுவர நாங்கள் மறந்துபோய் எவ்வளவு நேரம் ஆகியிருக்கும்? நாங்கள் அதைக் கண்டுபிடிக்கவில்லை யென்றால், சாவுதான்.

நாங்கள் பின்னால் திரும்பி, சற்றே வலதுபுறமாகப் போகிறோம். போதுமான தூரம் போன பிறகு, முதலில் போன திசைக்குச் செங்குத்தாகத் திரும்பினால் எங்களுடைய தடயங்களை, நாங்கள் அவற்றை ஏற்கனவே ஏற்படுத்திக்கொண்டிருந்த இடத்தை அடைவோம்.

மீண்டும் அந்தத் தொடர்பை ஏற்படுத்திக்கொண்ட பிறகு கிளம்புகிறோம். வெயில் ஏறுகிறது, அதனுடன் கானல்நீர்களும் தோன்றுகின்றன. ஆனால், இதுவரை இன்னும் தொடக்க நிலைக் கானல்நீர்தான். பெரிய ஏரிகள் தோன்றி, அவற்றை நெருங்கநெருங்க ஆவியாகிவிடும். பள்ளத்தாக்கைக் கடந்து மிக உயரமான மணல் மேட்டின் மேல் ஏறித் தொடுவானத்தில் ஏதாவது தெரிகிறதா என்று பார்க்கிறோம். ஏற்கனவே ஆறு மணி நேரமாக நடந்திருக்கிறோம். பெரிய அடிகள் எடுத்துவைத்து நடந்ததால், முப்பத்தைந்து கிலோமீட்டர் நடந்து வந்திருக்க வேண்டும். இந்தக் கரிய மணல்

மேட்டின் உச்சியை அடைந்து, மௌனமாக உட்கார்ந்திருக்கிறோம். எங்கள் காலடியில் காணப்படும் அந்த மணல் பள்ளத்தாக்கு, கற்களே இல்லாத மணல் பாலைவனத்தை நோக்கி விரிகிறது; பிரகாசமான அந்த வெண்ணிற வெளிச்சம் கண்களில் எரிச்சலை ஏற்படுத்துகிறது. கண்ணுக்கு எட்டியவரை வெறுமைதான். ஆனால், தொடுவானத்தில் ஒளியின் விளையாட்டு கவலையளிக்கும் கானல்நீர்க் காட்சிகளை உருவாக்குகிறது. கோட்டைகளும், கோபுரங்களும், செங்குத்தான கோடுகளால் ஆன வடிவகணிதப் படிமங்களும். பயிர்பச்சை இருப்பதைப் போலத் தோன்றும் பெரிய கறுப்புத் திட்டையும் பார்க்கிறேன். ஆனால், அது பகலில் கலைந்துபோய் மீண்டும் மாலைப் பொழுதில் உருவாகும் மேகங்களில் கடைசிச் சில மேகங்கள். அடர்ந்த மேகக் கூட்டத்தின் நிழல் மட்டுமே அது.

மேலும் தொடர்ந்துபோவதால் பயன் இல்லை, இந்த முயற்சி எங்கேயும் இட்டுச்செல்லாது. ஒருவேளை எங்கள் தோழர்கள் தேடிப் பிடிக்கலாம் என்று இருந்த, வெள்ளை-சிவப்பு நிற வழிகாட்டும் விளக்கைப் போன்ற எங்களுடைய விமானத்துக்கே திரும்பிப் போக வேண்டும். அந்தத் தேடல்களில் என் நம்பிக்கை வேரூன்ற ஒன்றும் இருக்கவில்லையென்றாலும், அதுதான் எங்கள் மீட்சிக்கான ஒரே வாய்ப்பாக எனக்குப் படுகிறது. மேலும், எங்கள் வசமிருந்த திரவத்தின் கடைசிச் சில துளிகளை அங்கே விட்டு வந்திருந்தோம், எங்களுக்கோ ஏற்கனவே ஏதாவது குடித்தே ஆக வேண்டியிருக்கிறது. உயிர்பிழைத்திருக்க நாங்கள் திரும்பிப் போயாக வேண்டும். அந்த இரும்பு வளையத்துக்குள் சிறைபட்டிருக்கிறோம்: எங்கள் தாகத்தின் குறுகிய கால சுயாதிகாரம்.

ஒருவேளை வாழ்வை நோக்கித்தான் நடந்துகொண்டிருக்கிறோமோ என்றிருக்கும் நிலையில் திரும்பிப் போவது என்பது எவ்வளவு கடினம்! கானல்நீர்களுக்கு அப்பால் இருக்கும் தொடுவானம் உண்மையான நகரங்கள், தண்ணீர்க் கால்வாய்கள், பசும் புல்வெளிகள் என்று செல்வச் செழிப்புடன் இருக்கலாம். நான் திரும்பிப் போவது சரியான செயல்தான் என்று எனக்குத் தெரியும். இருந்தாலும், இந்த அதிரடி முடிவை எடுக்கும்போது, ஏதோ நான் மூழ்கிக்கொண்டிருப்பதாகவும் உணர்கிறேன்.

விமானத்துக்கு அருகில் படுத்துக்கொண்டோம். அறுபது கிலோமீட்டருக்கு மேல் நடந்துவிட்டோம். எங்களிடமிருந்த திரவங்களைத் தீர்த்துவிட்டோம். கிழக்குத் திசையில் எதையும் அடையாளம் காணவில்லை. இந்தப் பிரதேசத்தின் மேல் எந்தத் தோழரும் பறந்துசெல்லவில்லை. எவ்வளவு நேரம்தான் தாக்குப்பிடிக்கப்போகிறோம்? ஏற்கனவே தாகம் பயங்கரமாக இருக்கிறது.

நொறுங்கிய விமான இறக்கைகளைக் கொண்டு பெரிய சிதைபோல ஒன்றை அமைத்தோம். பெட்ரோலையும், வெண்மையான ஒளியை அளிக்கும் மக்னீசியத் தகடுகளையும் தயார் செய்தோம். எங்களுடைய நெருப்பை மூட்டுவதற்கு இன்னும் நன்றாக இருட்ட வேண்டும் என்று காத்திருந்தேன். ஆனால் மனிதர்கள் எங்கே?

இப்போது சுவாலை எழும்புகிறது. பாலைவனத்தில் எரிந்துகொண்டிருக்கும் எங்களுடைய 'கலங்கரைவிளக்கத்தை' பயபக்தியோடு பார்த்துக்கொண்டிருக்கிறோம். மௌனமாக ஒளி வீசிக்கொண்டிருக்கும் எங்களுடைய செய்தி, இரவில் பிரகாசித்துக்கொண்டிருப்பதைப் பார்க்கிறோம். ஏற்கனவே பரிதாபமாக இருக்கும் ஒரு செய்தியை அது எடுத்துச்சென்றாலும், பெரும் நேசத்தையும் அது தெரிவிக்கிறது என்று நான் நினைக்கிறேன். எங்களுக்குக் குடிக்க ஏதாவது வேண்டும், ஆனால் எப்படியாவது நாங்கள் தொடர்புகொள்ளவும் வேண்டும். இரவில் இன்னொரு நெருப்பு எரியட்டும்; மனிதர்கள்தான் நெருப்பை மூட்டுவார்கள், எங்களுக்கு அவர்கள் பதிலளிக்கட்டும்!

என் மனைவியின் கண்களை நினைத்துப்பார்க்கிறேன். இந்தக் கண்களைத் தவிர வேறெதையும் நான் பார்க்க மாட்டேன். அவை என்னைக் கேள்வி கேட்கின்றன. என்னிடம் அக்கறை கொள்ளக்கூடிய எல்லோருடைய கண்களையும் நான் நினைத்துப்பார்க்கிறேன். அந்தக் கண்களும் கேள்வி கேட்கின்றன. பார்வைகளின் மாபெரும் கூட்டம் ஒன்று என்னுடைய மௌனத்துக்காக என்னைச் சாடுகிறது. பதிலளிக்கிறேன்! பதிலளிக்கிறேன்! என்னுடைய பலம் முழுவதையும் ஒன்றுசேர்த்துப் பதிலளிக்கிறேன், இதைவிடப் பிரகாசமான ஒளியை இந்த இரவில் என்னால் வீச முடியவில்லை.

என்னால் முடிந்ததைச் செய்துவிட்டேன். எங்களால் எவ்வளவு முடியுமோ அவ்வளவையும் நாங்கள் செய்தோம்: ஒன்றுமே குடிக்காமல் அறுபது கிலோமீட்டர். இப்போது நாங்கள் இனி எதுவும் குடிக்க முடியாது. எங்களால் நிறைய நேரம் காத்திருக்க முடியாது என்பது எங்களுடைய தவறா? எங்களுடைய குடுவையிலிருந்து குழந்தை பால் குடிப்பதைப் போலச் சப்பிக்கொண்டு அங்கேயே அமைதியாக இருந்திருப்போம். ஆனால், அந்தத் தகரக் குடுவையின் அடிப் பாகத்தை நான் உறிஞ்சிப்பார்த்த அந்த விநாடியிலேயே, ஒரு கடிகாரம் வேலை செய்யத் தொடங்கிவிட்டிருந்தது. கடைசித் துளியையும் நான் சப்பிய உடனேயே, ஒரு சரிவில் கீழிறங்க ஆரம்பித்துவிட்டேன். ஒரு நதியைப் போலக் காலம் என்னை அடித்துச்சென்றால் நான் என்ன செய்ய முடியும்? ப்ரெவொ அழுகிறார். அவருடைய தோளில் தட்டிக்கொடுக்கிறேன். அவரைச் சமாதானப்படுத்த அவரிடம் சொல்கிறேன்:

"இதுதான் நம் கதி என்றால், வேறு வழியில்லை..."

அவர் பதில் சொல்கிறார்:

"நான் எனக்காகத்தான் அழுகிறேன் என்று நீங்கள் நினைத்தால்..."

ஆமாம், இந்த உண்மை நான் ஏற்கனவே தெரிந்துகொண்டதுதான். நம்மால் தாங்க முடியாதது என்று எதுவுமே இல்லை. நாளையோ, நாளை மறுநாளோ தாங்க முடியாதது என்று நிச்சயமாக எதுவுமே இல்லை என்பதைத் தெரிந்துகொள்வேன். வதை என்பதிலும் எனக்கு அரைகுறை நம்பிக்கைதான். ஏற்கனவே இந்த மாதிரி நான் யோசித்தது உண்டு. ஒருமுறை விமானி அறையில் அடைபட்டு நீரில் மூழ்கிவிடுவேன் என்று நினைத்தேன், ஆனால் பெரிதாக ஒன்றும் கஷ்டப்படவில்லை... சில சமயங்களில் நான் அடித்து நொறுக்கப்பட்டுவிடுவேன் என்று நினைத்திருக்கிறேன், ஆனால், அது அப்படியொன்றும் முக்கியமான நிகழ்வாக எனக்குத் தோன்றவில்லை. இங்கேயும் எனக்கு எவ்விதமான உளைச்சலும் இருக்கப்போவதில்லை. நாளை இதைவிட இன்னும் விசித்திரமான விஷயங்களைக் கற்றுக் கொள்ளப்போகிறேன். மேலும், நான் மூட்டியிருந்த இந்தப் பெரிய தீயையும் மீறி, மற்ற மனிதர்கள் என்னைக் கவனிக்கும்படி செய்வதைக் கைவிட்டுவிட்டேனா என்பது கடவுளுக்குத்தான் வெளிச்சம்...!

"நான் எனக்காகத்தான் அழுகிறேன் என்று நீங்கள் நினைத்தால்..."

ஆமாம், உண்மைதான், தாங்க முடியாதது இதுதான். காத்துக்கொண்டிருக்கும் அந்தக் கண்களை ஒவ்வொரு முறையும் நான் மீண்டும் பார்க்கும்போது, நான் எரிவதைப் போல் உணர்கிறேன். திடீரென்று எழுந்து முன்னோக்கி ஓட வேண்டும்போல் இருக்கிறது. அங்கே, உதவியைக் கோரி யாரோ கத்துகிறார்கள், யாரோ அங்கே மூழ்கிக்கொண்டிருக்கிறார்கள்!

ஆமாம், இங்கே எங்களிடையே நாங்கள் வகித்த பங்குகளின் பரஸ்பர மாற்றம் இது; ஆனால், எப்போதுமே இப்படித்தான் இருந்திருக்கிறது என்பதை நான் அறிந்துகொண்டேன். இருந்தாலும், அதை உறுதிப்படுத்திக் கொள்ள எனக்கு ப்ரெவொ தேவைப்பட்டார். ஆமாம், மரணத்தை எதிர்நோக்கி இருப்பவரின் மனக்கிலேசத்தைப் பற்றி ஓயாமல் உளறிக்கொண்டிருக்கிறார்களே, அதைப் பற்றி ப்ரெவொவும் அறிந்திருக்க மாட்டார். ஆனால், ஒரு விஷயத்தை அவரால் பொறுக்க முடியாது, என்னாலும் கூடத்தான்.

ஆமாம், தூங்குவதற்கு நான் தயார், ஒரு இரவோ, அல்லது நூற்றாண்டுகளாகவோ தூங்கச் சம்மதம். தூங்கிவிட்டால் எனக்கு வேறெந்த வேறுபாடும் தெரியாது... தவிர, என்ன அமைதி! ஆனால், அங்கேயோ அவர்கள் போடும் கூக்குரல்கள், அந்த ஆற்றாமையின் பெரும் சுவாலைகள்... அந்

தக் காட்சியைத்தான் என்னால் தாங்க முடியவில்லை. இது போன்ற கப்பல் கவிழும் சம்பவங்களுக்கு எதிரில் என்னால் கையைக் கட்டிக்கொண்டு சும்மா இருக்க முடியாது! ஒவ்வொரு மௌனமான வினாடியும் நான் நேசிப்பவர்களை ஓரளவு கொன்றுவிடுகிறது. பெரும் கோபம் எனக்குள் பொங்கியெழுகிறது. சரியான நேரத்தில் போய்ச் சேர்ந்து, மூழ்கிக்கொண்டிருப்பவர்களைக் காப்பாற்ற விடாமல் என்னைத் தடுக்கும் இந்தச் சங்கிலிகள் எதற்காக? நாங்கள் மூட்டிய நெருப்பு ஏன் எங்களுடைய கதறலை உலகின் மறுகோடிவரை எடுத்துப் போகவில்லை? பொறுமை... நாங்கள் வந்துகொண்டிருக்கிறோம்!... வந்துகொண்டிருக்கிறோம்!... நாங்கள்தான் காப்பாற்றுபவர்கள்!

மக்னீசியம் முற்றிலுமாக எரிந்துவிட்ட பின் எங்களுடைய நெருப்பு இப்போது சிவப்பாக மாறிவிட்டது. தணல் குவியல் ஒன்றைத் தவிர வேறொன்றும் இல்லை, அதன்மேல் குனிந்து நாங்கள் சூடேற்றிக்கொள்கிறோம். எங்களுடைய பிரகாசமான செய்தி முடிந்துவிட்டது. இந்த உலகத்தில் அது எதைச் செய்யத் தொடங்கியிருக்கிறது? அது எதையுமே முடுக்கிவிடவில்லை என்று எனக்குத் தெரிகிறது. யாரும் செவிமடுக்காத ஒரு பிரார்த்தனை அது.

போகட்டும். நான் தூங்கப்போகிறேன்.

V

அதிகாலையில் விமான இறக்கைகளை ஒரு துணியால் துடைக்கும்போது, அதிலிருந்து எண்ணெயும் வர்ணமும் கலந்த பனித்துளிகளை ஒரு கோப்பையில் சேகரித்தோம். குமட்டலாக இருந்தாலும் அதையே நாங்கள் குடித்தோம். வேறு வழியின்றி, குறைந்தபட்சம் எங்கள் உதடுகளையாவது நனைத்துக்கொண்டோம்.

இந்த விருந்துக்குப் பின் ப்ரெவொ சொன்னார்:

"நல்ல வேளை, கைத்துப்பாக்கி இருக்கிறது."

திடீரென்று எனக்கு ஒரு அதிரடி உணர்வு ஏற்படுகிறது, தீவிர எதிர்ப்புணர்வுடன் அவரை நோக்கித் திரும்புகிறேன். இது போன்ற நேரத்தில், உணர்ச்சிவசப்பட்டுப் பொங்குவதைப் போல வேறெதையும் நான் அவ்வளவாக வெறுக்க மாட்டேன். எதுவுமே எளிதுதான் என்று நினைப்பதுதான் இப்போதைய அவசியத் தேவை. பிறப்பது எளிது. வளர்வது எளிது. தாகத்தால் உயிர்விடுவதும் எளிது.

ஓரக் கண்ணால் ப்ரெவொவைப் பார்க்கிறேன், அவர் பேசாமல் இருக்க வேண்டும் என்பதற்காக. தேவைப்பட்டால் அவரைப் புண்படுத்தவும் தயா

ரான நிலையில். ஆனால் ப்ரெவொ என்னுடன் சாந்தமாகப் பேசினார். சுகாதாரம் குறித்த ஒரு விஷயத்தைப் பற்றிப் பேசுவது போல் பேசினார்: ''நாம் கைகளைக் கழுவிக்கொள்ள வேண்டும்'' என்று சொல்லியிருந்தால் எப்படி இருந்திருக்குமோ அப்படி அதை அணுகினார். அவர் சொன்னதில் இருவருக்குமே உடன்பாடுதான். நேற்றே கைத்துப்பாக்கியின் தோலுறையைப் பார்த்தபோது நினைத்தேன். என்னுடைய சிந்தனைகள் தர்க்க ரீதியானவை, பரிதாபமானவை அல்ல. சமூக ரீதியிலான வாழ்க்கையில்தான் பரிதாபத்துக்கு இடம் இருக்கிறது. யாருக்கு நாம் பொறுப்பாக இருக்கிறோமோ அவர்களுக்கு உதவ முடியாத இயலாமையில்தான் பரிதாபம். கைத்துப்பாக்கியில் இல்லை.

இதுவரை எங்களைத் தேடி யாரும் வரவில்லை, அல்லது இன்னும் சரியாகச் சொல்வதானால், ஒருவேளை வேறு எங்கேயோ தேடிக்கொண்டிருக்கிறார்கள். அரேபியாவில் இருக்கலாம். மேலும், எங்களுடைய விமானத்தை ஏற்கனவே கைவிட்டுவிட்ட பிறகு நாளைவரை நாங்கள் எந்த விமானத்தின் சத்தத்தையும் கேட்க மாட்டோம். அவ்வளவு தொலைவில் எங்களைத் தேடும் அந்த ஒரு விமானமும் எங்களுக்கு ஒரு பொருட்டாகவே இருக்காது. ஆயிரக்கணக்கான கரும்புள்ளிகளிடையே சில புள்ளிகளாக நாங்கள் அடையாளம் கண்டுகொள்ளப்படுவோம் என்று எதிர்பார்க்க முடியாது. இந்த இம்சைக்கு நான்தான் காரணம் என்று கருத்துகள் சொல்லப்படும். அவை எவையுமே சரியல்ல. எவ்வித இம்சைக்கும் நான் ஆளாக மாட்டேன். காப்பாற்ற வருபவர்கள் வேறு ஏதோ உலகில் வட்டமிட்டுக்கொண்டிருப்பதைப் போலத் தோன்றுவார்கள்.

கிட்டத்தட்ட மூவாயிரம் கிலோமீட்டர் பாலைவனப் பிரதேசத்தில், ஒரு தகவலும் இல்லாமல் தொலைந்துவிட்ட விமானத்தைத் தேடிக் கண்டுபிடிக்க பதினைந்து நாட்கள் தேவைப்படும்: இப்போது அவர்கள் ஒருவேளை த்ரிபோலிடானியாவிலிருந்து பெரிசியாவரை எங்களைத் தேடிக்கொண்டிருக்கலாம். இருந்தபோதிலும், நான் இன்றும்கூட இந்த மெல்லிய சாத்தியக்கூற்றையே பிடித்துத் தொங்கிக்கொண்டிருக்கிறேன், ஏனென்றால், இதைத் தவிர வேறு வழியில்லை. என்னுடைய உத்தியை மாற்றி, மேலும் நிலமையை ஆராய்ந்து பார்க்க நான் தனியாகவே போவது என்று தீர்மானித்தேன். ப்ரெவொ நெருப்பு மூட்டுவதற்குத் தயார்செய்துகொண்டு, யாராவது தேடி வந்தால் நெருப்பை உண்டாக்குவார், ஆனால் எங்களை யாரும் தேடி வர மாட்டார்கள்.

ஆகவே, நான் கிளம்பிப் போகிறேன், திரும்பி வருவதற்கான சக்தி எனக்கிருக்குமா என்றுகூட எனக்குத் தெரியாது. லிபியப் பாலைவனத்தைப் பற்றி நான் அறிந்தவை என் நினைவுக்கு வந்தன. சஹாராவில் நிலையாக

40 சதவீதம் ஈரப்பதம் நிலவும், இங்கேயோ அது 18 சதவீதம்வரை இறங்கக் கூடும். வாழ்க்கை நீராவிபோல் ஆகிவிடும். அங்குள்ள 'பெதோவின்'[19] நாடோடிகளும், பயணிகளும், காலனியாதிக்க அதிகாரிகளும் பத்தொன் பது மணி நேரம்வரை எதுவும் குடிக்காமல் சமாளிக்க முடியும் என்று நமக் குச் சொல்கிறார்கள். இருபது மணி நேரத்துக்குப் பிறகு கண்களில் வெளிச் சம் பாய்ந்து, முடிவு தொடங்கிவிடும்: தாகத்தின் தாக்குதல் நம்மை முற் றிலும் அழித்துவிடும்.

ஆனால், இந்த வடகிழக்குத் திசைக் காற்று, எல்லா வானிலை அறிவிப்பு களுக்கும் மாறாக, எங்களை ஏமாற்றி இந்தப் பீடபூமியில் எங்களை இறக்கிவிட்டிருந்த இந்த அசாதாரணமான காற்று, ஒருவேளை இப்போது எங்களுக்காகவே தொடர்ந்து அடிக்கலாம். ஆனால், கண்களில் முதல் ஒளி வெள்ளம் பாய்வதற்குள் எங்களுக்கு எவ்வளவு அவகாசத்தை அது அளிக் கப்போகிறது?

ஆகவே, நான் கிளம்பிப் போகிறேன், ஆனால் பெருங்கடலைக் கடப்ப தற்குச் சிறிய துடுப்புப் படகில் போவதைப் போல எனக்குத் தோன்றுகிறது.

இருந்தாலும், அப்போது விடியலின் தயவால் இந்தக் காட்சி அப்படி யொன்றும் சாவின் சோகம் போலத் தோன்றவில்லை. தெருக்களில் வட்ட மிட்டுக்கொண்டிருக்கும் திருடனைப் போல பாக்கெட்டுகளில் கையைத் திணித்துக்கொண்டு நடக்கிறேன். அதிசயமாகத் தென்பட்ட சில வளைக ளின் நுழைவாயிலில் நேற்றிரவு கண்ணி வைத்திருந்தோம், எனக்குள் இருந்த வேட்டைக்காரன் விழித்துக்கொள்கிறான். முதலில், நாங்கள் வைத்திருந்த பொறிகளைப் பார்க்கப் போகிறேன்: அவை காலியாக இருக்கின்றன.

அப்படியானால், நான் ரத்தத்தைக் குடிக்கப்போவதில்லை. உண்மை யைச் சொன்னால், நான் அதை எதிர்பார்க்கவும் இல்லை.

நான் ஏமாந்துவிடவில்லை என்றாலும், இது ஒரு புதிராகவே இருக் கிறது. பாலைவனத்தில் இந்தப் பிராணிகள் எதை உண்டு வாழ்கின்றன? இவை நிச்சயமாக 'ஃபெனக்கு'கள், அதாவது, பாலைவன நரிகள்தான்— மிகப் பெரிய காதுகளுடன் முயல்களின் அளவில் இருக்கும் சிறிய மாமிசபட் சிணிகள். ஆர்வத்தைக் கட்டுப்படுத்த முடியாமல், நான் அவற்றின் தடயங் களைப் பின்பற்றுகிறேன். பாதச் சுவடுகள் தெளிவாகப் பதிந்துள்ள ஒரு குறு கிய மணல் நதிக்கு அவை என்ன இட்டுச்செல்கின்றன. விசிறிபோல விரிந்த மூன்று கால் விரல்கள் ஏற்படுத்திய அழகிய பனை ஓலை வடிவம் எனக்குப் பிடித்திருக்கிறது. விடியற்காலையில் மெதுவாக ஓடியபடி, கற்களின் மேலிருக்கும் பனித்துளிகளை நக்கியபடி போகும் என்னுடைய நண்பன்

---

[19] சஹாரா பாலைவனத்தில் பரம்பரைபரம்பரையாகக் குழுக்களாக வாழும் அராபியர் கள்.

நரியைக் கற்பனைசெய்துபார்க்கிறேன். இங்கே காலடிகளின் இடைவெளி நீள்கிறது: என்னுடைய ஃபெனெக் ஓடியிருக்கிறது. இங்கே அதனுடன் ஒரு தோழன் வந்து சேர்ந்திருக்கிறான், அவர்கள் அருகருகே மெதுவாக ஓடிய படி போயிருக்கிறார்கள். இப்படியாக விசித்திரமான ஒரு மகிழ்ச்சியுடன் இந்தக் காலை நேர நடைப்பயிற்சியைக் காண்கிறேன். வாழ்வின் இந்த அறி குறிகள் எனக்குப் பிடித்திருக்கின்றன. எனக்குத் தாகமெடுப்பதையும் ஓர ளவு மறந்துவிடுகிறேன்...

இறுதியாக என்னுடைய நரிகளுடைய உணவு அலமாரியை வந்தடை கிறேன். 'சூப்' வைக்கப்படும் கலத்தின் அளவில் மணலில் காய்ந்த புதர் இங்கே நூறு மீட்டருக்கு ஒரு முறை இருக்கிறது; அதன் தண்டுகளில் பொன் னிற நத்தைகள் அடர்ந்திருக்கும். விடியற்காலையில் ஃபெனெக்குகள் இந்த அங்காடிக்குப் போகும். இயற்கையின் பெரும்புதிர் ஒன்றை இங்கே நான் எதிர்கொள்கிறேன்.

என்னுடைய ஃபெனெக் எல்லாப் புதர்கள் அருகிலும் நிற்பதில்லை. நத் தைகள் மண்டியிருக்கும் சில புதர்களை அது கண்டுகொள்வதில்லை. சில புதர்களை வெளிப்படையாக நோட்டம் விட்டவாறே சுற்றிவரும். இன் னும் சிலவற்றிடம் மட்டும் நெருங்கிப் போகும், ஆனால் அதை மொட்டை யடிக்காது. அதிலிருந்து ஒன்றிரண்டு நத்தை ஓடுகளை மட்டும் எடுத்துக் கொண்டு, வேறு ஏதாவது உணவகத்துக்குப் போகும்.

தன்னுடைய பசியை ஒரே தடவையாகப் போக்கிக்கொள்ளாமல், காலை நேர நடைப்பயிற்சியில் இன்னும் நீண்ட சுகத்தை அனுபவிப்பதற் காக அது மேற்கொள்ளும் விளையாட்டா இது? நான் அப்படி நினைக்க வில்லை. ஒரு அத்தியாவசியமான உபாயத்துடன் ஒத்துப்போகிறது, அத னுடைய இந்த விளையாட்டு. முதலில் பார்க்கும் புதரிலேயே தன்னுடைய பசியைத் தீர்த்துக்கொண்டால் இரண்டு அல்லது மூன்று சாப்பாடுகளுக்குப் பிறகு அந்தப் புதரில் இருக்கும் வாழ்வாதாரம் பறிபோய்விடும். இப்படி யாக ஒவ்வொரு புதராகப் போனால் அதனுடைய உணவுக் கையிருப்பு தீர்ந்துபோய்விடும். தவிர, இனப்பெருக்கத்துக்கு இடையூறு செய்யக் கூடாது என்பதில் ஃபெனெக் கவனமாக இருந்தது. ஒரு வேளை சாப்பாட் டுக்காகக் கிட்டத்தட்ட நூறு பழுப்பு நிறப் புதர்க் கற்றைகளை நோட்டம் விடுவதோடல்லாமல், ஒருபோதும் ஒரே தண்டில் அடுத்தடுத்து இருக்கும் நத்தைக் கூடுகளை அது எடுத்துக்கொள்வதில்லை. அதிலுள்ள அபாயத் தைப் பற்றி அதற்குத் தெரிந்திருந்தது போலவே எல்லாம் நிகழ்கிறது. முன் யோசனை இல்லாமல் வயிறு முட்டச் சாப்பிட்டுவிட்டால், விரைவில் நத்தைகளே இல்லாமல் போய்விடும். நத்தைகள் இனியும் இருக்க முடியா தென்றால், ஃபெனெக்குகளும் இருக்காது.

காலடித் தடங்கள் என்னை வளைக்குத் திருப்பி இட்டுச்செல்கின்றன. நிச்சயம் ஃபெனெக் அங்கே இருக்கிறது, என் காலடியின் சரசரப்பு ஓசையைக் கேட்டு பயந்தபடி. நான் அதனிடம் சொல்கிறேன்: ‘‘என்னுடைய குட்டி நரியே, என்னுடைய கதை முடியப்போகிறது. இருந்தாலும், நீ என்ன நினைத்துக்கொண்டிருக்கிறாய் என்பதில் நான் ஆர்வம் கொள்வதை அது தடுக்கவில்லை என்பது விசித்திரம்...’’

அங்கேயே நின்று கனவுகாண்கிறேன். ஒருவர் எதற்குமே தன்னைப் பழக்கப்படுத்திக்கொள்கிறார் என்று எனக்குத் தோன்றுகிறது. இன்னும் முப்பது வருடங்களுக்குப் பிறகு இறந்துவிடுவோம் என்கிற எண்ணம் ஒரு மனிதனின் மகிழ்ச்சிகளைக் குலைப்பதில்லை. முப்பது வருடங்களோ, மூன்று நாட்களோ... எப்படிப் பார்க்கிறோம் என்பதைப் பொறுத்தது.

ஆனால் சில காட்சிகளை மறக்கத்தான் வேண்டும்.

இப்போது என் வழியில் நான் தொடர்ந்து போய்க்கொண்டிருக்கிறேன், ஆனால் அசதியும் சேர்ந்து எனக்குள் ஏதோ ஒரு மாற்றம் நிகழ்கிறது. கானல் நீர் எதுவும் இல்லையென்றாலும், நானாகவே அவற்றை உருவாக்கிக்கொள்கிறேன்...

‘‘ஓ!’’

நான் கத்திக்கொண்டே கையை உயர்த்தினேன், ஆனால் என்னைப் பார்த்துக் கையசைத்தது ஒரு ஆள் அல்ல, ஒரு கறுப்புப் பாறை. பாலைவனத்தில் எல்லாமே உயிர்பெறத் தொடங்குகிறது. தூங்கிக்கொண்டிருக்கும் ‘பெதோவின்’ நாடோடியை எழுப்ப விழைந்தேன், அவன் ஒரு மரத்தின் கரிய, பருமனான தண்டாக மாறினான். மரத்தின் அடிப் பாகமா? அது அங்கே இருப்பது விசித்திரமாக இருக்கிறது, குனிந்து பார்க்கிறேன். உடைந்த ஒரு கிளையைத் தூக்கிப் பார்க்கிறேன்; அது பளிங்குக் கல்லால் ஆனது. நன்றாக நிமிர்ந்து நின்று என்னைச் சுற்றிலும் பார்க்கிறேன்; இன்னும் பல கறுப்புப் பளிங்குக் கற்களைப் பார்க்கிறேன். ஒரு மிகப் புராதனக் காடு அழிந்துபோய், தன்னுடைய உடைந்த தூண்களை இங்குமங்குமாகத் தரையில் சிதறிப் போட்டிருக்கிறது. ஒரு லட்சம் ஆண்டுகளுக்கு முன்பே, ஆதியாகமக் காலத்துப் புயலில் விழுந்து நொறுங்கிவிட்ட மாதா கோயிலைப் போல அது இடிந்துவிட்டிருக்கிறது. ராட்சதத் தூண்கள் போன்ற மரத்தின் அடிப் பாகங்களைக் கல்மரங்களாக இறுக வைத்து, கண்ணாடியாக, எஃகு பாகங்களைப் போலப் பளபளப்பேற்றி, எழுதும் மை நிறத்தில் பல நூற்றாண்டுகளுக்குப் பிறகு நான் இருக்கும் இடம்வரை கொண்டு வந்து சேர்த்திருக்கிறது. பறவைகளும் இசையும் நிறைந்திருந்த அந்தக் காடு ஒரு சாபத்துக்கு ஆளாகி இன்று உப்பாக மாறிவிட்டிருக்கிறது. இந்த நிலப்

பரப்பை எனக்கு எதிரியாக உணர்கிறேன். குன்றுகளின் இரும்புக் கவசங் களைவிடக் கறுப்பாக இருக்கும் இந்த இடிபாடுகள் என்னை நிராகரிக்கின் றன. இங்கே, இந்தப் புனிதம் கெடாத பளிங்குக் கற்களுக்கிடையே நான், உயிரோடிருக்கும் நான், என்ன செய்வது? அழிந்துபோகக் கூடிய எனக்கு, சிதைந்துவிடும் உடலைக் கொண்ட எனக்கு, இந்த சாசுவதத்துக்கு மத்தி யில் என்ன வேலை?

நேற்றிலிருந்து ஏற்கனவே எண்பது கிலோமீட்டர் நடந்திருக்கிறேன். இப்போதிருக்கும் இந்தத் தலைச்சுற்றல் தாகத்தால் இருக்கலாம். அல்லது வெயிலால். எண்ணெய் தடவியதைப் போல இருக்கும் இந்தத் தூண்கள் வெயிலில் பளபளக்கின்றன. உலகின் இந்த ஓட்டின் மேல் வெயில் பள பளக்கிறது. இங்கே மணலோ, நரிகளோ இல்லை. இங்கே இருப்பது ஒரு பிரம்மாண்டப் பனையல். இந்தப் பனையலின் மேல் நான் நடக்கிறேன், வெயிலின் எதிரொலி விளைவுகளை என்னுடைய தலைக்குள் உணர் கிறேன்.

''ஹலோ!... ஹலோ!...''

''அங்கே ஒன்றுமில்லை. அமைதியாக இரு. அதீதக் காட்சிப் பிழைதான்.''

அப்படியானால், நான் என்னுடன் பேசிக்கொண்டிருக்கிறேன், என் தர்க்க உணர்வை எழுப்ப வேண்டிய அவசியம் எனக்கு இருக்கிறது. நான் கண்ணால் பார்ப்பதை மறுப்பது என்பது எனக்குச் சிரமமாக இருக்கிறது. நடந்து போய்க்கொண்டிருக்கும் அந்த ஒட்டக அணிவகுப்பை நோக்கி ஓடாமல் இருப்பது சிரமமாக இருக்கிறது... அதோ... பார்த்தாயா!...

''மடையா, நீதான் அதை இட்டுக்கட்டுகிறாய் என்று உனக்குத் தெரி யும்...''

''அப்படியானால் உலகில் எதுவும் நிஜமில்லை...''

எதுவும் நிஜமில்லை, இங்கிருந்து இருபது கிலோமீட்டர் தொலைவில் குன்றின் மேல் இருக்கும் அந்தச் சிலுவையைத் தவிர. சிலுவை அல்லது கலங்கரைவிளக்கம்...

ஆனால் அந்தத் திசையில் கடல் இல்லை. ஆகவே, அது சிலுவைதான். இரவு முழுவதும் வரைபடத்தைப் பார்த்துக்கொண்டிருந்தேன். நான் எந்த இடத்தில் இருந்தேன் என்பது எனக்குத் தெரியாத நிலையில், அது பயனில் லாத வேலைதான். ஆனால் மனிதர்களின் இருத்தலைச் சுட்டிக்காட்டிய எல்லா அறிகுறிகளையும் அதில் கூர்ந்து கவனித்துப் பார்த்தேன். வரைபடத் தில் எங்கோ ஒரு இடத்தில் ஒரு சிறிய வட்டத்துக்குள் சிலுவையின் குறி இருந்ததைக் கண்டுபிடித்தேன். அதன் கீழ் எழுதியிருந்ததைப் படித்தேன்:

'மத நிறுவனம்.' அந்தச் சிலுவையின் பக்கத்தில் ஒரு கறுப்புப் புள்ளி இருந்தது. மீண்டும் அதனடியில் எழுதப்பட்டிருந்ததற்குப் போனேன், அதில் 'நிரந்தரக் கிணறு' என்று எழுதியிருந்தது. எனக்கு தூக்கிவாரிப்போட்டது. உரத்த குரலில் மீண்டும் படித்தேன்: ''நிரந்தரக் கிணறு... நிரந்தரக் கிணறு... நிரந்தரக் கிணறு!'' ஒரு நிரந்தரக் கிணற்றுக்கு முன் அலிபாபாவும் அவனுடைய பொக்கிஷங்களும் எம்மாத்திரம்? இன்னும் கொஞ்சம் தள்ளி இரண்டு சிறிய வெள்ளை வட்டங்களைக் கவனித்தேன். கீழே எழுதியிருந்ததைப் படித்தேன்: 'தற்காலிகக் கிணறு.' அது அவ்வளவு அழகாக இல்லை. பிறகு அதைச் சுற்றி எதுவுமே இருக்கவில்லை. எதுவுமே.

அதோ, என்னுடைய மத நிறுவனம்! கப்பல் கவிழ்ந்து தவிப்பவர்களைக் கரைக்கு அழைப்பதற்காக மதகுருக்கள் குன்றின் மேல் ஒரு பெரிய சிலுவையை நிறுவியிருக்கிறார்கள்! அதை நோக்கி நான் நடக்க வேண்டும், அவ்வளவே. அந்த தோமினிகன்களை நோக்கி ஓடுகிறேன்...

''ஆனால், லிபியாவில் இருப்பவை 'கோப்டிக்' ஆசிரமங்கள்தானே.''

''படிப்பாளிகளான தோமினிகன்களை நோக்கி. அவர்களிடம் அழகான, சிவப்பு ஓடுகள் பதித்த ஒரு சமையலறையும், முற்றத்தில் துருப்பிடித்த அடிகுழாயும் இருக்கின்றன. அந்தத் துருப்பிடித்த அடிகுழாய்க்குக் கீழே, குழாய்க்குக் கீழே, நீங்கள் யூகித்திருப்பீர்களே... துருப்பிடித்த அடிகுழாய்க்குக் கீழேதான் நிரந்தரக் கிணறு! அங்கே போய், கதவருகே மணியடிக்கும்போது, பெரிய மணியின் கயிற்றை இழுக்கும்போது, ஆஹா, அங்கே கொண்டாட்டமாக இருக்கப்போகிறது...''

''மடையனே, தெற்கு பிரான்ஸின் வீடு ஒன்றை நீ விவரித்துக்கொண்டிருக்கிறாய், மேலும் அங்கே எந்த மணியும் கிடையாது.''

''...பெரிய மணியின் கயிற்றை நான் இழுக்கும்போது! வாயிற்காப்போன் வானை நோக்கிக் கைகளை உயர்த்திக் கத்துவான்: 'ஆண்டவனின் தூதர் நீங்கள்!' மற்ற எல்லா மதகுருக்களையும் அழைப்பான். அவர்கள் விரைந்து வருவார்கள். ஒரு ஏழைக் குழந்தையைப் போல என்னை வரவேற்பார்கள். சமையலறைவரை என்னை அழைத்துப்போவார்கள். 'ஒரு விநாடி, ஒரே விநாடி, குழந்தையே... நாம் நிரந்தரக் கிணற்றுக்குப் போவோம்...' என்பார்கள்.''

''நானோ மகிழ்ச்சியில் நடுங்கிக்கொண்டிருப்பேன்...''

இல்லவே இல்லை. குன்றின் உச்சியில் சிலுவை எதுவும் இல்லை என்ற ஒரே காரணத்துக்காக நான் அழ விரும்பவில்லை.

மேற்குத் திசையின் நம்பிக்கையளித்த வாக்குறுதிகள் எல்லாம் பொய். முற்றிலும் வடதிசை நோக்கித் திரும்பினேன்.

குறைந்தபட்சம் கடலின் பாடலால் வடதிசை நிறைந்திருக்கிறது.

ஆஹா! இந்தக் குன்றின் மேல் ஏறி நின்றால், தொடுவானம் விரிகிறது. அதோ, உலகிலேயே மிக அழகான நகரம்.

‘‘அது ஒரு கானல்நீர் என்று உனக்கு நன்றாகத் தெரியும்...’’

அது கானல்நீர் என்று எனக்கு நன்றாகவே தெரியும். என்னை யாரும் ஏமாற்றிவிட முடியாது! ஆனால் கானல்நீரில் அமிழ்ந்துவிடுவதில் எனக்கு விருப்பம் இருந்தால்? ஏதோ ஒரு எதிர்பார்ப்பில்? கொத்தள மதிற்சுவர்களுடன் சூரிய ஒளி பளபளத்துக்கொண்டிருக்கும் இந்த நகரத்தை எனக்குப் பிடித்திருந்தால்? நான் இன்னமும் மகிழ்ச்சியாகவே இருந்து, எனக்குச் சோர்வும் இல்லாததால், சுறுசுறுப்பாக அடியெடுத்து வைத்து நேராகப் போவதில் எனக்கு விருப்பம் இருந்தால்... ப்ரெவொவும் அவருடைய கைத்துப்பாக்கியும்... சிரிப்புதான் வருகிறது! எனக்கு என் போதை பிடித்திருக்கிறது. நான் போதையில் இருக்கிறேன். தாகத்தில் செத்துக்கொண்டிருக்கிறேன்!

சூரிய அஸ்தமனம் என் போதையைத் தெளியச்செய்துவிட்டது. இவ்வளவு தொலைவு வந்துவிட்டதால் பயந்து நான் திடீரென்று நின்றுவிட்டேன். அஸ்தமனத்தில் கானல்நீர் மறைந்துகொண்டிருக்கிறது. தொடுவானம் தன்னுடைய அற்புதத்தையும், மாளிகைகளையும், மதகுருக்களின் வழிபாட்டுப் பட்டைகளையும் களைந்துவிட்டிருக்கிறது. இது ஒரு பாலைவனத் தொடுவானம்.

‘‘நீ வெகுதூரம் வந்துவிட்டாய்! இரவில் மாட்டிக்கொள்வாய், விடியும்வரை காத்திருக்க வேண்டும், நாளை உன்னுடைய சுவடுகள் அழிந்துவிடும், நீ எங்கேயும் இருக்க மாட்டாய்.’’

‘‘அப்படியானால், இன்னும் நேராக நடந்துபோவதே மேல்... மீண்டும் ஒரேயடியாகத் திரும்புவதால் என்ன பயன்? கடலை நோக்கி என் கைகளை விரிக்க இருக்கும்போது, விரித்துவிட்டபோது மீண்டும் இப்படித் திரும்பிப் போக எனக்கு இஷ்டமில்லை...’

‘‘கடலை எங்கேயாவது பார்த்தாயா? மேலும், நீ அதைச் சென்று அடையப்போவதில்லை. நிச்சயமாக உனக்கும் அதற்கும் இடையே முந்நூறு கிலோமீட்டர் இருக்கிறது. ப்ரெவொவும் சிமூன் விமானத்துக்குப் பக்கத்தில் இருந்துகொண்டு உனக்காகவும் சேர்த்துப் பார்த்துக்கொண்டிருக்கிறார். ஒருவேளை ஒரு ஒட்டக அணி அவரைக் கண்டுபிடித்திருக்கலாம்...’’

ஆமாம், நான் திரும்பிப் போகப்போகிறேன். ஆனால், அதற்கு முன்னால் மனிதர்களைக் கூப்பிட்டுப்பார்க்கிறேன்.

‘‘ஓ, யாரங்கே!’’

கடவுளே, இந்தக் கிரகத்தில் மனிதர்கள் வசிக்கிறார்களே!...

"ஓ, யாராவது இருக்கிறீர்களா...!"

தொண்டை கரகரக்கிறது. குரல் எழும்பவில்லை. இப்படிக் கத்திக்கொண்டு, கேலிக்கூத்தாகத் தோன்றுகிறேன்... மீண்டும் ஒரு முறை குரலெழுப்புகிறேன்.

"மனிதர்களே!"

அழுத்தம் திருத்தமாக அலட்டலுடன் அது எதிரொலிக்கிறது.

நான் பின்னோக்கித் திரும்புகிறேன்.

இரண்டு மணி நேரமாக நடக்கிறேன். வழி தவறி நான் தொலைந்துவிட்டேனோ என்று பயந்துபோயிருந்த ப்ரெவொ மூட்டியிருந்த நெருப்பின் சுவாலை மேலெழும்பி வருவதைப் பார்த்தேன். ஆ!... எனக்கு அது ஒரு பொருட்டாகவே இருக்கவில்லை.

இன்னும் ஒரு மணி நேர நடை... இன்னும் ஐநூறு மீட்டர்கள்... நூறு மீட்டர். ஐம்பது மீட்டர்.

"ஆ!"

திடுக்கிட்டு நிற்கிறேன். மகிழ்ச்சி என் நெஞ்சில் அலைமோதுகிறது, அதன் வேகத்தைக் கட்டுப்படுத்தப் போராடுகிறேன். தீச்சுவாலையின் வெளிச்சம் முகத்தில் விழ, ப்ரெவொ அங்கே இன்ஜின்மேல் சாய்ந்தபடி இருந்த இரண்டு அராபியர்களுடன் பேசிக்கொண்டிருக்கிறார். அவர் இன்னும் என்னைப் பார்க்கவில்லை. தன்னுடைய மகிழ்ச்சியிலேயே அவர் ஒரேயடியாக மூழ்கிவிட்டிருக்கிறார். அடடா, நான் அவரை மாதிரியே காத்திருந்தால்... நானும் ஏற்கனவே காப்பாற்றப்பட்டிருப்பேன். மகிழ்ச்சியில் நானும் கத்தினேன்:

"இதோ!"

அந்த இரண்டு பெதோவின் நாடோடிகளுக்கும் தூக்கிவாரிப்போட்டு, என்னைப் பார்க்கிறார்கள். ப்ரெவொ அவர்களைத் தனியாக விட்டுவிட்டுத் தான் மட்டும் என்னை நோக்கி நடந்து வருகிறார். நான் கைகளை அகல விரிக்கிறேன். ப்ரெவொ என் முழங்கையைத் தாங்கிப் பிடிக்கிறார். நான் கீழே விழ இருந்தேனா? அவரிடம் சொல்கிறேன்:

"அப்பாடா, தப்பித்தோம்."

"என்ன?"

"அந்த அராபியர்கள்."

"எந்த அராபியர்கள்?"

‘‘உங்களுடன் அங்கே இருக்கிறார்களே, அந்த அராபியர்கள்...!’’

ப்ரெவொ என்னை விசித்திரமாகப் பார்த்து, கனத்த நெஞ்சுடன் ஒரு பெரிய ரகசியத்தை என்னிடம் சொல்வதைப் போலச் சொல்கிறார்:

‘‘இங்கே அராபியர்கள் யாருமே இல்லை...’’

நிச்சயமாக, இந்த முறை நான் அழப்போகிறேன்.

VI

குடிக்கத் தண்ணீர் இல்லாமல் பத்தொன்பது மணி நேரமாக ஒருவரால் வாழ முடியும், மேலும் நேற்றிரவுக்குப் பின் என்ன குடித்திருக்கிறோம்? விடிந்தபின் ஒரு சில பனித்துளிகள் மட்டுமே! ஆனால், வடகிழக்குக் காற்று இன்னும் வீசிக்கொண்டிருக்கிறது, நாங்கள் ஆவியாவதைச் சற்றுத் தாமதமாக்குகிறது. அந்தக் காற்றுத் திசை வானத்தில் நல்ல மேகக் கூட்டம் உருவாக வழிவகுக்கிறது. ஆஹா, அது நாங்கள் இருக்குமிடம்வரை நகர்ந்து வந்து, மழை பெய்தால்! ஆனால், பாலைவனத்தில் ஒருபோதும் மழை பெய்வதில்லை.

‘‘ப்ரெவொ, பாராசூட் துணியை முக்கோணங்களாகக் கத்தரித்துக் கொள்வோம். தரையில் அவற்றைப் பரப்பிப் பறக்காமல் இருக்கக் கற்களை வைப்போம். காற்றில் மாற்றம் எதுவுமில்லையென்றால், விடிந்த பிறகு அதில் சேரும் பனித்துளிகளைப் பிழிந்து, பெட்ரோல் குடுவை ஒன்றில் பிடித்து வைத்துக்கொள்வோம்.’’

நட்சத்திரங்கள் நிரம்பிய வானுக்குக் கீழே ஆறு வெண்ணிறச் சட்டகங்களை வரிசையாக வைத்தோம். இதற்காக பெட்ரோல் குடுவை ஒன்றை ப்ரெவொ பிரித்து எடுத்தார். இனி நாளை காலைவரை காத்திருக்க வேண்டியதுதான்.

அந்த இடிபாடுகளுக்கிடையே அதிசயமாக ஆரஞ்சுப் பழம் ஒன்றை ப்ரெவொ கண்டெடுத்தார். நாங்கள் அதைப் பகிர்ந்துகொள்கிறோம். நான் நெகிழ்ந்துபோனேன்; இருந்தாலும், எங்களுக்கு இருபது லிட்டர் தண்ணீர் தேவைப்பட்ட இடத்தில் இது மிகச் சொற்பமே.

எங்களுடைய இரவு நேரத் தீயின் அருகே படுத்தபடி அந்தப் பளபளக்கும் ஆரஞ்சைப் பார்த்து எனக்கு நானே சொல்லிக்கொள்கிறேன்: ‘‘ஒரு ஆரஞ்சு என்றால் என்னவென்றே மனிதர்களுக்குத் தெரியாது...’’ மேலும், இதையும் சொல்லிக்கொள்கிறேன்: ‘‘நாங்கள் சாகப்போகிறோம். ஆனால் இந்த முறையும் இந்த நிச்சயம் என் மகிழ்ச்சியைக் கெடுக்கவில்லை. என் கைகளில் நான் இறுகப் பற்றியிருக்கும் இந்தப் பாதி ஆரஞ்சு என் வாழ்க்கையின் மிகப் பெரிய ஆனந்தங்களில் ஒன்றை எனக்கு அளிக்கிறது...’’ மல்

லாந்து படுத்துக்கொண்டு, என்னுடைய பழத்தைச் சப்பிக்கொண்டு, பறக்கும் எரிகற்களை எண்ணுகிறேன். இப்போது நான், இந்த ஒரு நிமிஷத்துக்கு, அளவில்லாத ஆனந்தம் அடைகிறேன். மீண்டும் எனக்கு நானே சொல்லிக்கொள்கிறேன். எந்த உலகத்தின் நியதியின்படி நாம் வாழ்ந்து கொண்டிருக்கிறோமோ, அந்த உலகத்துக்குள் நாமும் நம்மையே சிறை படுத்திக்கொள்ளாமல் அதைப் புரிந்துகொள்ள முடியாது. மரண தண்டனைக் கைதியின் இறுதி சிகரெட்டையும், ஒரு கோப்பை 'ரம்' மதுவையும் இன்றுதான் நான் புரிந்துகொள்கிறேன். இந்த அற்ப வெகுமதிகளை அவன் ஏற்றுக்கொள்கிறான் என்பதை என்னால் ஒப்புக்கொள்ள முடியாமலிருந்தது. ஆனால், அவனுக்கு அது மிக்க மகிழ்ச்சி அளித்தது. அந்த மனிதன் புன்முறுவல் செய்தால், அவன் தைரியசாலி என்று மக்கள் நினைக்கிறார்கள். ரம் குடித்து க்கொண்டே அவன் புன்முறுவல் செய்கிறான். ஆனால், மக்கள் அறியாதது என்னவென்றால் அவனுடைய பார்வையில் ஒரு மாற்றம் ஏற்பட்டுவிட்டிருந்தது என்பதும், தன்னுடைய இந்தக் கடைசி மணி நேரத்தில் ஒரு மானிட வாழ்க்கையை அவன் உருவாக்கியிருந்தான் என்பதும்தான்.

எங்களிடம் நிறைய நீர் சேர்ந்துவிட்டிருந்தது: கிட்டத்தட்ட இரண்டு லிட்டர் இருக்கலாம். இனிமேல் தாகம் இருக்காது! காப்பாற்றப்பட்டுவிட்டோம், இனி நாங்கள் அதைக் குடிக்கலாம்!

என்னுடைய குடுவையில் ஒரு தகரப் பிடிக் குவளையை விட்டு மொண்டு எடுக்கிறேன், அந்த நீர் ஒரு அழகான பச்சையும் மஞ்சளும் கலந்த நிறத்தில் இருக்கிறது. முதல் மடக்கிலேயே ஒரு அருவருப்பான ருசி இருந்ததால், என்னை வருத்திய தாகத்தையும் மீறி அந்த மடக்கை விழுங்குவதற்கு முன்னால் மூச்சைப் பிடித்துக்கொள்ள வேண்டியதாயிற்று. இருந்தாலும், இந்தச் சகதியைக் குடிப்பேன், ஆனால், இந்த உலோக நச்சின் மோசமான சுவை என்னுடைய தாகத்தைவிடத் தீவிரமாக இருக்கிறது.

ப்ரெவொவைப் பார்க்கிறேன், எதையோ மும்முரமாகத் தேடுவதைப் போலத் தரையைப் பார்த்தபடி சுற்றிச்சுற்றி வருகிறார். திடீரென்று நன்றாகக் குனிந்து, சுற்றி வருவதை நிறுத்தாமல் வாந்தியெடுக்கிறார். முப்பது வினாடிகளுக்குப் பிறகு, என்னுடைய முறை. கைவிரல்கள் மண்ணில் புதைய நான் மண்டியிட்டு உட்காரும் அளவுக்கு என் வயிற்றுத் தசை இழுக்கிறது. நாங்கள் ஒருவருக்கொருவர் பேசிக்கொள்ளவில்லை. கால் மணி நேரம், நாங்கள் அப்படியே குலைந்துபோயிருக்கிறோம், கொஞ்சம் பித்தத்தை மட்டும் வெளியே கொண்டுவருகிறோம்.

எல்லாம் முடிந்துவிடுகிறது. கொஞ்சம் பழைய குமட்டல் உணர்வு மட்டும் இருக்கிறது. எங்களுடைய கடைசி நம்பிக்கையும் மறைந்துவிட்டது. எங்கள் தோல்விக்குக் காரணம் பாராசூட் துணியின் ரசாயனப் பூச்சா

அல்லது குடுவையின் உட்புறம் படிந்திருந்த கார்பன்-டெட்ராகுளோரைடா என்று எனக்குத் தெரியவில்லை. நாங்கள் வேறு பாத்திரத்தையோ வேறு துணியையோ பயன்படுத்தியிருக்க வேண்டும்.

சரி, விரைந்து செல்வோம்! பொழுது புலர்ந்துவிட்டது. மேலே போவோம்! இந்தத் துர்ப்பாக்கியப் பீடபூமியை விட்டு, எட்டிப் போட்டு நடந்து, நேராகப் போய், விழும்வரை போவோம். ஆண்டிஸ் மலைத்தொடரில் கியோமெ செய்ததை முன்னுதாரணமாக எடுத்துக்கொள்கிறேன்: நேற்றிலிருந்து அடிக்கடி அவரைப் பற்றி நினைத்துக்கொள்கிறேன். நொறுங்கிய விமானத்துக்கு அருகிலேயேதான் நாங்கள் இருக்க வேண்டும் என்ற அதிகாரபூர்வமான கட்டளையை நிராகரிக்கிறேன். இங்கே யாரும் எங்களைத் தேடி வரப்போவதில்லை.

காணாமல்போய்விட்டவர்கள் நாங்கள் அல்ல என்பதை மீண்டும் ஒரு முறை கண்டறிகிறோம். எங்களுக்காகக் காத்திருப்பவர்கள்தான் காணாமல்போனவர்கள்! எங்களுடைய மௌனத்தால் பயந்துபோய் இருப்பவர்கள். ஒரு பயங்கரத் தப்புக் கணக்குப் போட்டுவிட்டதால் குலைந்துபோயிருப்பவர்கள். அவர்களை நோக்கிப் போகாமல் இருக்க முடியும் என்பது சாத்தியமே இல்லை. ஆண்டிஸிலிருந்து மீண்டு வந்த பிறகு கியோமெகூட காணாமல்போனவர்களை நோக்கித்தான் அவரும் போனதாகச் சொன்னார். பிரபஞ்ச ரீதியிலான உண்மை இது.

'உலகத்தில் நான் தனியாக இருந்தேனென்றால், பேசாமல் படுத்துக்கொள்வேன்,' என்கிறார் ப்ரெவொ.

கிழக்கு-வடகிழக்கை நோக்கி நேராக நடக்கிறோம். நாங்கள் நைல் நதியைக் கடந்து வந்துவிட்டிருந்தோமென்றால், இனி நாங்கள் எடுத்து வைக்கும் ஒவ்வொரு அடியும் அரேபியப் பாலைவனத்தின் அடர்த்திக்குள்தான் இட்டுச்செல்லும்.

அந்த நாளைப் பற்றி எனக்கு ஒன்றும் ஞாபகமில்லை. என்னுடைய அவசரம் மட்டும்தான் என் நினைவுக்கு வருகிறது. எதையோ நோக்கி அவசரம், என் வீழ்ச்சியை நோக்கி. தரையைப் பார்த்தபடியே நடந்து போனது எனக்கு ஞாபகம் இருக்கிறது, கானல்நீர்களை நெஞ்சம் தாங்கவில்லை. அவ்வப்போது திசைமானியில் பார்த்து எங்களுடைய பாதையைத் திருத்திக்கொண்டோம். சில சமயங்களில் கீழே படுத்துக்கொண்டு சற்று இளைப்பாறினோம். இரவு வேளைகளில் உதவும் என்று வைத்திருந்த மழைக்கோட்டையும் எங்கோ தூக்கியெறிந்துவிட்டிருந்தேன். இவற்றைத் தவிர வேறெதுவும் எனக்குத் தெரியவில்லை. குளிர்ந்த மாலைப் பொழுதில் தான் என் நினைவுகள் எனக்குத் திரும்ப வருகின்றன. நானும் மணலைப்

போல ஆகிவிட்டிருந்தேன்; எனக்குள் எல்லாமே அடையாளம் இழந்து விட்டிருந்தன.

பொழுது சாயும் வேளையில், அங்கேயே இரவு தங்குவது என்று முடிவுசெய்கிறோம். நாங்கள் இன்னும் நடக்க வேண்டும் என்று எனக்குத் தெரியும். நீர் இல்லாத இந்த இரவில் நாங்கள் மடிந்துவிடுவோம். ஆனால் எங்களுடன் பாராசூட் துணியை மடித்து எடுத்துவந்திருந்தோம். அதன் வேதியல் பூச்சில் நச்சுத் தன்மை இல்லையென்றால், நாளைக் காலை கொஞ்சம் நீர் குடிக்கலாம். ஆகவே மீண்டும் எங்கள் பனித்துளிச் சேகரிப்பை நட்சத்திர வானத்தின் கீழ் செய்ய வேண்டும்.

ஆனால், வடதிசையில் இன்றிரவு வானத்தில் மேகங்கள் இல்லை. இருந்தாலும் காற்றின் ருசியே மாறிவிட்டிருந்தது. தவிர, அதன் திசையும் மாறி யிருந்தது. பாலைவனத்தின் சூடான மூச்சை எங்கள்மேல் உணர்ந்தோம். கொடிய மிருகம் விழித்துக்கொண்டுவிட்டது! எங்களுடைய கைகளையும் முகத்தையும் அது நக்குவதை உணர்ந்தேன்.

ஆனால், நான் இன்னமும் நடந்து போனால் பத்து கிலோமீட்டர்கூடப் போக மாட்டேன். ஏற்கனவே மூன்று நாட்களாக நான் குடிப்பதற்கு எதுவு மில்லாமல், நூற்றி எண்பது கிலோமீட்டர்வரை...

ஆனாலும், நாங்கள் நின்றுவிடும் ஒரு சமயத்தில் ப்ரெவொ சொல்கிறார்:

"அதோ, அங்கே ஒரு ஏரி இருக்கிறது என்று நான் உறுதியாகச் சொல் வேன்."

"உங்களுக்குப் பைத்தியமா?"

"பொழுது சாயும் இந்த வேளையில் அது எப்படிக் கானல்நீராக இருக்க முடியும்?"

நான் பதில் சொல்லவில்லை. ரொம்ப நேரமாகவே என் கண்களை நம்புவதைக் கைவிட்டிருந்தேன். அது கானல்நீராக இல்லாமலே இருக்கக் கூடும், அப்படியானால் அது எங்களுடைய பைத்தியக்காரக் கற்பனையாக இருக்கும். எப்படி ப்ரெவொ இதை இன்னும் நம்புகிறார்?

ப்ரெவொ பிடிவாதமாக இருக்கிறார்:

"இருபது நிமிஷங்கள்தான் ஆகும். நான் போய் பார்க்கப்போகிறேன்."

இந்தப் பிடிவாதம் எனக்கு எரிச்சலூட்டுகிறது.

"போய்ப் பாருங்கள், போய்க் காற்று வாங்கிவிட்டு வாருங்கள்... உட லுக்கு அது மிகவும் நல்லது. ஆனால், உங்களுடைய ஏரி அங்கே இருந்தால் அது உப்பாக இருக்கும் என்பதையும் தெரிந்துகொள்ளுங்கள். உப்போ, இல்லையோ, அது எங்கேயோ நரகத்தில் இருக்கிறது. உண்மையில், ஏரி எதுவுமே இல்லை."

நேராகப் பார்த்துக்கொண்டே ப்ரெவொ ஏற்கனவே கொஞ்ச தூரம் போயிருந்தார். அந்த மகத்தான கவர்ச்சிகளைப் பற்றி எனக்கு நன்றாகவே தெரியும். நான் நினைத்துக்கொண்டேன்: ''நேராகச் சென்று ரயிலின் அடியில் வாழும் சில தூக்கத்தில் நடப்பவர்கள்கூட இருக்கி றார்கள்.'' ப்ரெவோ திரும்பிவர மாட்டார் என்பது எனக்குத் தெரியும். இந்த சூனிய வெளியின் தலைச்சுற்றலுக்கு ஆளாகி அவரால் திரும்பிப் பார்க்கக்கூட முடியாது. இன்னும் சற்றுத் தள்ளிப் போய் விழப் போகி றார். அவர் இருக்கும் இடத்தில் அவரும், இங்கே நானும் இறக்கப் போகிறோம். மேலும், இவையெல்லாம் எவ்வளவு முக்கியமற்றவை!...

எனக்குள் தோன்றியிருக்கும் இந்த அலட்சிய மனோபாவம் நல்லதல்ல என்றும் கருதுகிறேன். ஒருமுறை நான் மூழ்கிவிட இருந்தபோது இதே அமைதியை உணர்ந்தேன். அந்த நிலையைப் பயன்படுத்திக்கொண்டு, கற் களின் மேல் குப்புறப் படுத்தபடி என் மறைவுக்குப் பிறகு வெளிவர இருக் கும் கடிதம் ஒன்றை எழுதுகிறேன். என் கடிதம் மிக அழகாக இருக்கிறது. மிகவும் கண்ணியமாக. தேர்ந்த அறிவு முதிர்ச்சியுடன் அறிவுரைகள் வழங்கு கிறேன். எனக்கு மகிழ்ச்சியூட்டும் அகந்தையை அனுபவிக்கிறேன். அந்தக் கடிதத்தைப் பற்றி இப்படித்தான் சொல்லப்போகிறார்கள்: ''இதோ, அவ ருடைய சாவுக்குப் பிறகு வெளியாகும் அற்புதமான ஒரு கடிதம்! அவர் இறந்தது எவ்வளவு பெரிய துர்ப்பாக்கியம்!''

என்னுடைய தற்போதைய நிலை என்ன என்பதையும் தெரிந்துகொள்ள விரும்புகிறேன். எச்சிலைக் கூட்ட முயல்கிறேன்: நான் எச்சில் துப்பி எவ் வளவு மணி நேரம் ஆகிறது? என்னிடம் எச்சிலே இல்லை. வாயை மூடிய படியே இருந்தால் பிசின் போன்ற திரவம் என் உதடுகளை இறுக மூடி விடுகிறது. அது காய்ந்த பிறகு வாய்க்கு வெளிப்புறத்தில் கடினமான பொருக்காக இருக்கிறது. இருந்தபோதிலும், விழுங்குவதைப் போல ஒரு அசைவை என்னால் செய்ய முடிகிறது. என் கண்களுக்குள் ஒளி வெள்ளம் இன்னும் நிரம்பவில்லை. அது எப்போது நிகழ்கிறதோ, அதிலிருந்து எனக்கு இன்னும் இரண்டு மணி நேரமே மிஞ்சும்.

இரவு வந்துவிட்டது. அன்றைய இரவைவிட இன்று நிலா பெரிதாகத் தெரிகிறது. ப்ரெவொ திரும்பி வரவில்லை. நான் மல்லாந்து படுத்தபடி சில நிதர்சனங்களை முதிரவைத்துக்கொண்டிருக்கிறேன். பழைய காட்சி ஒன்று என் கண்முன் தோன்றுகிறது. அது என்னவென்று தெரிந்து கொள்ள விழைகிறேன். நான்... நான்... அப்போது ஒரு கப்பலில் பயணம் செய்துகொண்டிருக்கிறேன்! தென் அமெரிக்காவுக்குப் பயணம். கப்பலின் மேல்தளத்தில் காலை நீட்டிப் படுத்திருக்கிறேன். நட்சத்திரங்களுக்கு இடையே கொடிக் கம்பத்தின் உச்சி நேராகவும், பக்கவாட்டிலும் ஆடுகி றது. இங்கே கொடிக் கம்பம் இல்லை என்றாலும், இங்கேயும் நான் கப்பலில்

இருக்கிறேன்; போகும் இடம்தான் என் முயற்சிகளுக்கு அப்பாற்பட்டது. அடிமை வியாபாரிகள் என்னைக் கட்டிப்போட்டு, கப்பலின் மேல்தளத்தில் கிடத்திவிட்டார்கள்.

இன்னும் திரும்பி வராத ப்ரெவொவைப் பற்றி எண்ணுகிறேன். அவர் தன் குறையைச் சொல்லி முறையிட்டு நான் கேட்டதேயில்லை. அது ஒரு நல்ல விஷயம். யாராவது புலம்பிக்கொண்டே இருந்தால் அது எனக்குப் பிடிக்காது. ப்ரெவொ ஆண் மகன்.

அதோ! நான் இருக்கும் இடத்திலிருந்து ஐந்நூறு மீட்டர் தொலைவில் விளக்கை ஆட்டுகிறார்! தான் வந்த தடயங்களை இழந்துவிட்டார்! அவருக்குப் பதிலளிக்கும் வகையில் என்னிடம் விளக்கு எதுவுமில்லை. எழுந்திருக்கிறேன். கத்துகிறேன். ஆனால் அவருக்குக் கேட்கவில்லை...

அவர் இருக்குமிடத்திலிருந்து இருநூறு மீட்டர் தொலைவில் இன்னொரு விளக்கு எரிகிறது, பிறகு மூன்றாவது விளக்கு. ஆ, கடவுளே, அது விளக்கைப் பாய்ச்சி மற்றவர்களைத் தங்களை நோக்கி ஈர்ப்பவர்களின் கூட்டம், என்னைத் தேடுகிறார்கள்!

கத்துகிறேன்:

"இதோ!"

அந்த மூன்று விளக்குகளும் தங்களுடைய அழைப்புச் சமிக்ஞையைத் தொடர்கின்றன.

இந்த இரவு எனக்குப் பைத்தியம் பிடிக்கவில்லை. அமைதியாக இருக்கிறேன். கவனித்துப் பார்க்கிறேன். ஐநூறு மீட்டர் தொலைவில் மூன்று விளக்குகள் தெரிகின்றன.

"இதோ!"

இன்னும் ஒருவருக்கும் கேட்கவில்லை.

அப்போதுதான் ஒரு சில வினாடிகளுக்கு வெலவெலத்துப் போனேன். எனக்குத் தெரிந்த அந்த ஒரே ஒரு முறை. ஆ!, என்னால் இன்னும் ஓட முடிகிறது. "கொஞ்சம் பொறுங்கள்... பொறுங்கள்..." அவர்கள் திரும்பிப் போகிறார்கள்! தூர விலகிப் போய் வேறு எங்கேயோ தேடப் போகிறார்கள். நான் கீழே விழப்போகிறேன்! என்னை ஏற்றுக்கொள்ளும் கைகள் விரிந்திருக்கும் நிலையில், வாழ்க்கையின் நுழைவாயிலில் நான் விழப்போகிறேன்!...

"ஓ! யாரங்கே!"

"ஓ!..."

என் குரலை அவர்கள் கேட்டுவிட்டார்கள். எனக்கு மூச்சடைக்கிறது, மூச்சு முட்டினாலும் நான் இன்னும் ஓடுகிறேன். குரல் வந்த திசையை நோக்கி ஓடுகிறேன். "ஓ". ப்ரெவொவைப் பார்க்கிறேன், விழுகிறேன்.

"ஆஹா, அந்த விளக்குகளையெல்லாம் நான் பார்த்தபோது...!"

"எந்த விளக்குகள்?"

உண்மைதான். அவர் தனியாக இருந்தார்.

இம்முறை எனக்கு எவ்வித மனச் சோர்வும் ஏற்படவில்லை, ஆனால் குரலற்ற ஒரு கோபம்.

"சரி, உங்களுடைய ஏரி?"

"நான் முன்னே போகப்போக அது தள்ளிப் போய்க்கொண்டிருந்தது. அதை நோக்கி அரை மணி நேரம் நடந்தேன். அரை மணி நேரத்துக்குப் பிறகு அது மிகத் தொலைவில் இருந்தது. நான் திரும்பி வந்துவிட்டேன். ஆனால் இப்போது எனக்கு நிச்சயமாகத் தெரியும், அது ஏரிதான்..."

"நீங்கள் ஒரு பைத்தியம், முற்றிவிட்ட பைத்தியம். ஏன் அப்படிச் செய்தீர்கள்?... ஏன்?..."

அவர் என்ன செய்தார்? ஏன் அப்படிச் செய்தார்? கடுமையான கோபத்தில் நான் அழுதிருப்பேன், ஆனால் ஏன் கடுமையான கோபம் என்று தெரியாது. ப்ரெவொ தொண்டை அடைக்கும் குரலில் என்னிடம் சொன்னார்:

"ஏதாவது குடிக்க வேண்டும் என்று அவ்வளவு தீவிரமாக ஆசைப்பட்டேன்... உங்கள் உதடுகள் எவ்வளவு வெளுத்துப்போயிருக்கின்றன!"

"அப்படியா!" என்னுடைய கோபம் தணிகிறது... தூங்கி எழுந்தவனைப் போல் நெற்றிமேல் கைகளைப் படரவிடுகிறேன், சோகமாக உணர்கிறேன். மெதுவாக என் கதையைச் சொல்கிறேன்.

"நான் பார்த்தேன், இப்போது உங்களைப் பார்ப்பதைப் போல, தெளிவாகப் பார்த்தேன், எவ்விதத் தவறுக்கும் இடமில்லாமல், மூன்று விளக்குகள்... அடித்துச் சொல்கிறேன், ப்ரெவொ, நான் அவற்றைப் பார்த்தேன்."

முதலில் ப்ரெவொ மௌனமாக இருக்கிறார்:

"அப்படியா? ஏதோ சரியில்லை," என்று உறுதியாகச் சொல்கிறார்.

ஈரப்பதம் இல்லாத சூழலில் பூமி தன் வெப்பத்தை விரைவிலேயே வெளியேற்றிவிடுகிறது. ஏற்கனவே மிகவும் குளிர ஆரம்பித்துவிட்டது. நான் எழுந்து நடக்கிறேன். ஆனால் உடனேயே தாங்க முடியாத ஒரு நடுக்கம் பிடித்துக்கொள்கிறது. நீர் வற்றிய என்னுடைய ரத்தத்தின் ஓட்டம் மோச

மாக இருக்கிறது, என்னைத் துளைக்கும் இந்தப் பனிக்கட்டி போன்ற குளிர், இரவின் குளிர் மட்டுமல்ல. என்னுடைய பற்கள் படபடக்கின்றன, வலிப்பால் உடல் தூக்கிப்போடுகிறது. ஒரு கைமின்விளக்கைக்கூடப் பிடிக்க முடியாத அளவுக்குக் கை ஆடுகிறது. குளிரை எப்போதுமே நன்றாகத் தாங்கிக்கொள்ளும் நான், இப்போது குளிர் தாங்காமல் சாகப்போகிறேன். தாகத்துக்கு இப்படி ஒரு விளைவா?!

வெப்பமாக இருக்கும்போது, அதையும் தூக்கிக்கொண்டு நடக்க முடியாமல் என்னுடைய ரப்பர் மேல்கோட்டை எங்கேயோ கீழே போட்டுவிட்டிருந்தேன். போகப்போக, காற்றடிப்பதும் மோசமாகிக்கொண்டே வருகிறது. பாலைவனத்தில் எவ்வித அடைக்கலமும் கிடையாது என்பதை உணர்கிறேன். பாலைவனமும் பளிங்குக்கல்லைப் போல வழுவழுப்பாக இருக்கிறது. பகல் முழுவதும் நிழலே அளிக்காமல், இரவில் காற்றுக்கு முன்னால் நம்மை நிர்வாணமாகக் கிடத்திவிடுகிறது. எனக்குப் புகல் அளித்திருக்கக் கூடிய வகையில் ஒரு மரமோ, புதரோ, பாறையோ இல்லை. திறந்த வெளியில் ஒரு குதிரைப்படை துரத்துவதைப் போலக் காற்று என்னை விரட்டுகிறது. அதனிடமிருந்து தப்ப நான் வட்டவட்டமாகச் சுற்றி வருகிறேன். கீழே படுத்து, எழுந்திருக்கிறேன். படுத்துக்கொண்டோ, நின்றபடியோ இந்தப் பனிக்கட்டிச் சாட்டையடிக்கு ஆளாகிறேன். என்னால் ஓட முடியவில்லை, அதற்கு எனக்குச் சக்தியில்லை. இந்தக் கொலைகாரர்களிடமிருந்து தப்பிக்க முடியாமல், தலையைக் கையில் பிடித்தபடி மண்டியிட்டு உட்காருகிறேன், ஓங்கிய வாளுக்கடியில்!

நான் எழுந்து, இன்னும் நடுங்கிக்கொண்டே நேராகப் பார்த்தபடி நடந்துகொண்டிருக்கிறேன் என்பதை சற்று நேரம் கழிந்த பின்னர்தான் உணர்கிறேன்! எங்கே நான் இருக்கிறேன்? அட, இப்போதுதான் கிளம்பியிருக்கிறேன், ப்ரெவொவின் குரல் கேட்கிறது! அவருடைய உரத்த குரல்தான் என்னைச் சுயநினைவுக்குக் கொண்டுவந்தது.

உடல் முழுவதும் தசை இறுக்கத்தால் இன்னமும் நடுங்கிக்கொண்டே அவரை நோக்கித் திரும்பி வந்தேன். எனக்குள் சொல்லிக்கொள்கிறேன்: ''இது வெறும் குளிர் அல்ல. இது வேறு. இதுதான் முடிவு.'' என்னிடம் நீர் மிகவும் வற்றிப்போயிருந்தது. முந்தாநாள் அவ்வளவு நடந்திருக்கிறேன்; தவிர நேற்றும்கூட, நான் தனியாகப் போயிருந்தபோது.

குளிரில் வாழ்க்கை முடிவது எனக்கு வருத்தமாக இருக்கிறது. என்னுடைய உள்மனக் கானல்நீர்க் காட்சிகளே மேல். அந்தச் சிலுவை, அந்த அராபியர்கள், அந்த விளக்குகள். பார்க்கப்போனால், அவை என்னைக் கவரத் தொடங்கியிருந்தன. ஒரு அடிமையைப் போலச் சாட்டையடி வாங்கிக்கொள்ள எனக்கு ஆசையில்லை...

இதோ, மீண்டும் மண்டியிடுகிறேன்.

நாங்கள் கொஞ்சம் மருத்துவப் பொருள்களை எடுத்துவந்திருந்தோம். நூறு கிராம் சுத்த ஈதர், நூறு கிராம் 90° எரிசாராயம், ஒரு பாட்டில் அயோடின். இரண்டு அல்லது மூன்று மிடறு சுத்த ஈதரைக் குடிக்க முயற்சி செய்கிறேன். கத்திகளை விழுங்கியதைப் போல இருக்கிறது. பிறகு 90° எரி சாராயம், ஆனால் அது தொண்டையை அடைக்கிறது.

மணலில் ஒரு குழி பறித்து, அதற்குள் படுத்துக்கொண்டு என்னை மண லால் மூடிக்கொள்கிறேன். என் முகம் மட்டுமே வெளியில் தெரிகிறது. ப்ரெவொ எங்கேயிருந்தோ சில குச்சிகளைக் கொண்டுவந்து தீ மூட்டு கிறார், ஆனால் அதன் சுவாலைகள் விரைவில் அணைகின்றன. ப்ரெவொ மண்ணில் தன்னைப் புதைத்துகொள்ள மறுக்கிறார். நின்றபடியே காத்துக் கொண்டிருப்பது மேல் என்பது அவர் எண்ணம். அது தவறு.

என் தொண்டை இன்னும் இறுகியபடியேதான் இருக்கிறது. மோசமான அறிகுறி, இருந்தாலும் கொஞ்சம் நலமாக இருப்பதாக உணர்கிறேன். சாந்த மாக இருப்பதாகவும் உணர்கிறேன். எல்லா நம்பிக்கைகளுக்கும் அப்பால் சாந்தமாக இருப்பதாக உணர்கிறேன். நட்சத்திரங்களுக்கு அடியில், கட்டப் பட்டு, அடிமைகளை ஏற்றிச்செல்லும் கப்பலின் மேல்தளத்தில் நான் போக விரும்பாத ஒரு பயணத்தில் போய்க்கொண்டிருக்கிறேன். ஒருவேளை நான் அவ்வளவு வருந்தத்தக்க நிலையிலும் இல்லையோ, என்னவோ...

ஒரு தசையைக்கூட அசைக்காமல் இருக்கும் பட்சத்தில் குளிர் எனக்கு உறைக்கவில்லை. ஆகவே மணலுக்கடியில் உறங்கிக்கொண்டிருக்கும் என் னுடைய உடலை நான் மறந்துவிடுகிறேன். அசையாமலே இருப்பேன், அப் போதுதான் அவதிப்படாமலும் இருக்கலாம். மேலும் பார்க்கப்போனால், அவதிப்படுவதே மிகவும் குறைவு... ஜுர வேகம், சோர்வு இவற்றின் ஒன்று சேர்ந்த இயக்கம்தான் இந்த அவஸ்தைகளுக்குப் பின்னால் இருக்கிறது. படங்கள் நிறைந்த புத்தகமாக, கொடூரமான தேவதைக் கதையைப் போல இவை உருமாற்றம் அடைகின்றன... சற்று நேரம் முன் காற்று என்னை வேட்டையாடித் துரத்தியது; ஒரு மிருகத்தைப் போல நான் சுற்றிச்சுற்றி வந்தேன். பிறகு மூச்சு விட முடியாமல் தவித்தேன்; என் நெஞ்சை முழங் கால் ஒன்று அழுத்தியது. ஒரு முழங்கால். ஒரு தேவதையின் சுமையை எதிர்த்து நான் போராடினேன். இதற்கு முன்னால் நான் ஒருபோதும் பாலைவனத்தில் தனியாக இருந்ததில்லை. இப்போது என்னைச் சுற்றி இருப்பவற்றில் எனக்கு நம்பிக்கை இல்லை; என் கண்களை மூடிக்கொண்டு, இமைகளைக்கூட அசைக்காமல் எனக்குள்ளேயே சுருங்கிவிடுகிறேன். நான் பார்க்கும் காட்சிகளின் வெள்ளப் பெருக்கு சாந்தமான ஒரு கனவை நோக்கி என்னை அழைத்துச்செல்வதை உணர்கிறேன். கடலின் ஆழத்தில் நதிகள் அமைதியாகிவிடுகின்றன.

நான் நேசிக்கும் அனைவரிடத்திலிருந்தும் விடைபெறுகிறேன். குடிக்க எதுவுமில்லாமல் மனித உடல் மூன்று நாட்களுக்கு மேல் போராட முடியாது என்பது என் குற்றமல்ல. நீரோடைகளுக்கு இப்படி நான் அடிமையாகிவிடுவேன் என்று நினைக்கவில்லை. என்னுடைய சுதந்திரம் இவ்வளவு குறுகியதாக இருக்கும் என்றும் நினைத்ததில்லை. மனிதன் நேராகப் பார்த்தவாறு முன்னோக்கி நடந்து போக முடியும் என்று நினைக்கிறோம். மனிதன் சுதந்திரமாக இருப்பதாக நினைக்கிறோம்... ஆனால் அவனைக் கிணற்றுடன் பிணைக்கும் கயிற்றை நாம் பார்ப்பதில்லை; பூமியின் வயிற்றுடன் அவனைப் பிணைக்கும் தொப்புள்கொடியைப் பார்ப்பதில்லை. ஒரு அடி அதிகமாக எடுத்துவைத்தால் அவன் இறந்துவிடுகிறான்.

உங்களுடைய மன வேதனையைத் தவிர எனக்கு எவ்வித வருத்தமும் இல்லை. கூட்டிக் கழித்துப்பார்த்தால், எனக்கு எல்லாம் நல்லபடியாகவே இருந்திருக்கிறது. நான் திரும்பிப் போக முடிந்தால் எல்லாவற்றையும் மீண்டும் தொடங்குவேன். வாழ்வது எனக்கு அவசியம். நகரங்களில் இப்போதெல்லாம் மானிட வாழ்க்கை இல்லை.

வானில் பறப்பது முக்கியமல்ல. விமானம் என்பது ஒரு சாதனமே, இலக்கு அல்ல. விமானத்துக்காக எவரும் வாழ்க்கையைப் பணயம் வைப்பதில்லை. விவசாயி எப்படிக் கலப்பைக்காக உழவில்லையோ, அதைப் போல. ஆனால், விமானத்தின் மூலம் நகரங்களிலிருந்தும் அவற்றின் கணக்கர்களிலிருந்தும் விலகிப் போய், குடியானவர்களின், உலகத்தின் உண்மையைக் கண்டுபிடிக்கலாம்.

ஒரு மனிதனின் வேலையைச் செய்கிறோம், மனிதர்களின் கவலைகளை நாம் அறிவோம். காற்றுடன் நட்சத்திரங்களுடன், இரவுடன், மணலுடன், கடலுடன் தொடர்புகொள்கிறோம். இயற்கையின் சக்திகளைச் சமாளிக்கிறோம். தோட்டக்காரர் வசந்த காலத்தை எதிர்நோக்கியிருப்பதைப் போல நாம் விடியலுக்காகக் காத்திருக்கிறோம். சொர்க்க பூமியைப் போல அடுத்து இறங்கப்போகும் இடத்துக்காகக் காத்திருக்கிறோம், அங்குள்ள நட்சத்திரங்களில் நம்முடைய உண்மையைத் தேடுகிறோம்.

நான் குறைபட்டுக்கொள்ள மாட்டேன். கடந்த மூன்று நாட்களாக நான் நடந்தேன், எனக்குத் தாகம் எடுத்தது, மணலில் அடிச்சுவடுகளைத் தேடினேன், பனித்துளிகளை எதிர்நோக்கியிருந்தேன், என் இனத்தவர்களிடம் போய்ச் சேர விழைந்தேன்; பூமியில் அவர்கள் எங்கே வசித்தார்கள் என்பதை மறந்துவிட்டிருந்தேன். இன்று மாலை எந்தக் கேளிக்கைக்கூடத்துக்குப் போகலாம் என்று யோசிப்பதைவிட அவர்களைப் பற்றி யோசிப்பது மிகவும் முக்கியம் என்று கருதாமல் என்னால் இருக்க முடியவில்லை.

புறநகர் ரயில் வண்டிகளில் இருக்கும் மனிதர் கூட்டத்தை இப்போ தெல்லாம் என்னால் புரிந்துகொள்ள முடியவில்லை, மனிதர்கள் என்று தங்களை நினைத்துக்கொண்டிருக்கும் இந்த மனிதர்களை, தங்களைப் பயன்படுத்திக்கொள்ள விட்டு, உணர முடியாத நிர்ப்பந்தங்களுக்கு ஆளாக் கப்பட்டு, எறும்புகளைப்போல இருக்கும் மனிதர்களைப் புரிந்துகொள்ள முடியவில்லை. தங்களுடைய அபத்தமான அற்ப ஞாயிற்றுக்கிழமைகளில் சுதந்திரமாக இருக்கும்போது தங்களுடைய நேரத்தை எப்படிக் கழிக்கி றார்கள்?

ஒருமுறை ரஷ்யாவில் தொழிற்சாலை ஒன்றில் மோஸார்ட்டின் செவ் வியல் இசை இசைப்பதைக் கேட்டேன். அதைப் பற்றி நான் எழுதியிருந் தேன். என்னைத் திட்டி இருநூறு கடிதங்கள் வந்தன. மதுக்கூடங்களில் இசைக்கும் கீழ்த்தர இசையை ரசிப்பவர்கள்மீது எனக்குக் கோபம் இல்லை. எனக்குக் கடை முதலாளியிடம்தான் கோபம். மனிதர்களைச் சேதப்படுத்துவது எனக்குப் பிடிக்காது.

என்னுடைய தொழிலில் நான் மகிழ்ச்சியுடன் இருக்கிறேன். வானத்தின் உழவனாக என்னை நான் உணர்கிறேன். புறநகர் ரயில் வண்டிகளில் நான் உணரும் கடும் மனவலியை இங்கிருப்பதைவிட வேறு விதமாக உணர் கிறேன். இங்கே, மொத்தத்தில் என்ன சொர்க்க போகம்!...

எனக்கு எந்த வருத்தமும் இல்லை. துணிந்து விளையாடினேன், தோற்று விட்டேன். என் தொழிலின் நியதி அது. ஆனாலும், குறைந்தபட்சம், நான் கடலின் காற்றை சுவாசித்தேன்.

இந்த ஊட்டத்தை ஒரு முறை சுவைத்தவர்கள் அதை மறக்க மாட் டார்கள். இல்லையா, தோழர்களே? மேலும், இது ஆபத்து நிறைந்த வாழ்க் கையை மேற்கொள்வதல்ல. அப்படிச் சொல்லிக்கொள்வது வெறும் ஜம் பமே. ஜல்லிக்கட்டு வீரர்களை எனக்குப் பிடிக்காது. நான் விரும்புவது ஆபத்தை அல்ல. நான் எதை விரும்புகிறேன் என்று எனக்கு நன்றாகத் தெரியும். வாழ்க்கையை.

வானம் வெளிறுவதுபோலத் தோன்றுகிறது. மணலிலிருந்து ஒரு கையை வெளியே எடுக்கிறேன். கைக்கெட்டும் தூரத்தில் ஒரு பாராசூட் துணி இருக்கிறது. அதைத் தடவிப்பார்க்கிறேன், வறண்டிருக்கிறது. காத் திருப்போம். பனித்துளி விடியலின்போதுதான் விழும். ஆனால், எங்க ளுடைய துணிகளை நனைக்காமலேயே வானத்தை வெளிறச் செய்கிறது விடியல். என் எண்ணங்கள் ஒருவிதமாக மூட்டமடைந்து எனக்கு நானே சொல்லிக்கொள்கிறேன்: "இங்கே ஒரு வறண்ட இதயம் இருக்கிறது... வறண்ட இதயம்... கண்ணீரை உற்பத்தி செய்யத் தெரியாத வறண்ட இதயம்..."

"தொடர்ந்து போவோம், ப்ரெவொ. நம் தொண்டைகள் இன்னும் மூடிக்கொள்ளவில்லை: இன்னும் நடக்க வேண்டும்."

VII

பத்தொன்பது மணி நேரத்தில் ஒரு மனிதனை முற்றிலும் வறள வைக்கும் மேற்குத் திசைக் காற்று அடித்துக்கொண்டிருக்கிறது. என் உணவுக் குழல் இதுவரை மூடிக்கொண்டிருக்கவில்லை, ஆனால் அது இறுகிப்போய் வலிக் கிறது. உள்ளே ஒரு விதக் கரகரப்பை உணர்கிறேன். எனக்கு விவரிக்கப் பட்டிருந்த இருமல் இன்னும் சற்று நேரத்தில் தொடங்கிவிடும், அதற்காகக் காத்திருக்கிறேன். என் நாக்கு இடைஞ்சலாக இருக்கிறது. ஆனால், மிக மோசமாக இருப்பது எதுவென்றால், சில பிரகாசமான புள்ளிகள் ஏற்கனவே எனக்குத் தோன்ற ஆரம்பித்துவிட்டன. அவை சுவாலைகளாக மாறும்போது நான் படுத்துக்கொள்வேன்.

வேகமாக நடக்கிறோம். அதிகாலைப் புத்துணர்ச்சியை எங்களுக்குச் சாதகமாகக் கொள்கிறோம். இங்கே சொல்லப்படுவதைப் போல, அந்த உச்சி வெயில் வந்தவுடன் நடக்க மாட்டோம் என்று எங்களுக்கு நன்றாகத் தெரிகிறது. உச்சி வெயிலில்...

வியர்வை சிந்த எங்களுக்கு உரிமை இல்லை. காத்திருக்கவும்தான். இந்தப் புத்துணர்ச்சியும் பதினெட்டு டிகிரி ஈரப்பதம் கொண்ட புத் துணர்ச்சிதான். இப்போது வீசும் காற்று பாலைவனத்திலிருந்து வருகிறது. இந்தப் போலியான, மென்மையான வருடலில் எங்களுடைய ரத்தம் ஆவியாகிக்கொண்டிருக்கிறது.

முதல் நாள் நாங்கள் கொஞ்சம் திராட்சை சாப்பிட்டிருந்தோம். அதற் கடுத்த மூன்று நாட்களில் ஒரு பாதி ஆரஞ்சும், கேக் துண்டு ஒன்றும். உண்பதற்கு வேறு ஏதாவது இருந்தாலும், உமிழ்நீர் இல்லாமல் எப்படி மெல்லுவது? மேலும், எனக்குப் பசி உணர்வே இருக்கவில்லை, தாகத்தை மட்டும் உணர்ந்தேன். அதுவும் இப்போதெல்லாம் தாகத்தை அல்ல, தாகத்தின் பின்விளைவுகளையே உணர்வதாகத் தோன்றுகிறது. இறுகிய தொண்டை. காரை போன்ற நாக்கு. கரகரப்பும், வாயில் மோசமான சுவை யும். இந்த உணர்வுகள் எனக்கு மிகவும் புதியவை. நிச்சயமாக, தண்ணீர் குடிப்பது அவற்றைக் குணப்படுத்த முடியும், ஆனால், இது போன்ற நிவா ரணத்துடன் சம்பந்தப்பட்ட நினைவுகள் எதுவும் எனக்கு இல்லை. தாகம் என்பது ஒரு வேட்கையாக இருப்பது என்பது கொஞ்சம்கொஞ்சமாகக் குறைந்து, அது மேலும்மேலும் ஒரு நோயாகவே ஆகிறது.

நீரூற்றுகளும் பழங்களும் ஏற்கனவே நெஞ்சை உலுக்கும் காட்சிகளாக இனியும் இல்லாமல் போய்க்கொண்டிருப்பதாகத் தோன்றியது. ஆரஞ்சுப்

பழத்தின் மினுமினுப்பு எனக்கு மறந்துபோகிறது, என் பாசப் பிணைப்பு களை நான் மறந்துவிட்டதாகத் தோன்றுவதைப் போல. ஒருவேளை நான் ஏற்கனவே எல்லாவற்றையும் மறந்துகொண்டிருக்கிறேன்.

நாங்கள் உட்கார்ந்துவிட்டோம். ஆனால் மீண்டும் கிளம்ப வேண்டும். நீண்டநீண்ட தூரங்களை நடப்பதைக் கைவிடுகிறோம். ஐநூறு மீட்டர் தூரம் நடந்த பிறகு, சோர்வால் துவண்டுவிடுகிறோம். மேலும் நீட்டிப் படுப்பது எனக்குப் பெரும் மகிழ்ச்சி அளிக்கிறது. ஆனால் மீண்டும் கிளம்பியாக வேண்டும்.

நிலப்பரப்பில் மாற்றம் தெரிகிறது. இங்குமங்குமாகத்தான் பாறைகள் இருக்கின்றன. இப்போது நாங்கள் மணலில் நடக்கிறோம். எங்களுக் கெதிரே இரண்டு கிலோமீட்டர்தொலைவில் மணல் மேடுகள். இந்த மேடு களின் மேல் திட்டுத்திட்டாகக் குட்டையான புல் பூண்டுகள். எஃகுக் கவ சங்களைவிட நான் மணலைப் பெரிதும் விரும்புகிறேன். தங்க மயமான பாலைவனம். சஹாரா. அதை அடையாளம் கண்டுகொண்டுவிட்டதாக நினைக்கிறேன்...

இப்போது நாங்கள் இருநூறு மீட்டரிலேயே சோர்ந்துவிடுகிறோம்.

''எப்படியும் நாம் நடந்துதான் ஆக வேண்டும், குறைந்தபட்சம் அந்தப் புதர்கள்வரையாவது.''

எங்களுடைய 'சிமோன்' விமானத்தைத் தேடி நாங்கள் வந்த பாதை யிலேயே காரில் திரும்பி வந்து பார்த்தபோது எங்களுடைய இந்த இறுதி முயற்சியில் எண்பது கிலோமீட்டர் வந்திருந்தோம் என்பதைத் தெரிந்து கொண்டோம். ஆகவே நான் கிட்டத்தட்ட இருநூறு கிலோமீட்டர்வரை நடந்திருக்கிறேன். இதற்கு மேல் என்னால் எப்படிப் போக முடியும்?

நேற்று, எந்த நம்பிக்கையும் இல்லாமல் நடந்தேன். இன்று, இந்தச் சொற்களே அர்த்தமில்லாமல் ஆகிவிட்டன. இன்று நாங்கள் ஏன் நடக்கி றோமென்றால், நடக்கிறோம்: அவ்வளவுதான். நிலத்தை உழும் காளை களைப் போலவேதான். ஆரஞ்சுத் தோப்பு இருந்த சொர்க்கத்தைப் பற்றி நேற்று நான் கனவு கண்டேன். ஆனால், இன்று, என்னைப் பொறுத்தவரை, சொர்க்கம் என்று எதுவும் இல்லை. ஆரஞ்சுத் தோப்பு இருக்க முடியும் என் பதில் எனக்கு நம்பிக்கை இல்லை.

எனக்குள் இனி எதுவும் இருக்கவில்லை, முற்றிலும் உலர்ந்துவிட்ட இதயத்தைத் தவிர. நான் விழுந்துவிடப்போகிறேன், ஆனால் என்னிடம் எவ்விதப் பரிதவிப்பும் இல்லை. வேதனைகூட இல்லை. அதுதான் எனக்கு வருத்தமாக இருக்கிறது: ஏனென்றால், சோகம் தண்ணீரைப் போல இனி மையாக இருக்கும். தன்மீதே ஒரு கழிவிரக்கம் ஏற்படும், ஒரு நண்ப னிடமிருந்து வரும் ஆறுதலைப் போல. ஆனால், இந்த உலகில் எனக்கு இனி நண்பர்கள் இல்லை.

கண்கள் பொசுங்கிவிட்ட நிலையில் என்னை அவர்கள் கண்டுபிடிக்கும் போது, நான் மிகவும் அவதிக்குள்ளாகிக் கூக்குரலிட்டிருக்கிறேன் என்று நினைப்பார்கள். ஆனால், உணர்ச்சிப் பெருக்குகள், வருத்தங்கள், மென்மை யான அவஸ்தைகள்—இவையெல்லாமே பெரும் செல்வங்கள். ஆனால் என்னிடமோ இப்போது செல்வங்கள் எதுவுமில்லை. இளம் கன்னிப் பெண்கள் தங்களுடைய முதல் காதல் அனுபவத்தின் மாலைப் பொழுதுகள் மறையும் தருணத்தில் சோகமாக உணர்வார்கள், அழுவார்கள். சோகம் என்பது வாழ்க்கைத் துடிப்புடன் பிணைந்திருக்கும். எனக்கோ இப்போது சோகமும் இல்லை...

பாலைவனம் நான்தான். என் வாயில் உமிழ்நீர் சுரக்கவில்லை, என் னைச் சோகத்தில் முனகவைக்கும் மென்மையான காட்சிகளும்கூடத் தோன்றவில்லை. எனக்குள்ளிருந்த கண்ணீரின் ஊற்றைச் சூரியன் வற்றச் செய்துவிட்டது.

இருந்தாலும், இப்போது நான் எதைப் பார்த்தேன்? மென்மையான காற்றில் கடல்பரப்பில் தோன்றும் அலையைப் போல, ஒரு நம்பிக்கையின் மூச்சுக்காற்று என்மேல் உரசிச் சென்றது. என்னுடைய பிரக்ஞையில் உறைப்பதற்கு முன்பாக, என்ன அறிகுறி என் உள்ளுணர்வைத் தட்டி எழுப்பியிருக்கும்? எதுவும் மாறவில்லை, ஆனாலும், எல்லாமே மாறிவிட் டிருந்தது. இந்தப் பரந்த மணற்பரப்பு, இந்த மேடுகள், இங்குமங்குமாக லேசான பசுந்திட்டுகள்—இவையெல்லாம் ஒரு குறிப்பிட்ட நிலப்பரப் பைக் குறிக்கவில்லை, இது வெறும் காட்சி அமைப்புதான். வெற்றுக் காட்சியரங்கம், ஆனால், எல்லாமே தயாராகிக்கொண்டிருக்கிறது. ப்ரெவொவைப் பார்க்கிறேன். எனக்கிருக்கும் அதே வியப்பு அவருக்கும் இருக்கிறது, இருந்தாலும் அவர் என்ன உணர்வுக்கு ஆளாகியிருக்கிறார் என்று அவருக்கே புரியவில்லை.

உறுதியாகச் சொல்கிறேன், ஏதோ நடக்கப்போகிறது...

பாலைவனம் உயிர்பெற்றுக்கொண்டிருக்கிறது என்று உறுதியாகச் சொல்வேன். பொதுச் சதுக்கத்தில் இருக்கும் மக்களின் இரைச்சலைவிட இந்த மௌனமும், இந்த வெறுமையும் உயிர்த்துடிப்புடன் இருக்கின்றன என்று உறுதியாகச் சொல்வேன்...

நாங்கள் காப்பாற்றப்பட்டுவிட்டோம், மணலில் சுவடுகள் காணப் படுகின்றன!...

ஆமாம், மனிதகுலம் சென்றிருந்த தடத்தை நாங்கள் தொலைத்து விட்டிருந்தோம், எங்கள் இனத்தை விட்டுப் பிரிக்கப்பட்டிருந்தோம், உலகளாவிய புலம்பெயர்தலில் மறக்கப்பட்டு, உலகில் நாங்கள் மட்டும் தனியாக இருந்தோம். இதோ இப்போது, மணலில் பதிவாகியிருக்கும் அற்புத மனிதக் காலடிகளைப் பார்க்கிறோம்.

"இங்கேதான் ப்ரெவொ, இரண்டு மனிதர்கள் வழி பிரிந்து போயிருக்கிறார்கள்..."

"இங்கே ஒரு ஒட்டகம் மண்டியிட்டிருக்கிறது..."

"இங்கே,..."

ஆனாலும், நாங்கள் இன்னும் காப்பாற்றப்படவில்லை. நாங்கள் காத்திருந்தால் மட்டும் போதாது. இன்னும் சில மணி நேரம் ஆகிவிட்டால் எங்களை யாரும் காப்பாற்ற முடியாது. இருமல் மட்டும் தொடங்கி விட்டதென்றால், தாகத்தின் மரணத் தாக்கம் விரைவடையும். எங்கள் தொண்டையோ...

இருந்தாலும், இந்தப் பாலைவனத்தில் ஒட்டகத்துடனான மனிதக் கூட்டம் எங்கேயோ இருக்கிறது என்று நம்புகிறேன்.

ஆகவே, நாங்கள் இன்னும் நடந்தோம், திடீரென்று சேவலின் கூவல் ஒன்றைக் கேட்டேன். கியோமெ முன்பொரு முறை என்னிடம் சொல்லி யிருந்தார்: "முடிவை நெருங்கும்போது ஆண்டிஸ் மலைப் பகுதியில் சேவல் களின் கூவலைக் கேட்டேன். ரயில் வண்டிச் சத்தம்கூடக் கேட்டது..."

இங்கேயும் சேவலின் கூவலைக் கேட்ட அதே தருணத்தில் அவ ருடைய சொந்த அனுபவக் கதை நினைவுக்கு வந்தது. எனக்குள் சொல் லிக்கொண்டேன்: "முதலில் என் கண்கள் என்னை ஏமாற்றியிருந்தன. ஒருவேளை அது தாகத்தின் விளைவாகக்கூட இருந்திருக்கலாம். ஆனால் என் காதுகள் நன்றாகவே இருந்திருக்கின்றன..." ஆனால் ப்ரெவொ என் தோள்களை இறுகப் பற்றுகிறார்:

"உங்களுக்குக் கேட்கிறதா?"

"என்ன?"

"சேவல்."

"அப்படியா,... அப்படியானால்..."

அப்படியானால், சந்தேகமேயில்லை, மடையா, அதுதான் வாழ்க்கை...

எனக்குக் கடைசியாக இன்னொரு பிரமை: ஒன்றையொன்று துரத்திச் சென்ற மூன்று நாய்கள். ப்ரெவொவும் பார்த்துக்கொண்டிருந்தாலும் அவ ருக்கு எதுவும் தென்படவில்லை. ஆனால், பெதோவின் நாடோடியை நோக்கி நாங்கள் இருவருமாகத்தான் கைகளை நீட்டுகிறோம். நாங்கள் இருவரும்தான் நெஞ்சில் இருக்கும் சுவாசக் காற்று முழுவதையும் வெளிக் கொண்டு வந்து உரக்கக் கூப்பிடுகிறோம். மகிழ்ச்சியில் சிரிப்பதும் நாங்கள் இருவரும்தான்!...

ஆனால் முப்பது மீட்டர் தொலைவுவரைதான் எங்களுடைய குரல் எட்டுகிறது. எங்கள் குரல் நாண் வறண்டுவிட்டிருந்தது. எங்களுக்கிடையே

நாங்கள் தாழ்ந்த குரலிலேயே பேசிக்கொண்டிருந்ததால் நாங்கள் இதைக் கவனிக்கக்கூட இல்லை!

மணல் மேட்டுக்குப் பின்னாலிருந்து அப்போதுதான் தோன்றியிருந்த பெதோவினும் அவனுடைய ஒட்டகமும் இதோ கொஞ்சம்கொஞ்சமாக மெதுவாக விலகிப் போய்க்கொண்டிருக்கிறார்கள். ஒருவேளை அவன் மட்டும் தனியாக இருக்கலாம். ஏதோ ஒரு கொடிய சாத்தான் அவனை எங்களுக்குக் காட்டிவிட்டு இப்போது பறித்துக்கொள்கிறான்...

நாங்களோ, எங்களால் ஓடவும் முடியாது!

மணல் மேட்டின் மேல் இன்னொரு அராபியன் பக்கவாட்டில் தெரிகிறான். நாங்கள் கத்துகிறோம், ஆனால் மிகவும் ஈனமான குரலில். ஆகவே கைகளை ஆட்டுகிறோம். மாபெரும் சைகைகளால் ஆகாய வெளியையே நிரப்புவதைப் போல எங்களுக்குத் தோன்றுகிறது. ஆனால், அந்தப் பெதோவின் இன்னும் வலது பக்கமே பார்த்துக்கொண்டிருக்கிறான்.

இதோ, இப்போது அவசரமில்லாமல் ஒரு கால் வட்டம் திரும்புகிறான். அவன் நேருக்கு நேர் வரும் அந்த நொடியிலேயே எல்லாம் நடந்துவிடும். அவன் எங்கள் பக்கம் திரும்பும் அந்தக் கணத்திலேயே தாகம், சாவு, கானல் நீர் எல்லாவற்றையும் எங்களிடமிருந்து அழித்துவிடுவான். கால் வட்டம் திரும்பி முடிக்கிறான், உலகமே மாறிவிடுகிறது. அவனுடைய உடலின் மேல் பகுதியின் அசைவில், அவனுடைய பார்வையின் வீச்சில், ஜீவனைப் படைக்கிறான், எனக்கு அவன் ஒரு இறைவனைப்போலத் தோன்றுகிறான்...

அற்புதம்... மணலின் மேல் எங்களை நோக்கி நடந்து வருகிறான், கடலின் மேற்பரப்பில் நடந்து வரும் கடவுளைப் போல...

அராபியன் எங்களைச் சாதாரணமாகப் பார்த்தான். தன் கைகளால் எங்கள் தோள்களை இறுகப் பற்றி அழுத்தினான். நாங்கள் அடிபணிந்தோம். கீழே படுத்துக்கொண்டோம். இங்கே இனி நிற வேற்றுமைகளோ, மொழிகளோ, பிரிவுகளோ கிடையாது... இங்கே இருப்பது எங்களுடைய தோள்களின் மேல் தன் தேவதைக் கைகளை வைத்த இந்தச் சாதாரண நாடோடி தான்.

நெற்றி மணலில் பட நாங்கள் காத்துக்கொண்டிருந்தோம். இப்போது, தொட்டிக்குள் தலையை விட்டுத் தண்ணீர் குடிக்கும் கன்றுகளைப் போலக் குப்புறப் படுத்த நிலையில் நாங்கள் தண்ணீர் குடிக்கிறோம். பெதோவின் அதைப் பார்த்துப் பயந்துவிடுகிறான்; குடிப்பதைச் சற்று நிறுத்தும்படி அவ்வப்போது எங்களைக் கட்டாயப்படுத்துகிறான். ஆனால், அவன் எங்களைத் தன் பிடியிலிருந்து விட்ட உடனேயே நாங்கள் எங்கள் முகத்தைத் தண்ணீரில் அமிழச் செய்கிறோம்.

தண்ணீர்!

தண்ணீரே, உனக்கென்று சுவையோ, நிறமோ, மணமோ இல்லை; உன்னை வரையறுத்துச் சொல்ல முடியாது. உன்னைப் பற்றி எதுவும் அறியாமலேயே உன்னைச் சுவைக்கிறோம். வாழ்க்கைக்கு நீ ஒரு அவசியம் அல்ல: நீதான் வாழ்க்கை. உணர்வுகளால் விளக்கிச் சொல்ல முடியாத ஒருவித மகிழ்ச்சியை நீ எங்களுக்கு அளிக்கிறாய். நாங்கள் கைவிட்டுவிட்டிருந்த எல்லாச் சக்திகளையும் நீ எங்களுக்கு மீட்டுத் தருகிறாய். எங்கள் இதயத்தில் வறண்டுபோய்விட்டிருந்த ஊற்றுகள் எல்லாம் உன்னுடைய அருளால் மீண்டும் சுரக்க ஆரம்பித்துவிட்டன.

பூமியின் வயிற்றுக்குள் இவ்வளவு தூய்மையாக இருக்கும் நீதான் உலகத்திலேயே மிகவும் மென்மையான, மிகப் பெரிய செல்வம். மக்னீசிய நீரூற்றில் ஒருவன் இறக்கலாம். உப்பு நீர் ஏரியிலிருந்து இரண்டு எட்டு தூரத்தில் ஒருவன் இறக்கலாம். இரண்டு லிட்டர் பனி நீரில் உப்பு கலந்திருந்தாலும் ஒருவன் இறக்கலாம். எந்தக் கலவையையும் நீ ஒப்புக்கொள்ள மாட்டாய், எந்தக் கலப்படத்தையும் ஏற்றுக்கொள்ள மாட்டாய். மென்மையான உணர்வுகொண்ட தெய்வம் நீ...

ஆனால், எல்லையில்லாத எளிமையான மகிழ்ச்சியில் நீ எங்களைத் திளைக்க வைக்கிறாய்.

லிபியாவின் பெதோவின், எங்களைக் காப்பாற்றும் உன்னைப் பொறுத்தவரை, என்னுடைய நினைவிலிருந்து என்றென்றைக்கும் நீ மறைந்துவிடுவாய். உன் முகம் ஒருபோதும் என் நினைவில் இருக்காது. நீ ஒரு மனிதன் மட்டுமல்ல, ஒரே சமயத்தில் ஒட்டுமொத்தமாக எல்லா மனிதர்களின் முகத்துடன் நீ தோன்றுகிறாய். ஒரு முறைகூட எங்களை நீ பார்த்திருக்கவில்லை, ஆனாலும், எங்களை அடையாளம் கண்டுகொண்டாய். பிரிய சகோதரன் நீ. என்னைப் பொறுத்தவரை எல்லா மனிதர்களிடமும் உன்னை நான் அடையாளம் காண்பேன்.

கண்ணியத்திலும் தயாள குணத்திலும் ஊறியவனாகவே நீ எனக்குத் தோன்றுகிறாய்; குடிப்பதற்குத் தண்ணீர் கொடுக்கவல்ல மகா பிரபு. என்னுடைய எல்லா நண்பர்களும், எல்லா விரோதிகளும் உன் உருவத்தில் என்னை நோக்கி நடந்து வருகிறார்கள்; இனி இந்த உலகத்தில் எனக்கு விரோதி ஒருவன்கூட இல்லை.

8
மனிதர்கள்

I

மீண்டும் ஒருமுறை எனக்குப் புரிந்திருக்காத ஒரு உண்மையுடன் தோளோடு தோள் உரசி நின்றேன். நான் ஒரேயடியாகத் தொலைந்துபோய் விட்டதாக நினைத்தேன், ஆற்றாமையின் ஆழத்தைத் தொட்டுவிட்டதாக நினைத்தேன்; எல்லாவற்றையும் துறக்கும் மனப்போக்கு ஏற்பட்டவுடன் சாந்தமடைந்தேன். இவை போன்ற தருணங்களில் நம்மை நாமே அறிந்து கொள்கிறோம், நாமே நம்முடைய சிறந்த நண்பனாக ஆகிறோம். இதுவரை நமக்கு என்னவென்று தெரிந்திராத ஏதோவொரு ஆதாரத் தேவையை நிறைவுசெய்யும் இந்த முழுமை உணர்வுக்கு ஈடாக எதுவும் இருக்க முடியாது. காற்றை முந்திக்கொண்டு வேகமாகச் சவாரிசெய்து அசதியடைந்த போனாஃபூஸ் இந்த அமைதியை அறிந்திருப்பார். பனிப் பரப்பில் போராடிய கியோமெயும்தான். கழுத்துவரை மணலில் புதையுண்டு, கொஞ்சம் கொஞ்சமாகத் தாகம் என் தொண்டையை அறுக்க, நட்சத்திர அங்கிக்குக் கீழே இருந்த என் இதயத்திலும் அவ்வளவு கதகதப்பை உணர்ந்தேன் என்பதை நான் மட்டும் எப்படி மறப்பேன்?

நமக்குள் இருக்கும் இந்த விடுதலை உணர்வை எப்படி மதிப்பிடுவது? மனிதன் முற்றிலும் முன்னுக்குப் பின் முரணானவன் என்பது நமக்குத் தெரியும். அவனாகச் செயல்பட்டு எதையாவது உருவாக்க வேண்டுமென்பதற்காக ஒருவனுக்கு அன்றாட உணவைக் கொடுத்தால் அவன் தூக்கத்தில் ஆழ்ந்துவிடுகிறான், வெற்றிபெற்ற மாவீரர் அதற்குப் பிறகு சாதுவாகி விடுகிறார், தயாள குணம் படைத்தவர் நிறைய செல்வம் சேர்ந்த பிறகு கருமியாகிவிடுகிறார். மனிதகுல மலர்ச்சிக்கு வழிவகுப்பதாகச் சொல்லிக் கொள்ளும் அரசியல் கோட்பாடுகள் எந்த மாதிரியான மனிதர்களை மலரச் செய்யும் என்று தெரியாத நிலையில் அந்தக் கோட்பாடுகளால் மட்டும் என்ன பயன்? புதிதாகப் பிறக்கப்போவது யார்? சந்தைக்காகக் கொழுக்க வைக்கப்படும் கால்நடைகள் அல்ல நாம். செல்வக் கொழுப்பில் இருக்கும்

சில செல்லாக் காசுகளைவிட, வறுமையில் தோன்றும் ஒரு ஏழை பாஸ் கலுக்கு[20] மதிப்பு அதிகம்.

எது அத்தியாவசியமோ அதை முன்கூட்டியே அறிந்துகொள்ள நமக்குத் தெரிவதில்லை. எவ்வித முன்னறிவிப்பும் இல்லாமல் கிட்டிய மகத்தான மகிழ்ச்சிகளை நாம் ஒவ்வொருவருமே அறிந்திருக்கிறோம். நம் மனதில் அந்த நினைவுகளின் தாக்கம் நம்முடைய சோகங்களுக்காகவும் நம்மை ஏங்க வைக்கிறது, ஏதோ அந்த நினைவுகள்தான் நம் சோகத்துக்கும் காரணம் என்பதைப் போல. பழைய நண்பர்களை மீண்டும் சந்திக்கும்போது சோகம் கலந்த நினைவுகளின் வசீகரத்தை நாமும் சுவைத்திருப்போம்.

நம்மை வளப்படுத்தும், நமக்குத் தெரியாத சில சூழ்நிலைகள் இருக்கத் தான் செய்கின்றன என்பதைத் தவிர நமக்கு வேறென்ன தெரியும்? மனித னின் உண்மையை எங்கே தேடுவது?

உண்மைக்குச் செயல்முறை நிரூபணம் கிடையாது. மற்ற எந்த நிலத் திலும் இல்லாமல் இந்த ஒரு மண்ணில்தான் ஆரஞ்சு மரங்கள் வேரூன்றி வளர்ந்து பழங்களைத் தரும் என்றால், இந்த மண்தான் ஆரஞ்சு மரங் களின் உண்மை. ஒரு குறிப்பிட்ட மதம், பண்பாடு, மதிப்பீடுகளின் அளவு கோல், செயல்பாடுகளின் தன்மை இவையெல்லாம்—மற்ற எல்லாவற்றை யும்விட—ஒரு மனிதனின் பூரணத்துவத்துக்கு ஊக்கமளித்து, அவனுக்கே தெரியாமல் அவனுக்குள்ளிருக்கும் சான்றோனை வெளிக்கொண்டு வரு மென்றால் அந்த மதிப்பீடுகளின் அளவுகோலும், பண்பாடும், செயல்பாடு களின் தன்மையும்தான் அந்த மனிதனின் உண்மை. சரி, தர்க்கம்? வாழ்க் கையின் விளக்கங்களை அது பார்த்துக்கொள்ளட்டும்.

இந்தப் புத்தகம் நெடுகிலும் உன்னதமான ஒரு தொழிலில் ஈடுபட்டவர் களை முன்னுதாரணமாகக் காட்டியிருக்கிறேன்; அவர்கள் எல்லோருமே ஒரு பாலைவனத்தையோ அல்லது விமானத்தையோ தேர்ந்தெடுத்திருந் தார்கள், வேறு சிலர் புத்த விகாரையைப் போன்ற ஒன்றைத் தேர்ந்தெடுப் பதைப் போலவே. ஆனால், உங்களுக்கு அந்த மனிதர்களைக் குறித்துப் பாராட்டுணர்வு மட்டுமே தோன்றும்படி நான் செய்திருந்தால், என் குறிக் கோளிலிருந்து தவறியிருப்பேன். எல்லாவற்றுக்கும் மேலாக பாராட்டப்பட வேண்டியது அவர்களை உருவாக்கிய களம்தான்.

எந்தத் தொழிலுக்குமே அதற்கென்றே ஒரு குறிப்பிட்ட பங்கு இருக் கிறது என்பது உண்மைதான். சிலர் தங்கள் கடைகளுக்குள் அடைந்துகிடக் கிறார்கள். வேறு சிலர் அவசரமாகத் தங்கள் பாதையில் அவசியமான ஒரு திசையை நோக்கிப் போகிறார்கள்: அவரவர் இலக்குகளுக்கு விளக்கமளிக்

---

[20] பதினேழாம் நூற்றாண்டில் வாழ்ந்த பிரெஞ்சுக் கணித மேதை, இறையியலாளர்.

கும் உத்வேகங்களின் வித்துகளை அவரவர் குழந்தைப் பருவ வரலாறு சொல்லும். ஆனால் நிகழ்வுக்குப் பிறகு படித்தறிந்துகொள்ளப்படும் அதைப் பற்றிய வரலாறு ஒரு மாயை. இவை போன்ற உத்வேகங்களை நாம் எல்லோரிடமும் பார்த்திருந்திருக்க முடியும். கப்பல் முழுகுவது அல்லது பெரும் தீ விபத்து போன்ற சம்பவங்களின்போது இயல்பைவிடப் பல மடங்கு உயர்ந்தவர்களாக விளங்கிய கடைக்காரர்கள் சிலரையும் நாம் எல்லோருமே அறிந்திருப்போம். தங்கள் மனநிறைவின் தரத்தை அவர்கள் குறைத்து மதிப்பிட்டுக்கொள்வதில்லை: அந்தத் தீ விபத்து இரவு அவர்களுடைய வாழ்வின் முக்கிய இரவாக எப்போதும் இருக்கும். ஆனால், சரியான வாய்ப்புகள் கிட்டாமலோ, சாதகமான களம் கிடைக்காமலோ, கண்டிப்பான ஒரு மதத்தின் தாக்கம் இல்லாமலோ தங்களுடைய மேன்மையின் மீது தங்களுக்கே நம்பிக்கை இல்லாமல் அவர்கள் தூங்கிவிட்டிருப்பார்கள். தொழில்கள் ஒரு மனிதனை மேன்மையடையச் செய்கின்றன என்பது நிச்சயம்; ஆனாலும், அதேபோலத் தொழில்களை அவன் மேம்படுத்துவதும் மிகமிக அவசியம்.

வானத்தில் இரவுகள், பாலைவனத்தில் இரவுகள்... மிக அரிதான வாய்ப்புகள், எல்லோருக்குமே கிடைக்காதவை. ஆனால், சூழ்நிலைகள் அவர்களை இயக்கும்போது எல்லா மனிதர்களும் ஒரே மாதிரியான தேவைகளையே வெளிப்படுத்துகிறார்கள். ஸ்பெயின் நாட்டில் எனக்கு இதை உணர்த்திய ஒரு இரவைப் பற்றி இங்கே நான் சொல்வது பொருத்தமான ஒன்றாகவே இருக்கும் என்று நான் கருதுகிறேன். சில மனிதர்களைப் பற்றி மிக அதிகமாகவே சொல்லியிருக்கும் நான், இப்போது எல்லோரையும் பற்றிப் பேச ஆசைப்படுகிறேன்.

ஸ்பெயின் நாட்டுத் தலைநகர் மாட்ரிட்டின் போர் முனையில் இதழாளராக நான் போயிருந்த சமயம் அது. பாதாள அறையில் ஒரு கோடியில், இளம் ராணுவ கேப்டன் ஒருவருடன் இரவு உணவு சாப்பிட்டுக் கொண்டிருந்தேன்.

II

நாங்கள் பேசிக்கொண்டிருக்கும்போது தொலைபேசி ஒலித்தது. ஒரு நீண்ட உரையாடல் தொடர்ந்தது: ராணுவத் தலைமை அலுவலகத்திலிருந்து ஒரு கட்டளை. தொழிலாளர்கள் நிறைந்த புறநகர்ப் பகுதியில், சிமெண்ட் கோட்டைகளாக மாறிவிட்ட சில வீடுகளைத் தகர்க்க வேண்டும் என்ற அபத்தமான, கண்மூடித்தனமான கட்டளை. வேறு வழி இல்லை என்பதைப் போல் தோள்களை உயர்த்திக் குலுக்கியபடி கேப்டன் எங்களை நோக்கி வருகிறார்: ‘‘நம்மில் முதலில் புறப்பட்டுச் செல்பவர்கள்... ’’ என்று

சொல்லி, பிறகு இரண்டு பிராந்திக் கோப்பைகளை ஒரு சார்ஜென்டிடமும் என்னிடமும் நீட்டுகிறார்.

“நீதான் என்னுடன் முதலில் வர வேண்டும்,” என்கிறார் சார்ஜென்ட்டைப் பார்த்து. “இதைக் குடித்துவிட்டு, போய்க் கொஞ்சம் தூங்கு.”

சார்ஜென்ட் தூங்கப் போய்விட்டார். மேஜையைச் சுற்றி நாங்கள் பத்து பேர் விழித்துக்கொண்டிருக்கிறோம். கவனத்துடன் இருட்டடிப்பு செய்யப் பட்ட இந்த அறைக்குள் முகத்திலடிக்கும் இந்த விளக்கொளியில் கண்ணைச் சிமிட்டுகிறேன். ஒரு சிறிய துவாரம் வழியாக ஐந்து நிமிடங்களுக்கு முன்னால் வெளியே ஒரு பார்வையை வீசினேன். அந்தத் துவாரத்தை மூடியிருந்த துணியை விலக்கிவிட்டபோது நிலவொளியின் ஆழத்தில் மூழ்கியிருந்த சில பேய்பிடித்த வீடுகளின் இடிபாடுகளைப் பார்த்தேன். துணியை மீண்டும் அதே இடத்தில் போர்த்தியபோது, ஒரு சொட்டு எண்ணெயை எப்படித் துடைப்போமோ அப்படி நிலவொளியைத் துடைத்து விட்டதைப் போலத் தோன்றியது. அந்தச் சோகமான சிறிய கோட்டைகளின் தோற்றம் இன்னும் என்னுடைய கண் முன்னால் இருக்கிறது.

இந்தச் சிப்பாய்கள் ஒருவேளை திரும்பி வராமலேகூட இருக்கக்கூடும், ஆனால், ஒரு கட்டுப்பாட்டினால் எதுவும் பேசாமல் இருக்கிறார்கள். வரவிருக்கும் தாக்குதலும் ஏதோ ஒரு நியதியின்படிதான் நடக்கிறது. மானிடக் களஞ்சியத்திலிருந்து எடுத்துக்கொள்கிறார்கள். விதைகளைக் களஞ்சியத்திலிருந்து எடுக்கிறார்கள். ஒரு கையளவு விதைகளைத் தூவி விதைக்கிறார்கள்.

நாங்களோ, எங்கள் பிராந்தியைக் குடித்துக்கொண்டிருக்கிறோம். எனக்கு வலது பக்கத்தில், சிலர் சதுரங்கம் விளையாடிக்கொண்டிருக்கிறார்கள். இடது பக்கத்தில் சிலர் தமாஷாகப் பேசிக்கொண்டிருக்கிறார்கள். நான் எங்கே இருக்கிறேன்? பாதி குடிபோதையில் ஒருவன் உள்ளே வருகிறான், தன் அடர்ந்த தாடியைக் கோதிக்கொண்டு, அன்பொழுக எங்களைப் பார்க்கிறான். அவனுடைய பார்வை பிராந்திமேல் விழுந்து, திரும்பி, மீண்டும் பிராந்திக்கு வந்து, கெஞ்சும் தோரணையில் கேப்டனை நோக்கித் திரும்புகிறது. கேப்டன் அமுத்தலாகச் சிரிக்கிறார். ஏதோ ஒரு நம்பிக்கையுடன் அந்த மனிதனும் சிரிக்கிறான். பார்வையாளர்களிடமும் கொஞ்சம் சிரிப்புத் தோன்றுகிறது. கேப்டன் மென்மையாகப் பாட்டிலைப் பின்னுக்கு இழுக்க, அந்த மனிதனின் பார்வை பரிதவிப்பை வெளிப்படுத்த, குழந்தைத்தனமான விளையாட்டுத் தொடங்குகிறது. சிகரெட்டின் அடர்ந்த புகை மூட்டத்தினூடே, தூக்கமற்ற இரவின் அசதியினூடே, வரவிருக்கும் தாக்குதலைக் குறித்து மனதில் ஏற்பட்ட தோற்றத்தினூடே இந்த மௌன பாலே நடனம் ஒரு கனவின் அம்சத்தைப் பெற்றிருக்கிறது.

கப்பலுக்குள் பாதுகாப்பான அதன் கதகதப்பில் நாங்கள் உட்கார்ந் திருக்கும்போது, வெளியே மோதும் கடலலைகளைப் போலக் குண்டு வெடியோசை வலுத்துக்கொண்டிருக்கிறது.

தங்களுடைய வியர்வை, மது, காத்திருத்தலின் பிசுபிசுப்பு இவற்றி லிருந்து இந்த மனிதர்கள் இன்னும் சற்று நேரத்தில் இந்தப் போர் இரவின் ரசவாத நீரில் தங்களைச் சுத்தப்படுத்திக்கொள்வார்கள். அப்படிச் சுத்தப் படுத்திக்கொள்வதற்கு எவ்வளவு அருகில் அவர்கள் இருக்கிறார்கள் என் பதை நான் உணர்கிறேன். ஆனால் ‘குடிகாரனும் பாட்டிலும்’ என்ற அந்தப் பாலே நடனத்தை இன்னும் எவ்வளவு நேரம் ஆட முடியுமோ அவ்வளவு நேரம் ஆடுகிறார்கள். சதுரங்க விளையாட்டை எவ்வளவு நேரம் விளையாட முடியுமோ அவ்வளவு நேரம் விளையாடுகிறார்கள். தங்களால் முடிந்த அளவுக்கு வாழ்க்கையை நீடிக்கச் செய்கிறார்கள். ஆனால், அலமாரியின் மேல்தட்டில் இருக்கும் கடிகாரத்தில் குறிப்பிட்ட ஒரு நேரத்துக்கு அலாரம் வைத்திருக்கிறார்கள். அதன் மணியோசை ஒலிக் கும். அப்போது இந்த மனிதர்கள் எழுந்து நின்று, கை கால்களை நீட்டிச் சோம்பல் முறித்துக்கொண்டு, தோட்டாக்கள் கொண்ட இடுப்புப் பட் டையைப் பொருத்திக்கொள்வார்கள். கேப்டன் கைத்துப்பாக்கியை அதன் உறையிலிருந்து எடுத்துக்கொள்வார். போதையில் இருந்தவர் தெளிந்து விடுவார். அப்போது, தேவையற்ற அவசரம் எதுவுமின்றி, நிலவொளி தெரி யும் நீல வானச் செவ்வகத் திறப்பை நோக்கி மெதுவாக மேலேறிப் போகும் சாய்தளத்தில் ஏறுவார்கள்: ‘மடத்தனமான தாக்குதல்’’... ‘ஒரே குளிர்’’... என்பது போன்ற சில சாதாரணச் சொற்களை உதிர்ப்பார்கள். பிறகு, முழு மையாக இறங்கிவிடுவார்கள்.

அந்த நேரம் வந்து சார்ஜென்ட்டை எழுப்பியபோது நான் அங்கே இருந் தேன். பாழடைந்த பாதாள அறையில் இரும்புக் கட்டிலில் நீட்டிப் படுத்துத் தூங்கிக்கொண்டிருந்தார். அவர் தூங்குவதை நான் பார்த்துக் கொண்டிருந்தேன். மன உளைச்சல் அற்ற, மகிழ்ச்சியான அந்தத் தூக்கத்தை அவர் ரசித்தார் என்று எனக்குத் தோன்றியது. முன்பு ப்ரெவொவும் நானும், லிபியப் பாலைவனத்தில் தொலைந்துபோன முதல் நாளன்று, குடிக்க நீரில்லாமல் சாகப்போகும் நிலையில், தாள முடியாத தாகம் இன் னும் ஏற்பட்டிருக்காதபோது ஒரு முறை—ஒரே ஒரு முறை—இரண்டு மணி நேரம் தொடர்ந்து தூங்கியது எனக்கு ஞாபகம் வந்தது. அப்படித் தூங்கியபோது அபரிமிதமான சக்தி ஒன்று என்னிடம் இருப்பதைப் போன்ற உணர்வு ஏற்பட்டது: நிகழ்கால உலகத்தை மறுக்கும் சக்தி. இன் னும் என்னைச் சற்று நிம்மதியாக இருக்க விட்ட இந்த உடலின் சொந்தக் காரனான எனக்கு, முகத்தைக் கைகளுக்குள் புதைத்துக்கொண்ட பிறகு அந்த இரவுக்கும் மகிழ்ச்சியான வேறெந்த இரவுக்கும் இடையில் எவ்வித வேறுபாடும் தெரியவில்லை.

அப்படித்தான் அந்த சார்ஜென்ட்டும் எந்த மானிட வடிவமும் இல்லாத பந்துபோல உருண்டையாகச் சுருண்டு படுத்திருந்தார். அவரைத் தேடி வந்தவர்கள் ஒரு மெழுகுவர்த்தியுடன் வந்து, அதை ஒரு பாட்டிலின் கழுத்தில் செருகியபோது உருவமற்ற அந்த மூட்டையிலிருந்து இரண்டு பெரிய பூட்ஸுகளைத் தவிர வேறெதையும் என்னால் அடையாளம் காண முடியவில்லை. பண்ணைத் தொழிலாளி அல்லது துறைமுகக் கூலியாள் இவர்கள் அணிவதைப் போன்ற பெரிய, லாடம் அடிக்கப்பட்டு, இரும்புப் பட்டைகள் கொண்ட பூட்ஸுகள்.

தன் தொழிலின் கருவிகள் அனைத்தையும் இந்த மனிதர் தன் உடலில் அணிந்திருந்தார், அவருடைய உடலின் மேல் கருவிகள் மட்டுமே இருந்தன: தோட்டாப் பைகள், கைத்துப்பாக்கிகள், தோல் பட்டைகள், தோட்டாக்கள் செருகப்பட்ட இடுப்புப் பட்டை. பண்ணையில் உழைக்கும் குதிரைகளின் உபகரணங்கள் எல்லாவற்றையும் அவர் அணிந்திருந்தார்: சுமைகளைத் தாங்க முதுகில் வைக்கப்படும் மெத்தை, கழுத்துப் பட்டை... மொரோக்கோவில் சில குகைகளின் ஆழத்தில் இருக்கும் கற்களால் ஆன அரவை எந்திரத்தை இயக்க அதனுடன் பிணைக்கப்பட்ட குருட்டுக் குதிரைகள் சுற்றிச்சுற்றி வரும். இங்கேயும், சிவப்பு நிறத்தில் ஆடிக்கொண்டிருக்கும் விளக்கொளியில் தன்னுடைய எந்திரத்தை இழுப்பதற்காக ஒரு குருட்டுக் குதிரையை எழுப்பிக்கொண்டிருந்தார்கள்.

"ம், ஆகட்டும்! சார்ஜென்ட்!"

அவர் மெதுவாக அசைந்து, இன்னும் தூக்கக் கலக்கத்திலிருந்த முகத்தைக் காட்டி, புரியாத ஏதோ ஒன்றை முணுமுணுத்தார். எழுந்திருக்க விருப்பமில்லாமல், தாயின் கர்ப்பப் பையின் அமைதிக்குள் ஆழ்வதைப் போலத் தூக்கக் கடலின் ஆழத்தில், கைகளைத் திறந்தும் மூடியும் ஏதோ கரிய பாசியைப் பிடித்துக்கொண்டிருப்பதைப் போல அவர் சுவரை நோக்கி மீண்டும் திரும்பிவிட்டார். மூடிய அவருடைய விரல்களை விடுவிக்க வேண்டியிருந்தது. அவருடைய கட்டிலில் நாங்கள் உட்கார்ந்திருந்தோம். எங்களில் ஒருவர் மெதுவாகத் தன் கையை அவருடைய கழுத்துக்கடியில் கொடுத்து, சிரித்துக்கொண்டே கனமான அந்தத் தலையைத் தூக்கினார். லாயத்தின் கதகதப்பில் இரண்டு குதிரைகள் ஒன்றையொன்று தங்கள் கழுத்தில் தடவிக்கொண்டிருந்ததைப் போல அது இருந்தது. "தோழரே!". இதைவிடக் கனிவானதாக எதையும் என் வாழ்க்கையில் பார்த்ததில்லை. வெடிகுண்டுகள், உடல் அயர்ச்சி, குளிர் நடுக்கும் இரவு இவற்றால் ஆன எங்களுடைய உலகத்தை நிராகரித்துவிட்டுத் தன்னுடைய இனிய கனவுகளுக்குள் மீண்டும் நுழைந்துவிட சார்ஜென்ட் ஒரு இறுதி முயற்சியை மேற்கொண்டார்: ஆனால் காலம் கடந்துவிட்டிருந்தது. வெளியிலிருந்து ஏதோ ஒரு நிர்ப்பந்தம் வந்திருந்தது, தண்டனை பெற்ற பள்ளி மாணவனை ஞாயி

றன்று காலை பள்ளிக்கு வரச் செய்யும் மணியின் ஓசையைப் போல. பள்ளி மேஜை, கரும்பலகை, அதிகப்படியான வீட்டுப் பாடம் இவற்றை அவன் மறந்திருந்தான்; வெளியில் மைதானத்தில் விளையாடப் போவதைப் பற்றிய கனவில் இருந்தான். மணி இன்னும் ஒலித்துக்கொண்டு, மனிதகுல அநீதியின் எல்லைக்குள் இரக்கமில்லாமல் அவனை இழுத்துக்கொள்கிறது. அந்த மாணவனைப் போலவே தன் விருப்பத்துக்கு மாறாக சார்ஜென்ட்டும், சிறிதுசிறிதாக, சோர்வடைந்திருந்த தன் உடலுக்குப் பொறுப்பேற்றுக் கொண்டார்; இன்னும் சற்று நேரத்தில் மூட்டுக்கு மூட்டு வலியையும், சுமையான போர்க்கருவிகளைத் தாங்கிக்கொண்டு ஓடும் ஓட்டத்தையும், பின்னர் சாவையும் சந்திக்கப்போகும் உடல். சாவைக்கூட அல்ல, தான் எழுந்திருக்க முயற்சிசெய்யும்போது கைகளில் ஒட்டிக்கொள்ளப்போகிற பிசின் போன்ற அந்த இரத்தத்தை, திணறுகிற அந்த மூச்சை, சுற்றிலும் உள்ள குளிரைச் சந்திக்கவிருந்த உடல்; சாவைவிட சாவின் அசௌகரியம். அவரைப் பார்க்கும்போது முன்பொரு முறை நான் எழுந்திருக்கும்போது எனக்கேற்பட்ட சோகத்தை, மீண்டும் ஒருமுறை நான் ஏற்கவிருந்த தாகம், வெயில், மணல் இவற்றின் சுமையை, வாழ்வின் சுமையை, நாம் தேர்ந்தெடுக்காத இந்தக் கனவை நினைத்துப்பார்த்தேன்.

ஆனால் இதோ அவர் எழுந்து நின்று, எங்களை நேருக்கு நேர் பார்க்கிறார்.

''நேரமாகிவிட்டதா?''

இங்குதான் மனிதன் என்பவன் வெளிப்படுகிறான். தர்க்க வாதங்கள் எதிர்பார்ப்பவற்றிலிருந்து விடுபட்டு இருக்கிறான்: சார்ஜென்ட் புன்னகை செய்தார்! அப்படியானால் அது என்ன ஆசையினால்? பாரிஸில் என் தோழர் மெர்மோஸும் நானும் நண்பர்களுடன் பிறந்த நாள் விழாவோ, ஏதோ கொண்டாடிய ஒரு இரவு எனக்கு ஞாபகம் வருகிறது. அளவுக்கு மீறி அரட்டை அடித்துவிட்டு, குடித்துவிட்டு, தேவையில்லாமல் சோர்வடைந்து அதிகாலையில் மதுக்கூடத்தின் வாசலில் கிடக்கக் கண்டோம். ஆனால், ஏற்கனவே வானம் வெளுக்க ஆரம்பித்துவிட, மெர்மோஸ் திடீரென்று என் கைகளைப் பற்றினார், அவருடைய நகங்கள் என் சதையில் அழுந்தும் அளவுக்குப் பலமாக. ''உனக்குத் தெரியுமா, டகாரில் இந்த நேரத்தில்தான்...'' ஆமாம், இந்த நேரத்தில்தான் மெக்கானிக்குகள் கண்களைத் தேய்த்துக்கொண்டு, விமானத்தின் இறக்கைகளின் போர்வைகளை அகற்றுவார்கள்; விமானி வானிலை அறிவிப்பைக் கவனிப்பார். இனியும் இந்தப் பூமியில் தோழர்கள் மட்டுமே இல்லை. வானம் ஏற்கனவே வண்ணமயமாக ஆகிவிட்டது. விருந்து கொண்டாட்டம் ஒன்று தயாராகிக்கொண்டிருந்தது, ஆனால் அது மற்றவர்களுக்காக; விருந்தாளிகளாக நாங்கள்

இருக்கப்போகாத விருந்துக்கு மேஜையில் துணி விரிக்கப்பட்டுக்கொண்டிருந்தது. இன்னும் வேறு சிலர் அபாயத்தை எதிர்கொள்வார்கள்...

''என்ன மோசமான நிலைமை இது...'' என்று அலுத்துக்கொண்டார் மெர்மோஸ்.

சரி, சார்ஜெண்ட், உயிரைப் பணயம் வைக்கும் எந்த விருந்துக்கு நீங்கள் அழைக்கப்பட்டிருக்கிறீர்கள்?

உன்னைப் பற்றிய ரகசியங்கள் எனக்கு ஏற்கனவே தெரியும். உன் கதையை நீ என்னிடம் சொல்லியிருந்தாய்: பார்செலோனா நகரத்தில் எங்கேயோ எளிய கணக்காளராக இருந்தாய், உன் நாட்டு மக்களிடையே நிலவிய பிரிவுகளைப் பற்றி அதிகம் அலட்டிக்கொள்ளாமல் நீ எண்களைக் கூட்டிக் கழித்துக்கொண்டிருந்தாய். ஆனால், உன்னுடைய தோழன் ஒருவன் ராணுவத்தில் சேர்ந்தான், பிறகு இரண்டாமவன், பிறகு மூன்றாவதாக ஒருவன். நீயே ஆச்சரியப்படும் விதத்தில் ஒரு வினோதமான மாற்றம் உன்னிடம் தென்பட்டது: சிறிதுசிறிதாக, நீ செய்த பணி பயனற்றதாக உனக்குத் தோன்றியது. உன்னுடைய மகிழ்ச்சிகள், உன்னுடைய கவலைகள், உன்னுடைய அற்ப வசதி எல்லாமே வேறொரு காலத்துக்குச் சொந்தமாகிவிட்டன. ஆனால், முக்கியமானது அதுவல்ல. உங்களில் ஒருவன் மலாக்காவுக்கு அருகில் கொல்லப்பட்டதைப் பற்றிய செய்தி வந்தது. அதற்காகப் பழி தீர்த்துக்கொள்ள நீ விரும்பியிருக்கும் அளவுக்கு உன்னுடைய நண்பனாக அவன் இருந்தான் என்று சொல்ல முடியாது; அரசியலைப் பொறுத்தவரை அது உன்னைப் பாதித்ததே இல்லை. இருந்தாலும், இந்தச் செய்தி உன்மீதும், உனக்கு நெருங்கியவர்களுடைய விதியின் மீதும் கடற்காற்றைப் போல அடித்துச்சென்றது. அன்று காலை ஒரு தோழர் உங்களைச் சந்தித்தார்:

''நாமும் அதில் இறங்குவோமா?''

''இறங்குவோம்.''

ஆக, நீங்கள் அதில் 'இறங்கினீர்கள்'.

சொற்கள் மூலம் உனக்குச் சொல்லத் தெரிந்திருக்காத, ஆனாலும் உன்னுடைய செயல் தெளிவாகக் காட்டியிருந்த இந்த ஒரு உண்மையை விளக்கமாக எனக்குச் சொல்லும் சில காட்சிகள் என் முன் தோன்றின.

காட்டு வாத்துகள் வலசை போகும் காலத்தில் அவை பறந்து செல்லும் நிலப்பரப்புகளின் மேல் வினோதமான அலைகளை எழுப்பும். முக்கோண வடிவில் அவை பறந்துசெல்வதைப் பார்க்கும் நாட்டு வாத்துகள் தாங்களும் மேலெழும்பிப் போக இசைகேடாக முயற்சி செய்யும். காட்டு வாத்துகளின் அழைப்பு இவற்றிடையே என்ன மாதிரியான ஆதிகாலக் காட்டு

வாழ்க்கை எச்சத்தைத் தட்டியெழுப்பியிருக்கும் என்று தெரியாது. ஒரே ஒரு நிமிஷ நேரத்துக்குப் பண்ணையின் வாத்துக் கும்பல் வலசை வரும் காட்டு வாத்துகளாக மாறிவிட்டிருக்கும். குட்டை, புழுக்கள், கோழிப் புரை இவற்றையெல்லாம் மட்டுமே சுற்றிச்சுற்றி வந்துகொண்டிருந்த அந்தப் பண்ணை வாத்துகளின் கடினமான சிறிய மண்டைக்குள் கண்டங்களின் பரப்பு, ஆழ்கடல் மேல் வீசும் காற்றின் சுகம், கடற்பரப்புகளின் பரிமாணம் இவையெல்லாம் விரியத் தொடங்கும். தன்னுடைய மூளையில் இவ்வளவு அற்புதங்கள் இருக்க முடியும் என்று இதுவரை அறிந்திராத பண்ணை வாத்து, தானியங்களையும் புழுக்களையும் துச்சமாக மதித்து, சிறகுகளைப் படபடவென்று அடித்துக்கொண்டு தானும் காட்டு வாத்தாக ஆகிவிட விழையும்.

எனக்கு என்னுடைய ‘காஸல்’ மான்கள் நினைவுக்கு வந்தன: ஜூபியில் இருக்கும்போது நான் அந்த மான்களை வளர்த்தேன். அங்கே நாங்கள் எல்லோருமே மான்களை வளர்த்தோம். ஒரு திறந்த வெளியில் மரக் கம்புகளால் ஆன வேலிக்குள் அவை இருந்தன, ஏனென்றால், அவற்றுக்கு ஓடும் நீரைப் போலக் காற்று தேவை. அவற்றைப் போன்ற பூஞ்சை உடம்பு வேறு எதற்கும் பார்க்க முடியாது. ஆனால், குட்டியாக இருக்கும்போதே பிடித்து வந்து வளர்த்தால் அவை உயிருடன் பிழைத்திருப்பது மட்டுமன்றி, உங்கள் கையிலிருந்தே ஆகாரத்தை வாங்கிச் சாப்பிடும். அதைத் தடவிக் கொடுக்க உங்களை அனுமதிக்கும், தன்னுடைய ஈரமான வாய்ப் பகுதியை உங்களுடைய உள்ளங்கையில் அழுத்தும். அவற்றைப் பழக்கிவிட்டதாக நினைப்பீர்கள். அவற்றின் ஜோதியைச் சத்தமில்லாமல் அணையச் செய்யும் இனந்தெரியாத சோகத்திலிருந்தும், மிக மென்மையான சாவிலிருந்தும் காப்பாற்றி அடைக்கலம் அளித்துவிட்டதாக நினைப்பீர்கள்... ஆனால் அவை பாலைவனம் இருக்கும் திசையை நோக்கி, தங்களுடைய சிறிய கொம்புகளை வேலிமேல் அழுத்திக்கொண்டு இருக்கும். ஏதோ ஒன்று அவற்றைக் காந்தம் போல் ஈர்க்கும். உங்களிடமிருந்து தப்பித்துப் போகிறோம் என்று அவற்றுக்குத் தெரியாது. நீங்கள் அவற்றுக்காகக் கொண்டுவந்திருக்கும் பாலைக் குடிப்பதற்காக வரும். இன்னமும் நீங்கள் தடவிக்கொடுக்க அனுமதிக்கும், இன்னும் மென்மையாகத் தங்கள் வாய்ப் பகுதியை உங்களுடைய உள்ளங்கையில் அழுத்தும்... ஆனால் நீங்கள் அதை விடுவித்தவுடனேயே சந்தோஷமாய்த் தாவி ஓடுவதைப் போலத் தோன்றி, கொஞ்ச நேரத்திலேயே மீண்டும் வந்து வேலிமேல் முட்டிக்கொண்டு நிற்கும். நீங்கள் மீண்டும் அங்கு வந்து குறுக்கிடவில்லையென்றால் அவை அங்கேயே நின்றுகொண்டிருக்கும்; வேலியோடு போராடுவதற்கு அல்ல, வெறுமனே தங்கள் கழுத்தைச் சாய்த்தபடி வேலியின் மேல் முட்டிக்கொண்டு சாகும் வரை நிற்கும். அது இனச்சேர்க்கைப் பருவ காலமா, அல்லது மூச்சு இருக்

கும்வரை ஓடித் தீர்த்துவிட வேண்டும் என்ற வெறும் சாதாரணத் தேவையா? அவற்றுக்குத் தெரியாது. உங்களுக்காக யாரோ அவற்றைப் பிடித்துக் கொண்டு வந்தபோது, அவை கண்களைக்கூடத் திறந்திருக்கவில்லை. பரந்த மணல் வெளியின் சுதந்திரத்தைப் பற்றியோ அல்லது ஆண் மானின் வாடையைப் பற்றியோ அவற்றுக்கும் எதுவும் தெரியாது. ஆனால், நீங்கள் அவற்றைவிடப் புத்திசாலிகள். அவை எதைத் தேடுகின்றன என்று உங்களுக்குத் தெரியும்: அவற்றின் இருத்தலுக்கு முழுமையளிக்கும் பரந்த வெளி. அவை உண்மையான 'காஸல்' மான்களாகி தங்களுடைய நடனத்தை ஆட விழைகின்றன. மணிக்கு நூற்று முப்பது கிலோமீட்டர் வேகத்தில், இடையிடையே மணலிலிருந்து கிளம்பும் ஏதோவொரு சுவாலையைத் தவிர்ப்பதைப் போலத் தாவிக் குதித்து, வேகமாக நேர்கோட்டில் விரைந்தோட விரும்புகின்றன. தங்களுடைய சக்தியின் உச்சத்தைத் தொட்டு, அசகாயக் கழைக்கூத்துகளைச் செய்ய வைக்கும் பயத்தை அனுபவிப்பதுதான் மான்களின் உண்மை என்றிருந்தால், நரிகள் ஒரு பொருட்டே அல்ல! நல்ல வெயிலில் கூர்மையான நகங்களால் தன் உடல் கிழிக்கப்படுவதுதான் மான்களின் உண்மை என்றிருந்தால், சிங்கம் ஒரு பொருட்டா என்ன! அதைப் பார்க்கும் நீங்கள் நினைக்கிறீர்கள்: அதோ, அவற்றுக்கு ஏதோ ஒரு வேட்கை, தாபம். வேட்கை, என்னவென்றே அறியாத ஒரு ஆசை... ஆசைப்படும் பொருள் அங்கே இருக்கிறது, ஆனால் அதைக் குறிப்பிட்டுச் சொல்லச் சொற்கள் இல்லை.

சரி, நாம், நாம் எதை விழைகிறோம்?

சார்ஜென்ட், இங்கே உங்களுடைய விதியை நீங்களே வெளிக்காட்டிக் கொண்டுவிட்டதாக உங்களுக்குத் தோன்றாதபடி செய்தது எது என்று நீங்கள் எதைச் சொல்வீர்கள்? தூக்கக் கலக்கத்திலிருந்த உங்கள் தலையை மெதுவாகத் தூக்கிய சகோதரக் கரங்களா, அல்லது ஒருவேளை அந்தப் புன்முறுவலா, இரக்கத்தைவிடப் பகிர்ந்துகொள்வதையே பெரிதும் உணர்த்திய மென்மையான அந்தப் புன்முறுவலா? "என்ன தோழரே..." இரக்கம் என்பது இருவர் சார்ந்த ஒன்று, இருவரும் வேறுபாடுகள் கொண்டவர்கள் என்றபோதும். ஆனால் மனித உறவுகளின் உயர்மட்டத்தில் இரக்கமும் நன்றியுணர்வும் அர்த்த மற்றுப்போய்விடுகின்றன. அந்தத் தளத்தில்தான் விடுதலை பெற்ற சிறைக் கைதியைப் போல ஒருவர் சுவாசிக்கிறார்.

எல்லோரும் ஒன்றே என்ற இந்த உணர்வை இன்னமும் கொள்ளைக்காரர்கள் பிரதேசமாகவே இருந்த மேற்கு சஹாராவின் ரியோ தெ ஓரோவை இரண்டிரண்டு விமானங்களாகக்[21] கடந்தபோது அறிந்துகொண்டோம்.

---

[21] அந்நாட்களில் விமானங்கள் ஜோடியாகவே பறந்தன; ஒன்று பழுதடைந்துவிட்டால் மற்றது உதவிக்கு வரும்.

விபத்துக்குள்ளானவர் தன்னைக் காப்பாற்றியவருக்கு நன்றி சொல்லி நான் கேட்டதில்லை. மாறாக, விபத்துக்குள்ளான ஒரு விமானத்திலிருந்து இன் னொன்றுக்கு அஞ்சல் பைகளை மாற்றும்போது “வேசி மகனே! என் விமா னம் பழுதடைந்தது உன்னுடைய தவறால்தான்; எதிர்க்காற்றை சட்டை செய்யாமல் இரண்டாயிரம் மீட்டர் உயரத்தில் பறந்தாய்! இன்னும் சற் றுத் தாழ்வான உயரத்தில் நீ என் பின்னால் வந்திருந்தால், நாம் ஏற்கனவே போர்ட்-எத்தியெனில் இருப்போம்!” அந்த வேசி மகனாகத் தான் இருந்து விட்டோமே என்று மற்ற ஒருவன் அவமானம் அடைந்தான். எப்படியும் வேறு எதற்காக நாங்கள் அவனுக்கு நன்றி சொல்லியிருக்க வேண்டும்? எங்களைப் போலவே எங்கள் வாழ்க்கையின்மீது அவனுக்கும் உரிமை இருந்தது. ஒரே மரத்தின் கிளைகள் நாங்கள். என்னைக் காப்பாற்றியவனே, உன்னை நினைத்து நான் பெருமைப்படுகிறேன்!

சார்ஜென்ட், உங்களைச் சாவுக்காகத் தயார்செய்தவன் உங்கள்மீது எதற்காக இரக்கப்பட்டிருக்க வேண்டும்? நீங்கள் ஒவ்வொருவரும் ஒரு வருக்கொருவர் மற்றவருக்காக இந்த அபாயத்தை மேற்கொண்டீர்கள். அல்லவா? அந்த நேரத்தில் மொழிக்கு அப்பாற்பட்ட ஒற்றுமையைத் தான் நீங்கள் உணர்கிறீர்கள். நீங்கள் புறப்பட்டுப்போனது எனக்குப் புரிந் தது. பார்செலோனாவில் நீங்கள் ஏழையாக இருந்தீர்களென்றால், இங்கே புறவுலகுடன் கலந்துகொண்டு உங்கள் வாழ்க்கை முழுமையடை வதை நீங்கள் அனுபவித்தீர்கள்; ஒதுக்கப்பட்டவனாக இருந்த நீங்கள், நேசத்தின் கரங்களுக்குள் வரவேற்கப்பட்டுவிட்டீர்கள்.

உங்களுக்குள் விதைகளை விதைத்திருக்கக் கூடிய அரசியல்வாதிகளின் உரைகள் உண்மையாகத்தான் இருந்தனவா, தர்க்க நியாயத்துடன்தான் இருந்தனவா? நான் அவற்றைத் துச்சமாக மதிக்கிறேன். விதைகள் துளிர் விடுவதைப் போல அவை உங்களுக்குள் துளிர்விடக் காரணம், உங்கள் தேவைகளோடு அவை ஒத்துப்போனதுதான். நீங்கள் மட்டும்தான் அதைத் தீர்மானிக்க முடியும். பயிரை அடையாளம் கண்டுகொள்ள மண்ணுக்குத் தான் தெரியும்.

III

பொதுவாக ஒரு இலக்கை நோக்கி எப்போது நம் சகோதரர்களுடன் நாம் இணைகிறோமோ, அப்போதுதான் நாம் நன்கு சுவாசிக்கிறோம்; நேசிப்பது என்பது ஒருவரையொருவர் பார்த்துக்கொள்வதல்ல, ஆனால் இருவருமாக ஒன்றாகச் சேர்ந்து ஒரே திசையில் பார்ப்பதுதான் என்று அனு பவம் நமக்கு உணர்த்துகிறது. ஒரே கயிற்றால் இணைக்கப்பட்டு ஒரே மலையுச்சியில் ஏறி அங்கே சந்தித்துக்கொள்ளும் ஒற்றுமையை விஞ்சிய

தோழமை வேறெதுவுமில்லை. அப்படி இல்லையென்றால், வசதிகள் நிறைந்த இந்த நூற்றாண்டில், பாலைவனத்தில் எங்கள் வசமிருந்த கடைசி உணவுப் பண்டங்களைப் பகிர்ந்துகொள்வதில் நாங்கள் ஏன் அவ்வளவு மகிழ்ச்சியடைந்திருக்க வேண்டும்? இதோடு ஒப்பிடுகையில் சமூகவிய லாளர்களின் கணிப்புக்கு என்ன மதிப்பு? சஹாரா பாலைவனத்தில் காப் பாற்றப்பட்டதில் பெரும் மகிழ்ச்சியை அறிந்த நம் எல்லோருக்குமே வேறு எந்த இன்பமும் அற்பமானதாகவே இருக்கும்.

ஒருவேளை இதனால்தான் நம்மைச் சுற்றிலும் இந்த உலகம் உடைந்து சிதறிக்கொண்டிருக்கிறது. ஒவ்வொருவரும் தங்களுக்கு நிறைவை அளிக் கும் ஏதோ ஒரு மதத்தில் பேரார்வம் கொள்கிறார்கள். ஒரே மாதிரியான உத்வேகத்தை முரண்படும் சொற்கள் மூலம் வெளிப்படுத்துகிறார்கள். நம் நியாய வாதங்களின் விளைவான அணுகுமுறைகளில் வேறுபாடு இருந் தாலும், இலக்குகளில் இல்லை: அவை ஒன்றாகவே இருக்கின்றன.

ஆகவே, இப்போதிலிருந்து எதைக் குறித்தும் நாம் வியப்படைய வேண் டாம். தனக்குள் அடையாளம் தெரியாத ஒருவன் தூங்கிக்கொண்டிருப் பதைக் கற்பனைசெய்துகூடப் பார்த்திருக்காதவனுக்கு, மாறாக, அனார்க் கிஸ்டுகளின் பாதாள அறையில் இருக்கும்போது, தியாகத்தாலோ, பரஸ் பர உதவியாலோ அல்லது நீதியைப் பற்றிய திடமான ஒரு கருத்தாலோ, அதே அந்த அடையாளம் தெரியாதவன் தட்டி எழுப்பப்படுவதையும் உணர்ந்தவனுக்கு, இப்போது தெரிவது ஒரே ஒரு உண்மைதான்: அனார்க் கிஸ்டுகளின் உண்மை. ஸ்பானிய கிறிஸ்தவ ஆசிரமத்தில் பயந்து நடுங்கி மண்டியிட்டுக்கொண்டிருந்த கன்னியாஸ்திரீகளைக் காப்பாற்றுவதற்காக ஒரே ஒரு முறை காவல் காத்த மனிதன், கிறிஸ்தவ மதத்துக்காகத் தன் உயிரையும் கொடுப்பான்.

ஆண்டிஸ் மலைத்தொடரின் சிலி திசையை நோக்கி நெஞ்சில் வெற்றி யுணர்வுடன் விமானத்தில் மெர்மோஸ் ஊடுருவிப் பறந்தபோது அவர் பிழை செய்தார் என்றும், வர்த்தகக் கடிதம் ஏதோ ஒன்றை எடுத்துச் செல் லும் பணி தன் உயிரையே பணயம் வைக்குமளவுக்கு லாயக்கற்றது என் றும் அவரிடம் சொல்லியிருந்தால், மெர்மோஸ் உங்களைப் பார்த்து இளக் காரமாகச் சிரித்திருப்பார். ஆண்டிஸ் மலைத்தொடரை அவர் கடந்து போனபோது அவருக்குள் பிறந்தானே ஒரு மனிதன், அதுதான் உண்மை.

தானே முன்வந்து போரிடும் வீரன் போர் கொடுமையானது என்பதை ஏற்றுக்கொள்ள வேண்டும் என்று நீங்கள் வற்புறுத்த முனையும்போது அவனை யாரோ அந்நியன் என்று நினைக்காதீர்கள்; அவனை எடைபோடு வதற்கு முன் அவனைப் புரிந்துகொள்ள முயலுங்கள்.

மொரோக்கோவின் ரிஃப் போர் நடந்தபோது, கிளர்ச்சியாளர்கள் நிறைந்த இரண்டு மலைகளுக்கு நடுவே ராணுவ முகாம் ஒன்றுக்குத் தலைமை

வகித்த பிரெஞ்சு அதிகாரியைப் பற்றி இங்கே சொல்ல வேண்டும். மேற்குப் பகுதி எதிரிகளின் மலையிலிருந்து வந்த ஒரு தூதுக் குழுவை ஒருநாள் மாலைப் பொழுதில் அந்த பிரெஞ்சு அதிகாரி வரவேற்றார். வழக்கமான சடங்குகளின்படி அவர்கள் தேநீர் அருந்திக்கொண்டிருந்தபோது, குண்டு கள் வெடிக்க ஆரம்பித்தன. கிழக்குத் திசையின் ஆதிஇனத்தைச் சேர்ந்த கிளர்ச்சியாளர்கள் இவருடைய முகாமைத் தாக்கினார்கள். சண்டையில் இறங்குவதற்கு முன், தன் விருந்தினர்களை அங்கிருந்து போய்விடச் சொன்ன அதிகாரியிடம் தூதுக் குழுவினர் சொன்னார்கள்: "இன்று நாங்கள் உங்களுடைய விருந்தாளிகள். உங்களைக் கைவிடுவதை இறைவன் அனு மதிக்க மாட்டார்..." பிரெஞ்சு அதிகாரியின் ஆட்களுடன் சேர்ந்து அந்த முகாமைக் காப்பாற்றிய பிறகு, கழுகுக் கூண்டு போல உயரத்தில் இருந்த தங்களுடைய இருப்பிடத்துக்கு ஏறிப் போய்விட்டார்கள்.

ஆனால், தங்கள் முறைக்கு, பிரெஞ்சு முகாமைத் தாக்குவதற்கு முந் தைய நாள், அதே எதிரிக் கிளர்ச்சியாளர்கள் தங்களுடைய தூதர்களைப் பிரெஞ்சு அதிகாரியிடம் அனுப்பினார்கள்.

"அன்றொரு மாலை, உனக்கு உதவினோம் அல்லவா?"

"ஆமாம், உண்மைதான்."

"உன்னைக் காப்பாற்றுவதற்காக நாங்கள் முந்நூறு தோட்டாக்களைச் செலவழித்தோம்."

"அதுவும் உண்மைதான்."

"அதை எங்களுக்குத் திருப்பித் தருவதுதான் நியாயம்."

சீரிய பண்பாளரான அந்த அதிகாரி, எதிரியின் பெருந்தன்மையால் கிடைத்த அனுகூலத்தில் குளிர்காய விரும்பவில்லை. தனக்கு எதிராக அவர்கள் பயன்படுத்தவிருந்த முந்நூறு தோட்டாக்களை அவர்களுக்குத் திருப்பித் தந்தார்.

எந்த ஒருவனையும் ஒரு மனிதனாக எது ஆக்குகிறதோ, அதுதான் அந்த மனிதனின் உண்மை. மனித உறவுகளின் இந்த உண்மையையும், தானாகவே ஏற்றுக்கொண்ட ஆபத்தை எதிர்கொள்ளும் நேர்மையையும், வாழ்வா சாவா என்ற பிரச்சினையிலும் ஒருவருக்கொருவர் காட்டும் மதிப் பையும் உணர்ந்திருந்த அந்த மனிதர், தனக்கு வாய்த்திருந்த சீரிய குணத்தை ஒரு அரசியல்வாதியின் சாதாரண நட்புணர்வுடனோ அல்லது இந்த அராபியர்களைப் புகழ்வதைப் போல, ஆனால் அவமானப்படுத்தும் விதத்தில் அவர்கள் தோள்களில் தட்டிக்கொடுக்கும் செயலுடனோ ஒப் பிட்டுப் பார்க்கும்போது அவருக்கு எதிராக வாதிடும் உங்களிடமும் அவ ருக்குச் சற்றே பரிதாபம் கலந்த இகழ்ச்சிதான் தோன்றும். தவிர, நியாயம் அவர் பக்கம்தான் இருக்கும்.

ஆனால், நீங்கள் போரை வெறுத்தால் உங்கள் தரப்பிலும் நியாயம் இருக்கும்.

ஒரு மனிதனையும் அவனுடைய தேவைகளையும் புரிந்துகொள்ள வேண்டுமென்றால், அவனிடம் இருப்பவற்றில் மிக முக்கியமானதைத் தெரிந்துகொள்ள வேண்டுமென்றால், அவனுடைய உண்மையின் நிதர்சனத்துடன் உங்களுடைய உண்மையின் நிதர்சனத்தை மோதவிடக் கூடாது. ஆமாம், நீங்கள் சொல்வது சரி. எல்லோரும் சொல்வதும்கூடச் சரியே. தர்க்கம் எல்லாவற்றையும் நிரூபித்துவிடும். உலகத்தின் இன்னல்களுக்கெல்லாம் கூனர்கள்தான் காரணம் என்று ஒருவன் சொன்னால் அதுவும் சரி. நாம் கூனர்கள் மேல் போர் தொடுப்போமானால் அது எல்லோரையும் உசுப்பிவிடுவதைப் பார்ப்போம். கூனர்களின் தவறுக்குப் பழி வாங்கப்படும். ஆமாம், கூனர்கள் நிச்சயமாகக் குற்றம் செய்வார்கள் என்றாகிவிடும்.

எது முக்கியம் என்று பிரித்து இனங்காண வேண்டுமென்றால், நமக்கிடையே இருக்கும் வேற்றுமைகளை ஒரு கணம் மறந்துவிட வேண்டும்; வேற்றுமைகள் அங்கீகரிக்கப்படும் பட்சத்தில் அவை அசைக்க முடியாத உண்மைகளின் குர்ஆன் ஒன்றை முன்வைத்து, அந்த வேற்றுமையிலிருந்து கிளம்பும் வெறியைத் தூண்டிவிடும். மனிதர்களை வலது-இடது என்றும், கூனர்கள்-கூன் இல்லாதவர்கள் என்றும், பாசிசவாதிகள்-ஜனநாயகவாதிகள் என்றும் பிரித்து வரிசைப்படுத்தலாம். தகர்க்கப்பட முடியாத பிரிவுகள். ஆனால், எது உலகத்தை எளிமையாக்குகிறதோ அதுதான் உண்மை என்பது; குழப்பத்தை விளைவிப்பது அல்ல என்று நமக்குத் தெரியும். உண்மை என்பது உலகம் முழுவதற்கும் பொதுவானதை அடையாளம் கண்டுகொள்ளும் மொழி. நியூட்டன் 'கண்டுபிடித்தது', ஒரு புதிரை விடுவிப்பதைப் போல, நீண்ட காலமாக மறைந்திருந்த ஒரு விதியை அல்ல; அவருடைய சாதனை, படைப்பு ரீதியான செயல் ஒன்றைச் செய்ததுதான். புல் தரையில் ஆப்பிள் விழுவதையும் சரி, சூரியன் உதிப்பதையும் சரி, ஒரே சமயத்தில் விவரித்துச் சொல்லக் கூடிய மானிட மொழி ஒன்றை அவர் படைத்தார். உண்மை என்பது நிரூபித்துக் காட்டப்படுவது அல்ல, எளிமைப்படுத்துவதே.

சித்தாந்தங்களின் விவாதங்களால் என்ன பயன்? எல்லாச் சித்தாந்தங்களையும் நிரூபிக்க முடியுமென்றால், எல்லாவற்றையும் மறுக்கவும் முடியும்; இவை போன்ற விவாதங்கள் மனிதகுல மேம்பாட்டுக்கு அல்ல என்ற ஆதங்கம்தான் மிஞ்சும். பார்க்கப்போனால், நம்மைச் சுற்றி எல்லா இடங்களிலும் மனிதனோ ஒரே மாதிரியான தேவைகளைத்தான் எதிர்கொள்கிறான்.

கடப்பாரையால் மண்ணைக் குத்தித் தோண்டுகிறவன், தான் கடப் பாரையால் குத்துவதற்கு ஒரு அர்த்தத்தைத் தெரிந்துகொள்ள விரும்பு கிறான். கடப்பாரையால் மண்ணைக் குத்தும் செயலில், சிறைக் கைதி ஒரு வனுக்கு அவமானம் அளிக்கும் அந்தச் செயலும், நிலத்தைத் தோண்டி ஆய்வு செய்வதால் மதிப்புப் பெறும் ஆய்வாளனின் செயலும் ஒன்றே அல்ல. சிறை என்பது கடப்பாரையால் குத்தப்படும் செயலில் இல்லை. அந்தக் கொடுமை பௌதீக ரீதியானது அல்ல. எங்கேயெல்லாம் குறிக்கோள் எதுவுமின்றி, கடப்பாரை மண்ணில் விழுகிறதோ, அதைக் கையாள்பவனை மனிதகுலத்தோடு அது இணைக்கவில்லையோ, அங்கே இருப்பதுதான் சிறை.

அந்தச் சிறையிலிருந்து விடுதலை பெறவே நாம் விழைகிறோம்.

ஐரோப்பாவில் இருபது கோடி மக்கள் குறிக்கோள் எதுவும் இன்றி இருக் கிறார்கள், அவர்கள் பிறக்க விழைகிறார்கள். தொழிற்சாலைகளால் கிரா மிய வம்சாவளி மொழியிலிருந்து பிய்த்தெடுக்கப்பட்டு, காலிப் பெட்டி கள் இணைக்கப்பட்ட ரயில் வண்டிகளை வரிசைவரிசையாக நிறுத்தி வைத் திருப்பதைப் போன்ற பிரம்மாண்ட சேரிகளில் அவர்கள் சிறைபட்டிருக் கிறார்கள். தொழிலாளிகள் நிறைந்த அந்தச் சேரிகளுக்குள்ளிருந்து அவர் கள் விழிப்புணர்ச்சி பெற்று வெளியே வர விழைகிறார்கள்.

அதைத் தவிர, இன்னும் பலர் தத்தம் தொழில்களின் பல்சக்கரங்களில் சிக்கிக்கொண்டிருக்கிறார்கள். அவர்களுக்குத் தங்கள் முன்னோடிகளின் மகிழ்ச்சிகளோ, ஒரு மதத் தலைவர் அல்லது அறிவியலாளரின் மகிழ்ச்சி களோ மறுக்கப்பட்டிருக்கின்றன. மனிதர்களின் வளர்ச்சிக்கு உணவும் உடையும் அளித்து அவர்களுடைய தேவைகளை நிறைவு செய்தாலே போதும் என்று நினைத்தார்கள். சிறிதுசிறிதாக, பிரபல பிரெஞ்சு நாடகாசிரியர் கூர்தெலினின் பாத்திரங்களைப் போல 'பூர்ஷ்வா'வின் குணாதிசயங்கள் அவர்களிடம் வேரூன்றத் தொடங்கின: தனக்கென்று அகவாழ்வு எதுவுமற்ற கிராமத்து அரசியல்வாதி, அல்லது தொழில்நுட்பன். அவர்களுக்கு மிக நன்றாகப் பயிற்சி அளிக்கப்படுகிறதென்றாலும், பண் பாடு கற்றுக்கொடுக்கப்படுவதில்லை. சூத்திரங்களை மனப்பாடம் செய்து நினைவில் கொள்வதுதான் பண்பாடு என்று நினைப்பவனுக்குப் பண்பாடு குறித்த அறிவு மிகச் சொற்பம். சிறப்புக் கணிதப் பாடத்தில் மோசமாக இருக்கும் ஒரு மாணவனுக்குக்கூட இயற்கையையும் அதன் விதிகளையும் பற்றி தெகார்த், பாஸ்கல் இவர்களுக்குத் தெரிந்திருந்ததைவிட அதிகம் தெரியும். ஆனால் அவர்களிடமிருந்த அதே சிந்தனைத் திறன் அவனிடம் இருக்கிறதா?

எல்லோருமே, ஏதோ ஒரு இனந்தெரியாத வகையில், புதிதாகப் பிறக்க வேண்டிய அவசியத்தை உணர்கிறார்கள். ஆனால், ஏமாற்றமளிக்கும் தீர்வு கள் உண்டு. மக்களுக்குச் சீருடை அணிவித்து அவர்களை உயிர்பெறச் செய்யலாம் என்பது உண்மைதான். அப்போது அவர்கள் போர்ப் பாடல் களைப் பாடிக்கொண்டு, ஒன்றாகத் தங்களுடைய தோழர்களுடன் ரொட்டி யைப் பகிர்ந்துகொள்வார்கள். தாங்கள் தேடுவதை, எல்லோருக்கும் பொது வாக இருப்பவற்றின் சுவையைக் கண்டுபிடித்திருப்பார்கள். தங்களுக்கு அளிக்கப்பட்ட ரொட்டியின் காரணமாகவே அவர்கள் இறந்துபோவார்கள்.

நாம் மரச்சிலைகளைத் தோண்டி எடுக்கலாம், நல்ல விதத்திலோ எப் படியோ பயன்பட்டுவந்த புராதனத் தொன்மங்களுக்கு உயிரூட்டலாம், ஜெர்மானிய இனமைய வாதம் அல்லது ரோமானியப் பேரரசு இவற்றின் ஐதீகங்களுக்கு உயிரூட்டலாம். ஜெர்மானியர்களாக, பீதோவனின் நாட் டைச் சேர்ந்தவர்களாக இருப்பதின் போதையைக் கொண்டே அந்த ஜெர் மானியர்களை மயக்கமடையச் செய்யலாம். போர்க்காலப் பதுங்குக் குழி யில் நிலக்கரி அடுக்குபவன்வரை எல்லோருக்குமே இந்தப் போதையை ஏற்றலாம். நிலக்கரி அடுக்குபவனுக்குள்ளிருந்து ஒரு பீதோவனை வெளிக் கொண்டு வருவதைவிட இது எளிது.

ஆனால், இவை போன்ற சிலைகள் ஊனுண்ணிச் சிலைகள். அறிவு வளர்ச்சியை மேம்படுத்தவோ, நோய்களைக் குணப்படுத்தவோ தன் உயிரைக் கொடுப்பவன் அதே நேரத்தில் மனித வாழ்க்கைக்குச் சேவை செய்துவிட்டுதான் சாகிறான். ஒரு நாட்டின் நிலப்பரப்பை விரிவுபடுத்த உயிரைக் கொடுப்பது சிறந்ததாக இருக்கலாம், ஆனால், தற்காலப் போர், தான் வளர்ப்பதாகச் சொல்லிக்கொள்வதை அழிக்கவே செய்கிறது. இப் போதெல்லாம் போர் என்பது ஒரு இனத்தை வாழ வைப்பதற்காகச் சிறிது ரத்தத்தைத் தியாகம் செய்வது என்றிருப்பதில்லை. விமானங்களையும், விஷவாயுவையும் பயன்படுத்தும் இன்றையப் போர் ரத்தக்களரியான அறுவை சிகிச்சையே தவிர வேறெதுவும் இல்லை. ஒவ்வொரு தரப்பினரும் கான்கிரீட் சுவர்களுக்குப் பின்னால் ஒளிந்துகொள்வார்கள். ஒவ்வொரு இரவும், வேறெதுவும் செய்யத் தெரியாமல் விமானப் படைகளை அனுப்பி, மற்றவரின் குடலை வெடிவைத்துத் தாக்கி, அவர்களுடைய முக்கியமான மையங்களைத் தகர்த்து, அவர்களுடைய உற்பத்தி, வணி கம் இவற்றையெல்லாம் ஸ்தம்பிக்க வைப்பார்கள். கடைசியாகச் சிதைந்து போகிறவன் வெற்றி பெற்றவனாகிறான். தவிர, எதிரிகள் இருவருமே ஒன்றாகவே சிதைந்துபோகிறார்கள்.

பாலைவனமாக மாறிவிட்ட உலகத்தில், தோழர்களுடன் இருக்க வேண் டும் என்ற தாகம் நமக்கு இருந்தது: தோழர்களிடையே பகிர்ந்துகொள்

ளப்பட்ட ரொட்டியின் சுவை நம் மத்தியில் போரின் மதிப்பீடுகளை உண ரச் செய்திருந்தது. ஆனால், ஒரே இலக்கை நோக்கி ஓடும்போது நம்முடன் அருகில் இருப்பவர்களின் தோள்களின் கதகதப்பை உணர்வதற்குப் போர் தேவை இல்லை. போர் நம்மை ஏமாற்றுகிறது. பயணத்தின் லகரிக்கு வெறுப்புணர்வு எவ்விதத்திலும் உதவுவதில்லை.

ஒருவரையொருவர் ஏன் வெறுக்க வேண்டும்? நாம் எல்லோரும் ஒன் றாக இருக்கிறோம், ஒரே கிரகம் நம்மைச் சுமந்து செல்ல, ஒரே கப்பலின் அங்கத்தினர்களாக இருக்கிறோம். வெவ்வேறு நாகரிகங்கள் ஒன்றோ டொன்று போட்டிபோட்டுப் பின்னர் ஒன்றாகக் கலந்து புதிய நாகரிகம் உருவாவது நல்லதென்றால், அவை ஒன்றையொன்று விழுங்குவது கொடு மையானது.

நமக்கு விடுதலை கிடைக்க, நம் ஒவ்வொருவரையும் மற்றவர்களோடு பிணைக்கும் குறிக்கோள் ஒன்றைக் குறித்த பிரக்ஞையைப் பெற உதவி னாலே போதும் என்று இருப்பதால், நாம் ஒற்றுமையாக இருந்து ஏன் அதை அடைய முயலக் கூடாது? மருத்துவமனையில் ஒவ்வொருவரையாகச் சோதித்துக்கொண்டு வரும் அறுவைச் சிகிச்சை மருத்துவர் நோயாளியின் மார்பில் காது வைத்துக் கேட்பது நோயாளியை அல்ல: அந்த நோயாளியின் வாயிலாக மனிதனைக் குணப்படுத்த அவர் விழைகிறார். உலகத்துக்கே பொதுவான மொழி ஒன்றை அவர் பேசுகிறார். அதே போலவேதான் கிட் டத்தட்ட தெய்வீகமானது என்று சொல்லக்கூடிய சமன்பாடுகள் மூலம் ஆழ்ந்து சிந்தித்து, ஒரே சமயத்தில் அணுவையும், பால்வீதியைப் போன்ற நட்சத்திர மண்டலங்களையும் புரிந்துகொள்ளும் இயற்பியலாளரும். ஒரு சாதாரண இடையனும் அப்படியேதான். நட்சத்திரங்கள் நிறைந்த வானுக் கடியில் சில ஆடுகளை மேய்த்துக்கொண்டிருக்கும் அவன், தான் செய்யும் பணியைக் குறித்த பிரக்ஞை கொள்ளும்போது, தான் ஒரு பணியாளன் என்பதற்கும் அப்பால், தான் இருப்பதைத் தெரிந்துகொள்வான். அவன் ஒரு காவல்-சிப்பாய். ஒவ்வொரு காவல்-சிப்பாயுமே ஒரு முழுப் பேரரசுக்குப் பொறுப்பாளி.

இடையன் பிரக்ஞை கொள்ள விரும்பவில்லையென்றா நினைக்கிறீர்கள்? மாட்ரிட் போர்முனையில், பதுங்கு குழிகளிலிருந்து ஐநூறு மீட்டர் தொலைவில், ஒருமுறை ஒரு குன்றின் மேல் கல்லால் ஆன மதில் சுவருக் குப் பின்னால் இருந்த ஒரு பள்ளிக்கூடத்துக்குப் போயிருந்தேன். அங்கே, உயர்நிலைச் சிப்பாய் ஒருவர் தாவரவியல் பாடம் நடத்திக்கொண்டிருந் தார். கசகசா மலரின் மென்மையான பாகங்களை அவருடைய கைகள் பிரித்துக்கொண்டிருந்தபோது, சுற்றிலும் இருந்த சேற்று நிலப் பகுதியி லிருந்து மூன்று தாடிக்கார யாத்திரிகர்கள், குண்டுகள் பொழிந்துகொண்

டிருந்த சூழலிலும், அவரை நோக்கி மேட்டிலேறி வந்தார்கள். சிப்பாயின் அருகில் வந்தபின், கால்களைக் குறுக்காகப் போட்டு, கைகளில் தாடையை ஏந்தியபடி அவர் சொல்வதைக் கேட்டார்கள். புருவங்களைச் சுருக்கி, பற்களைக் கடித்தபடி இருந்த அவர்களுக்கு அந்தப் பாடம் எதுவும் புரிய வில்லை, ஆனாலும் அவர்களிடம் யாரோ சொல்லியிருந்திருக்கிறார்கள்: "நீங்கள் குகையிலிருந்து அதிகம் வெளிவராத காட்டுமிராண்டிகள், மனித குலத்தோடு நீங்கள் விரைவில் சேர வேண்டும்!" ஆகவேதான், அவர்கள் சிரமப்பட்டு அடியெடுத்து மனிதகுலத்தோடு சேர விரைந்தார்கள்.

நாம் ஆற்ற வேண்டிய பணியைப் பற்றிய—அது எவ்வளவுதான் எளிமை யாக இருந்தாலும்—பிரக்ஞை நமக்கு இருக்கும்போதுதான் நாம் மகிழ்ச்சி யாக இருக்க முடியும். அப்போதுதான் நாம் அமைதியாக வாழ்ந்து, அமைதி யாக இறக்க முடியும்; ஏனென்றால், வாழ்க்கைக்கு எது ஒரு அர்த்தத்தை அளிக்கிறதோ, அதுதான் மரணத்துக்கும் அர்த்தமளிக்கும்.

இயல்பான நியதியின்படி நிகழும்போது, சாவும் மென்மையாக இருக் கும்; தென் பிரான்ஸின் முதிய குடியானவன் ஒருவன், தன்னுடைய காலம் முடிவுக்கு வரும் நிலையில், ஆடுகள், ஆலிவ் மரங்களுடன் தன்னுடைய நிலத்தை தன் மகன்களிடம் ஒப்படைத்து, அவர்கள் தங்களுடைய மகன் களின் மகன்களுக்கு ஒப்படைக்கும் இயல்பான நியதியின்படி நிகழும் போது கிராமப்புறப் பாரம்பரியத்தில் சாவு என்பது பாதி சாவுதான். ஒவ் வொரு வாழ்க்கையும் தன் முறையில் ஒரு நெற்று போலப் பிளந்து விதை களை அளிக்கும்.

ஒருமுறை தங்கள் தாயின் மரணப் படுக்கையருகே இருந்த மூன்று கிராமவாசிகளுடன் நானும் இருந்தேன். மிகவும் சோகமாக அப்போது இருந்தது உண்மைதான். இரண்டாவது முறையாக தொப்புள்கொடி அறுக்கப்பட்டது. இரண்டாவது முறையாக ஒரு முடிச்சு அவிழ்க்கப்பட் டது: ஒரு தலைமுறையை மற்றொன்றுடன் பிணைத்த முடிச்சு. அந்த மூன்று மகன்களும் தனிமையில் தாங்கள் விடப்பட்டுவிட்டதை உணர்ந் தார்கள்—விழா நாட்களில் ஒன்றுகூடும் குடும்ப மேஜை இல்லாமல், தங்களை அடையாளப்படுத்தும் துருவ நட்சத்திரம் இல்லாமல், எல்லா வற்றையும் இனிமேல்தான் கற்றுக்கொள்ள வேண்டிய நிலையில். ஆனால், இந்த அறுபடுதலில் வாழ்க்கை இரண்டாம் முறையாக அளிக்கப்படக் கூடும் என்பதையும் நான் பார்த்தேன். தங்கள் முறையில் இந்த மகன்களும் தந்தைகளாகி எல்லோரையும் ஒருங்கிணைக்கும் குடும்பத் தலைவராக ஆவார்கள், கதவுக்கு வெளியே விளையாடிக்கொண்டிருக்கும் குழந்தை களிடம் அவர்களுடைய முறை வந்து தலைமையை ஒப்படைக்கும்வரை.

அந்தத் தாயை நான் பார்த்தேன்; இறுகி மூடிய உதடுகளுடன், சாந்த மான, கண்டிப்பான முகம், இப்போது கல்லில் செதுக்கிய முகமூடிபோல் ஆகிவிட்ட முகம். அதில் அவளுடைய மகன்களின் முகங்களைப் பார்த் தேன். அவர்களுடைய முகங்களை வார்க்க அது உதவியிருந்தது. அவர் களுடைய உடல்களை, இந்த அழகான மானிட மாதிரிகளை, உருவாக்க அந்த உடல் உதவியிருந்தது. இப்போது உடைந்த நிலையில் படுத்திருக் கிறாள், ஆனால் உலோகத்தைப் பெறுவதற்காக உடைக்கப்பட்ட தாது வைப் போல. மகன்களும் மகள்களும் தங்கள் பங்குக்குச் சிறு மனிதர்களை வார்ப்பார்கள். அந்தப் பண்ணையில் யாருமே சாகவில்லை. அம்மா இறந்து விட்டாள், வாழ்க அம்மா.

சோகம்தான், ஆமாம், ஆனால் அந்தப் பாரம்பரியத்தின் காட்சி அவ் வளவு எளிமையாகவும் தெளிவாகவும் இருந்தது. தன்னுடைய உருமாற் றங்களின் ஊடாக, தெரிந்துகொள்ள முடியாத ஒரு உண்மையை நோக்கி, வெண் ரோமம் வளர்ந்துவிட்டிருந்த தன் சருமத்தை விட்டுச் சென்று கொண்டிருந்தது.

ஆகவேதான் அன்று மாலை அந்தச் சிறிய கிராமத்துத் தேவாலயத்தில் சாவு மணி அடித்தபோது, பரிதவிப்பைவிட முதிர்ச்சியும் மென்மையும் கொண்ட விழாவைப் போல எனக்கு அது தோன்றியது. சவ அடக்கத்தை யும் திருமுழுக்கையும் அந்த ஒரே குரலில் கொண்டாடிய கோயில் மணி, ஒரு தலைமுறையிலிருந்து அடுத்த தலைமுறைக்குப் போகும் பயணத்தை மீண்டும் ஒரு முறை அறிவித்தது. மண்ணுக்கும் ஒரு முதிய பெண்ணுக்கும் இடையேயான அந்த நிச்சயதார்த்தப் பாடலைக் கேட்பது பெரும் சாந்தி யைத் தந்தது.

வளர்ந்துகொண்டிருக்கும் மரத்தின் மெதுவான வளர்ச்சியுடன் தலை முறையிலிருந்து தலைமுறைக்கு இப்படிப் பரிமாற்றம் செய்யப்பட்டது வாழ்க்கை மட்டுமல்ல, பிரக்ஞையும்தான். என்ன ஒரு புதிர் நிறைந்த மேல் நோக்கிய பயணம்! பொங்கி வழியும் எரிமலைக் குழம்பிலிருந்து, நட்சத்திரம் வரும் அரூபத் திரளிலிருந்து, பெரும் விந்தையாக முளை விடும் உயிரணுவிலிருந்து வந்த நாம், சிறிதுசிறிதாகக் கீர்த்தனங்கள் இயற்று வதிலிருந்து பால்வீதியை ஆராய்ந்து அறிவதுவரை உயர்ந்துவிடுகிறோம்.

அந்தத் தாய் விட்டுச் சென்றது தன் வாழ்க்கையை மட்டுமல்ல: தன் மகன்களுக்கு ஒரு மொழியைக் கற்றுக்கொடுத்து, பல நூற்றாண்டுகளாக மெல்லமெல்லச் சேமித்து வைத்துத் தன்னிடம் நம்பிக்கையுடன் அளிக்கப் பட்டிருந்த ஆன்மீக முன்னோர் சொத்தையும் அவர்களிடம் ஒப்படைத் தாள். குகைகளில் வாழும் காட்டுமிராண்டிகளிடமிருந்து ஒரு ஷேக்ஸ் பியரையோ, ஒரு நியூட்டனையோ எல்லா விதங்களிலும் பிரித்துக் காட்

டும் வித்தியாசத்தின் மூல காரணமான அந்த மரபுகள், கருத்தாக்கங்கள், தொன்மங்கள் அடங்கிய முன்னோர் சொத்து.

குண்டு மழையை எதிர்கொண்டிருக்கும் சிப்பாய்களைத் தாவரவியல் வகுப்பைத் தேடிச் செல்ல உந்திய பசி, அல்லது மெர்மோசை தெற்கு அட்லான்டிக்கை நோக்கிப் பறக்கத் தூண்டிய பசி அல்லது வேறு ஒரு வரை கவிதையை நோக்கி அழைத்த பசி—இவை போன்ற ஒரு பசி நமக்கு வரும்போது, மனிதனுடைய தோற்றமும் வளர்ச்சியும் இன்னும் முழுமை பெறவில்லையென்றும், நம்மைப் பற்றியும் நம்முடைய பிரபஞ் சத்தைப் பற்றியும் நாம் இன்னமும் முற்றிலுமாகப் பிரக்ஞை கொள்ள வேண்டும் என்றும் உணர்கிறோம். இருளை நோக்கிப் பாலங்கள் அமைக்க வேண்டும். அலட்சியமாக இருப்பது தங்களுடைய சொந்த நலனுக்காக என்று கருதி, அதைப் புத்திசாலித்தனம் என்று நம்புகிறவர்களுக்குத்தான் இதெல்லாம் தெரிவதில்லை. ஆனால் உலகத்தில் எல்லாமே இந்தப் புத்தி சாலித்தனத்தை மறுக்கிறது! தோழர்களே, என் தோழர்களே, எனக்குச் சாட்சியாக உங்களை நான் அழைக்கிறேன்: எப்போது நாம் மகிழ்ச்சியாக இருப்பதாக உணர்ந்தோம்?

IV

இந்தப் புத்தகத்தின் முடிவை நெருங்கும்போது எனக்கு ஒன்று ஞாப கம் வருகிறது: அஞ்சல் பைகளை விமானத்தில் எடுத்துச்சென்ற முதல் நாளன்று, உண்மையான மனிதர்களாக உருமாற்றம் பெறும் அரிய வாய்ப்புக்காகத் தேர்ந்தெடுக்கப்பட்டு, அதற்கு நாங்கள் எங்களைத் தயார் செய்துகொண்டிருந்தபோது, எங்களுக்குப் பாதுகாப்பாக வந்த முதிய அரசு அதிகாரிகளை இப்போது நினைவுபடுத்திப்பார்க்கிறேன். அவர்களும் எங்க ளைப் போலவேதான் இருந்தார்கள். ஆனால், தங்களுக்கும் பசி இருந்தது என்பதை அவர்கள் அறிந்திருக்கவில்லை.

நிறைய பேரை நாம் தூக்கத்தில் விட்டுவிடுகிறோம்.

சில வருடங்களுக்கு முன், ரயிலில் நீண்ட பயணம் ஒன்றை மேற்கொண்ட போது, உருண்டோடிக்கொண்டிருந்த பெட்டியில் அடைபட்ட நிலையில் இருந்த நான், என் கண்ணெதிரே விரைந்துகொண்டிருந்த என் தாய் நாட்டைப் பார்க்க விரும்பினேன்; கடல் அலைகளால் உருட்டிவிடப்படும் கூழாங்கற்களைப் போன்ற ஒலிக்கு நடுவில், மூன்று நாட்களாகச் சிறை பட்டிருந்த நான், எழுந்து நடந்தேன். இரவு ஒரு மணிக்கு ரயிலின் முழு நீளத்தையும் நடந்தபடியே கடந்தேன். படுக்கை வசதிப் பெட்டிகள் காலி யாக இருந்தன. முதல் வகுப்புப் பெட்டிகளும் அப்படியே.

ஆனால், மூன்றாம் வகுப்புப் பெட்டிகளில், பிரான்ஸ் நாட்டில் வேலையிலிருந்து நீக்கப்பட்டுத் தங்கள் தாய்நாட்டுக்குத் திரும்பிப் போய்க் கொண்டிருந்த நூற்றுக் கணக்கான போலந்துக்காரர்கள் இருந்தார்கள். பெட்டியின் நடைபாதையில் போக அவர்களுடைய உடல்களைத் தாண்டிப் போக வேண்டியிருந்தது. அவர்களைப் பார்ப்பதற்காக நின்றேன். ஒரு பாசறை அல்லது காவல் நிலையத்தின் வாடையுடன் தடுப்புகள் எதுவுமின்றி, சிறிய கூடம் போலிருந்த அந்தப் பெட்டியில், இரவின் மங்கிய விளக்கொளியில், விரைவு வண்டியின் உலுக்கலில் கடையப்பட்டுக் குழம்பியிருந்த மக்கள் கூட்டத்தைப் பார்த்தேன். மோசமான கனவுகளுடன் தன்னுடைய ஏழ்மைக்குத் திரும்பிப் போய்க்கொண்டிருந்த ஒரு கும்பல். இருக்கைகளின் மரத்தின் மேல் உரசியபடி, நன்றாகச் சிரைக்கப்பட்ட பெரிய தலைகள் இப்படியும் அப்படியுமாக உருண்டுகொண்டிருந்தன. ஆண்கள், பெண்கள், குழந்தைகள் எல்லோரும் எல்லாவிதமான இரைச்சல்களாலும், தங்களுடைய மறதியிலும் அவர்களைப் பயமுறுத்திக்கொண்டிருந்த உலுக்கல்களாலும் தாக்கப்பட்டவர்களைப் போல ஒரு புறத்திலிருந்து இன்னொரு புறமாகத் திரும்பிக்கொண்டிருந்தார்கள். ஒரு நல்ல தூக்கம் அளிக்கும் உபசரிப்பு அவர்களுக்குக் கிட்டவேயில்லை.

பொருளாதார அலைகளால் ஐரோப்பாவின் ஒரு கோடியிலிருந்து இன்னொரு கோடிக்குத் தூக்கியடிக்கப்பட்ட அந்தப் போலந்து சுரங்கத் தொழிலாளர்கள் வடக்கு பிரான்ஸில் சிறிய தோட்டத்துடன் இருந்த தங்கள் வீடுகளிலிருந்தும், தங்கள் வீடுகளில் வளர்த்த ஜெரேனியம் மலர்த் தொட்டிகளிலிருந்தும் பிய்த்தெடுக்கப்பட்டு, தங்களுடைய மானிட அம்சத்தில் ஒரு பாதியை இழந்துவிட்டிருந்ததைப் போல எனக்குத் தோன்றியது. சமையல் பாத்திரங்கள், படுக்கை விரிப்புகள், திரைச்சீலைகள் இவற்றை மட்டும் இங்குமங்குமாகப் பிதுங்கிக்கொண்டிருந்த மூட்டைகளில் கட்டி எடுத்து வந்திருந்தார்கள். நான்கு அல்லது ஐந்து ஆண்டுகள் பிரான்ஸில் இருந்தபோது, தாங்கள் நன்றாகப் பழக்கப்படுத்தி, தடவிக்கொடுத்து, நேசித்திருந்த எல்லாவற்றையும்—பூனை, நாய், ஜெரேனியம் மலர்கள்—துறந்துவிட்டு, சமையலறைப் பொருட்களை மட்டும் தங்களுடன் எடுத்து வந்திருந்தார்கள்.

தூங்குவதைப் போலத் தோன்றும் அளவுக்குச் சோர்ந்திருந்த தாயிடம் குழந்தை ஒன்று பால் குடித்துக்கொண்டிருந்தது. இந்தப் பயணத்தின் ஒழுங்கின்மைக்கும் அபத்தத்துக்கும் இடையில் உயிரின் ஓட்டம் தலைமுறைகளுக்கிடையே தொடர்ந்துகொண்டிருந்தது. அந்தத் தந்தையைப் பார்த்தேன். கல்லைப் போலக் கனமாக, வெறுமையாக இருந்த மண்டையோடு புடைப்புகளும், குழிவுகளுமாக. தன் பணியின் சீருடைக்குள் சிறைபட்டு, இப்போது அசௌகரியமான ஒரு தூக்கத்தில் மடங்கியபடி

இருந்த உடல். அந்த மனிதன் ஒரு ஈர மண் குவியலைப் போல இருந்தான். இரவு வேளையில் அங்காடி பெஞ்சுகளில் உருவமிழந்து சுருண்டுகிடக்கும் ஏழை மக்களைப் போல. நான் நினைத்துக் கொண்டேன்: இந்த ஏழ்மையோ, இந்த அசுத்தமோ, இந்தக் குரூபமோ அல்ல பிரச்சினை. இதே மனிதனும் இதே பெண்ணும் ஏதோ ஒருநாள் சந்தித்துக்கொண்டிருந்திருப்பார்கள், அவன் அவளைப் பார்த்துப் புன்முறுவலும் செய்திருப்பான். ஒருவேளை, தன் வேலை முடிந்து வரும்போது அவளுக்காக மலர்களும் வாங்கி வந்திருப்பான். தயக்கத்துடன், நாசூக்கில்லாமல், தன்னை மறுத்துவிடுவாளோ என்று நடுங்கியும் இருப்பான். ஆனால், அந்தப் பெண், தன் நளினத்தின் பெருமையுடனும், இயல்பான பிணக்குடனும் அவனுடைய சஞ்சலத்தை ரசித்திருப்பாள். கோடாலியையோ சுத்தியலையோ இயக்கும் இயந்திரமாக மட்டும் இன்று ஆகிவிட்ட அவனோ, காதலின் இனிமையான மனக் கிளர்ச்சியைத் தன் நெஞ்சில் உணர்ந்திருப்பான். இன்று வெறும் களிமண் மூட்டைகளாக அவர்கள் ஆகிவிட்டிருந்தார்கள் என்பதுதான் புதிர். அச்சில் வார்த்து எடுத்ததைப் போல எந்த வார்ப்பு இயந்திரத்தில் இவர்களை உருவாக்கினார்கள்? வயதாகிவிட்ட ஒரு மிருகம்கூட தன் அழகைத் தக்க வைத்துக்கொண்டிருக்கிறது. அழகான இந்த மானிடக் களிமண் மட்டும் ஏன் இப்படிச் சிதைந்துவிட்டது?

ஒழுங்கில்லாமல் இருக்கும் இடத்துக்கேயான சஞ்சலம் நிறைந்த தூக்கத்திலிருந்த அந்த மக்களிடையே என்னுடைய நடையைத் தொடர்ந்தேன். கரகரத்த குறட்டை, புரிபடாத முனகல்கள், ஒரு பக்கமாக ஒடுங்கிப் படுத்திருந்த ஆண்கள் மறுபக்கம் திரும்பும்போது மோதிக்கொண்ட காலணிகளின் உரசல், இவற்றின் ஒட்டுமொத்தமான இரைச்சல் அங்கே இருந்து கொண்டிருந்தது. தவிர, எப்போதும் போலக் கடல் அலைகளால் உருட்டி விடப்பட்ட கூழாங்கற்களின் ஓசை ஓயாத ஒரு பின்னணியாக ஒலித்துக் கொண்டிருந்தது.

ஒரு தம்பதியருக்கு எதிரே நான் உட்கார்ந்தேன். அந்த ஆணுக்கும் பெண்ணுக்கும் இடையே எப்படியோ ஒரு பொந்தைத் தேடிப் பிடித்திருந்த குழந்தை தூங்கிக்கொண்டிருந்தது. தூக்கத்தில் குழந்தை தலையைத் திருப்பியது, இரவு விளக்கின் ஒளியில் அதன் முகம் எனக்குத் தெரிந்தது. ஆஹா! என்ன அற்புதமான முகம்! இந்தத் தம்பதியருக்கு ஒருவிதத் தங்கப் பழம் பிறந்திருக்கிறது. இந்தக் கனமான பழைய மூட்டைகளிலிருந்து அழகும் நளினமும் மிக்க சிறந்த படைப்பு ஒன்று தோன்றியிருக்கிறது. அந்த மென்மையான புருவத்தை நோக்கி, மிருதுவான குவிந்த உதடுகளை நோக்கிக் குனிந்து மனதில் நினைத்துக்கொண்டேன்: இதோ ஒரு இசைக் கலைஞனின் முகம், குழந்தையாக இருக்கும் மோஸார்ட். இதோ, அழகான வாழ்க்கை ஒன்றின் உத்தரவாதம். கற்பனைக் கதைகளில் வரும் குட்டி

இளவரசர்கள் இவனிடமிருந்து எவ்விதத்திலும் மாறுபட்டிருக்கவில்லை: கவனத்தின் மையமாக, பாதுகாக்கப்பட்டு, பேணி வளர்க்கப்பட்டால் இவன் என்னவாகத்தான் ஆக முடியாது? மரபணு மாற்று சோதனை முயற்சியில், தோட்டத்தில் புதிய ரோஜா மலர் ஒன்று மலரும்போது எல்லாத் தோட்டக்காரர்களும் உணர்ச்சிவசப்படுவார்கள். அந்த ரோஜா வைத் தனிப் படுத்தி, பேணிப் பராமரித்து, அதற்குத் தனி முக்கியத்துவம் அளிப்பார்கள். ஆனால், மனிதர்களுக்குத் தோட்டக்காரர் யாரும் இல்லை. மற்ற எல்லோரையும் போலவே, குழந்தை மோஸார்ட்டின் மீதும் வார்ப்பு இயந்திரம் ஒரு அச்சைப் பொறித்துவிடும். மிகக் கீழ்த்தர இசையில், மோசமான நடன விடுதியின் வாடையில்தான் இந்த மோஸார்ட்டுக்குப் பெரும் மகிழ்ச்சி கிடைக்கும். சபிக்கப்பட்ட மோஸார்ட் இவன்.

என்னுடைய பெட்டிக்குத் திரும்பிப் போனேன். எனக்குள் சொல்லிக் கொண்டேன்: இந்த மக்கள் தங்கள் நிலையைக் குறித்து அப்படியொன்றும் வருத்தப்படவில்லை. என்னை மனம் நோகச் செய்தது எந்த தர்ம சிந்த னையும் அல்ல. ஆறாமல் திறந்தபடியே எப்போதும் இருக்கும் காயத்தி டம் ஏற்படும் இரக்க உணர்வும் அல்ல. யாருக்கு அந்தக் காயம் இருக் கிறதோ அவர்கள் அதை உணர்வதும் இல்லை. இங்கே காயமுற்று இருப் பதோ, வஞ்சிக்கப்பட்டிருப்பதோ ஒரு தனிமனிதன் அல்ல; ஒருவிதத்தில் பார்த்தால் மானிட குலமேதான். இரக்கப்படுவதில் எனக்கு அவ்வளவாக நம்பிக்கை இல்லை. என்னை வருத்தப்படச் செய்வது அந்தத் தோட்டக் காரனின் கண்ணோட்டம்தான். என்னை வருத்துவது இந்த வறுமையும் அல்ல; சோம்பேறித்தனத்தில் நிலைபெற்றுவிடுவதைப் போலவே சிலர் வறுமையிலும் நிலைத்துவிடுகிறார்கள். கீழை நாடுகளில் பல தலைமுறை களாக அசுத்தத்தில் உழல்பவர்கள் அதற்குப் பழகியும் விடுகிறார்கள். என்னை வருந்தச் செய்வது எதுவென்றால், இலவசக் கஞ்சித் தொட்டி கள் இவற்றைக் குணப்படுத்த முடியாது என்பதுதான். என்னை வருத்து வது இந்தப் புடைப்புகளோ, குழிவுகளோ, இந்தக் குரூபமோ அல்ல. மாறாக, கொல்லப்பட்டிருக்கும் மோஸார்ட் இந்த மனிதர்கள் ஒவ்வொரு வருக்குள்ளும் கொஞ்சம் இருப்பதுதான்.

ஆன்ம சக்தி களிமண்மீது மூச்சைச் செலுத்தினால் மட்டுமே மனிதன் தோன்றுவான்.

* * * * *

பின்னுரை

"நான் இறந்துபோய்விட்டதைப் போல இருக்கும். ஆனால் அது உண்மையல்ல..."

பாலைவனத்தில் விமானம் பழுதடைந்து தரையிறங்கி, பேச்சுத் துணைக்குக்கூட ஆளில்லாத சூழலில் அந்த விமானியின் வாழ்க்கையையும் ஆன்மாவையும் ஒளிரச் செய்த ஒரு குட்டிப் பையன் விமானியை விட்டுப் பிரியும்போது அப்படிச் சொல்கிறான். அந்த அனுபவத்தை விவரிக்கும் விமானிதான் 'குட்டி இளவரசன்' புத்தகத்தின் ஆசிரியர்: அந்த்வான் து செந்த்-எக்சுபெரி. 1943இல் வெளிவந்து உலக அளவில் பிரபலமாகிவிட்ட இந்தப் பிரெஞ்சுப் புத்தகம் இதுவரை 253 மொழிகளில் மொழிபெயர்க்கப் பட்டு, எழுபது ஆண்டுகளுக்கும் மேலாக ஆண்டுக்கு சராசரி 20 லட்சம் பிரதிகள் (எல்லா மொழிபெயர்ப்புகளும் உட்பட) விற்பனையாகிவரு கிறது. ஆனால், புத்தகம் வெளிவந்த அடுத்த ஆண்டே இந்த விமானி-எழுத் தாளர், செந்த்-எக்சுபெரி தன்னுடைய 44ஆவது வயதில் மர்மமான விதத் தில் மறைந்துவிட்டார்... குட்டி இளவரசனைப் போலவே.

1900ஆம் ஆண்டு ஜூன் மாதம் 29ஆம் தேதி பிரான்ஸின் லியோன் நகரத்தில் செல்வந்தர் குடும்பத்தில் பிறந்த செந்த்-எக்சுபெரி, தன் வாழ் நாளில் ஐந்து சிறிய புத்தகங்களே எழுதியுள்ளார் (இவருடைய 'சிட்டா டல்' முழுமை பெறாத புத்தகம்). ஆனாலும், பிரெஞ்சு இலக்கிய உல கில் பெருமளவு புகழும், பாராட்டுகளும் இவருக்குக் கிடைத்தன. தன் னுடைய 23ஆவது வயதில் தொடங்கி இறுதிவரை விமானத் துறையின் தொழில்நுட்ப வல்லுநராக, விமானியாக, போர்க்கால இதழாளராக, புதிய விமானத் தடங்களைக் கண்டுபிடிப்பவராகப் பல துணிகரச் சாகசங்களை (பல விபத்துகள் உள்பட) எதிர்கொள்வதிலேயே இவருடைய வாழ்க்கை கழிந்தது.

"சமூகப் பிரக்ஞையிலும் ஆன்மீகத் தேடலிலும் வேரூன்றி, சக மனிதர் களுக்குத் தான் ஆற்ற வேண்டிய கடமையையும் உள்ளடக்கிய மனிதா பிமானமே அவருடைய எழுத்துகளின் லட்சியமாக இருந்தது; அந்த லட் சியத்தை அடைய முடிந்தால், மனிதகுலத்தின் முழு ஆற்றலையும் வெளிப் படுத்தும் சகோதரத்துவ சமுதாயத்தைக் காண முடியும் என்று நம்பினார்", என்கிறார் அவருடைய ஆங்கில மொழிபெயர்ப்பாளர் வில்லியம் ரீஸ். இறுதிவரை தன் குழந்தைப் பருவத்தை ஏக்கத்துடனும் இனிய நினைவு

களுடனும் அவர் நினைத்துப்பார்த்ததையும் இந்தப் பின்னணியில் புரிந்து கொள்ள முடியும்.

'குட்டி இளவரச'னுக்கு அடுத்ததாக இவருடைய இன்னொரு முக்கிய மான புத்தகம்: 'மானுட பூமி' (Terre Des Hommes, 1938). இதன் ஆங்கில மொழிபெயர்ப்பு 'காற்று, மணல், நட்சத்திரங்கள்' (Wind, Sand and Stars) என்ற தலைப்பில் வெளிவந்துள்ளது. முதல் ஆங்கில மொழிபெயர்ப்பு 1939இலேயே லெவிஸ் காலான்டியெர் (Lewis Galantiére) மொழிபெயர்ப் பில் வெளிவந்தது. பின்னர் 56 ஆண்டுகளுக்குப் பின்னர், 1995இல் வில்லி யம் ரீஸ் (William Rees) மொழிபெயர்ப்பில் பெங்குவின் நிறுவனம் இதைப் பதிப்பித்தது. சில அம்சங்களில் வேறுபடும் இந்த இரண்டு மொழிபெயர்ப்பு களின் வரலாறே சுவாரஸ்யமானது.

1938இல் செந்த்-எக்சுபெரி நியுயார்க்கிலிருந்து தென் அமெரிக்காவின் தென் கோடியிலுள்ள ப்யுன்டோ அரெனாஸுக்கு (14,000 கிமீ.) பறக்கும் வழியில், குவாதெமாலா நகரத்திலிருந்து மேலெழும்பிக் கிளம்பும் நேரத் தில் எதிர்பாராத விதத்தில் விமான விபத்துக்குள்ளானார். தாடை, மணிக் கட்டு உள்பட எட்டு எலும்பு முறிவுகள். சிகிச்சை முடிந்து நியுயார்க் திரும்பிய அவரைப் பல வாரங்கள் கட்டாயம் ஓய்வெடுக்கச் சொல்லி மருத்துவர்கள் வற்புறுத்தினார்கள். அப்போது இவர் எழுத ஆரம்பித்த புத்தகம்தான் 'காற்று, மணல், நட்சத்திரங்கள்'. இரண்டு நாவல்கள், பல பத்திரிகைக் கட்டுரைகள் மூலம் ஏற்கனவே பிரபலமாகியிருந்த இவரை, இந்தப் புத்தகத்தை எழுதும்படி தூண்டியவர் பிரெஞ்சு எழுத்தாளர் ஆந்த்ரெ ழீத் (André Gide). 1947இல் இலக்கியத்துக்காக நோபல் பரிசு பெற்றவரும், இவரைவிட 30 வயது மூத்தவருமான ழீத், செந்த்-எக்சுபெரி தன்னுடைய அனுபவங்களைப் பற்றி அதுவரை எழுதியிருந்த கட்டுரை களை ஒழுங்குபடுத்தி, அவற்றிடையே இழையோடும் மனிதநேயக் கருத்து களை முன்னிறுத்தி அதற்கு ஒரு நாவலின் வடிவத்தைக் கொடுக்க முடியும் என்று நம்பினார்.

பாரிஸுக்குத் திரும்பிவந்த அவர், இனியும் வெறும் விமானியாகவோ அல்லது தன்னுடைய துணிகரச் சாகசங்களைச் சுவைபட சொல்லும் இத ழாளராகவோ மட்டும் இல்லாமல் முழுமையான இலக்கியப் படைப்பாளி யாக மாற வேண்டும் என்று விரும்பினார். இதுவரை தான் எழுதியிருந்த தில் பெருமளவை வெட்டிவிட்டு, இன்னும் சில சிந்தனைகளை அவற்றுடன் இணைத்து மிகவும் சுருக்கமாகவும் கச்சிதமாகவும் வடிவமைப்பதில் ஈடு பட்டார். இவருடைய ஆங்கில மொழிபெயர்ப்பாளர் லெவிஸ் காலான்டி யெர் அவர் வெட்டிவிட்ட சில பகுதிகளையும் சேர்த்துக்கொள்ள வேண் டும் என்று பிடிவாதமாக இருந்தார். அவற்றில் இருந்த பின்னணி அம்சங் கள் நாவலை அமெரிக்க வாசகர்கள் புரிந்துகொள்ள உதவியாக இருக்கும் என்றும் நம்பினார். ஆங்கில மொழி தனக்கு ஓரளவு தெரிந்திருந்தும்,

தான் அதில் ஈடுபடுவது தன்னுடைய தாய்மொழி நடைக்குக் குறுக்கீடாக இருக்கும் என்று நினைத்ததால் செந்த்-எக்சுபெரி அதற்கு ஒப்புக்கொண்டார். பிரெஞ்சு மூலத்தை ரத்தினச்சுருக்கமாக அளிப்பதில் கவனம் செலுத்தினார்.

ஆங்கில மொழிபெயர்ப்பாளர் கொடுத்த மாற்றுத் தலைப்புக்கும் இவர் மறுப்புச் சொல்லவில்லை. மாறாக, பிரெஞ்சில் கொடுக்கவிருந்த தலைப்பில் மிகுந்த அக்கறை காட்டினார். எழுதும்போது உதவியாக இருந்த தன் ஒன்றுவிட்ட சகோதரன் ஆந்த்ரெ தெ ஃபோன்ஸ் கொலோம்பிடம் (Andre de Fonscolombe) தனக்கு நல்ல தலைப்பு ஒன்றைச் சொன்னால் நூறு ஃபிராங்குகள் பரிசளிப்பதாக வாக்களித்தார். அவர் கொடுத்த இருபது தலைப்புகளில் ஒன்றைத் தேர்ந்தெடுத்து, அதைச் சற்று மாற்றி, 'மானிட பூமி' (Terre Des Hommes) என்ற தலைப்பை அளித்தார். 'மனிதர்களின் பூமி' என்றும் இதைச் சொல்லலாம். (தமிழில் 'பூமி' என்ற சொல்லைப் போலவே, பிரெஞ்சு மொழியிலும் 'terre' என்ற சொல் தரை, நிலம், பிரதேசம், நாடு, கிரகம் என்ற பல அர்த்தங்களை உள்ளடக்கிய ஒரு சொல்.) பிரெஞ்சு மொழியில் சொல் சிக்கனத்துக்கும், தொனிக்கும் அவர் அளித்த முக்கியத்துவத்துக்கு இது ஒரு எடுத்துக்காட்டு. இரண்டாவது ஆங்கில மொழிபெயர்ப்பின் ஆசிரியர், வில்லியம் ரீஸ் தன்னுடைய குறிப்பில் இந்தத் தலைப்பை மொழிபெயர்ப்பது சவாலாக இருந்திருக்குமென்றும், முதல் ஆங்கில மொழிபெயர்ப்பின் தலைப்பு பல ஆண்டுகளாக நிலைபெற்று விட்டதால் அதை மாற்றத் தான் விரும்பவில்லை என்றும் குறிப்பிட்டுள்ளார். 1939இல் பிரெஞ்சு அகாதெமியின் (Académie Française) சிறந்த நாவலுக்கான விருதைப் பெற்ற இந்தப் புத்தகம், அதே ஆண்டு அமெரிக்காவிலும் இந்த மொழிபெயர்ப்புக்காக நேஷனல் புக் அவார்ட் விருதைப் பெற்றது. மூலப் படைப்பின் ஆசிரியரும், அதன் மொழிபெயர்ப்பாளரும் ஒரே ஆண்டில் தத்தம் நாடுகளில் அங்கீகாரம் பெற்ற ஒரு அபூர்வ நிகழ்வு.

1926, டிசம்பர் 15ஆம் தேதி பிரான்ஸின் தூலூஸிலிருந்து ஸ்பெயின் வழியாக ஆப்பிரிக்காவின் டகார்வரை அஞ்சல் துறை விமானத்தை ஓட்டிச்செல்லும் பொறுப்பு இவருக்குக் கிடைத்ததிலிருந்து பரபரப்பு மிகுந்த, தொழில் முறையிலான இவருடைய விமான வாழ்க்கை தொடங்கியது. அதிலிருந்து தொடங்குவதுதான் சுயசரிதை அடிப்படையிலான இந்த நாவல். அந்தக் காலத்து விமானங்களை இயக்குவதில் இருந்த இன்னல்கள், சவால் கள் இவற்றை இந்த நாவலில் பதிவுசெய்கிறார் ஆசிரியர். முதல் பயணத்துக்கு முந்தைய நாள் ஏரோ போஸ்டல் நிறுவனத் தலைவர், திதியெ தோரா அவரை அழைத்துச் சொல்கிறார்: "திசைமானியைப் பார்த்தபடியே மேகங்களுக்கு மேலே விமானத்தை ஓட்டிச்செல்வது நன்றாகத்தான் இருக்கும், ஆனால் நினைவில் கொள்: அதன் கீழே இருப்பது முடிவின்மை."

''ஏனென்றால், அடர்ந்த மேகங்கள் உருவான உடனேயே விமானத்தை மேகங்களுக்குக் கீழே ஓட்டிச்செல்ல வேண்டும், அவை எவ்வளவு தாழ் வாக இருந்தாலும். விமானியின் பார்வையில் தரை இருந்துகொண்டே இருக்க வேண்டும்,'' என்று விளக்கமளிக்கிறார் இவருடைய வாழ்க்கை வரலாற்றாசிரியர் எரிக் தெஷோ (Eric Deschot). ''அன்றைய விமான இன் ஜின்களின் திறன் மிகக் குறைவு. பழுது ஏற்பட்டால் உடனே தரையிறங்கா விட்டால் பிழைப்பது அரிது. விமானிகளுக்குத் தேவையான அறிவுரை களும், கட்டளைகளும் வாய்மொழியாக மட்டுமே கொடுக்கப்படும்; இன் றைய அதிநவீன ராடார்களோ, கணினிகளோ எதுவுமே இருக்கவில்லை. ஆகவே உயரப் பறந்துகொண்டிருந்த விமானிகள் கிட்டத்தட்ட நூறு மீட் டர் நீளமாவது இருக்கும் சமமான தரைகளைத் தேடுவதிலேயே பாதி நேரத்தைக் கழித்தார்கள்: கடற்கரை, வெட்ட வெளி, சாலைகள், விளை யாட்டு மைதானங்கள்... அந்த ஆரம்ப நாட்களில் ஏற்கனவே நூற்றி இருபதுக்கும் மேலாக விமானிகள் விபத்தில் இறந்துபோயிருந்தார்கள்''— எரிக் தெஷோ.

அந்த ஆரம்ப நாட்களில் சக விமானிகள் மத்தியில் நிலவிய தோழமை, தொழில்முறைக் கட்டுப்பாடு, தான் மேற்கொண்ட சவாலில் இருந்த சுய கௌரவம், தன்னலமற்ற செயல்வீரர்களுடன் ஒருவராகத் தானும் இருந்த மனநிறைவு—இவற்றையெல்லாம் அழகாக, கவித்துவம் மிக்க உரை நடையில் இந்த நாவலில் சொல்கிறார். நிஜ வாழ்க்கையில் இவர் எதிர் கொண்ட சோதனைகள் பல. ஒருமுறை, ஆப்பிரிக்காவுக்கு அஞ்சல் எடுத் துச்செல்லும்போது விமானம் பழுதடைந்து, பாலைவனத்தில் தரையிறங்கி, கூட வந்த மற்றொரு விமானத்துக்கு அஞ்சல் பைகளை மாற்றி, அதில் இவருக்கு இடமில்லாததால், அங்கேயே இவரை விட்டுச் சென்றார்கள்— கொள்ளைக்காரர்களிடமிருந்து தன்னைப் பாதுகாத்துக்கொள்ள இரண்டு கைத்துப்பாக்கிகளுடன். ஒரு வருடம் கழித்து, ஸ்பெயின் ஆதிக்கத்தின் கீழிருந்த சஹாராவின் காப் ஜூபியில் தன் நிறுவனத்தின் பிரதிநிதியாக, தூதரக அதிகாரியாகப் பொறுப்பேற்று, அராபிய மொழியைக் கற்றுக் கொண்டு, மூர் இனத்தவர் சிறைபிடித்து வைத்திருந்த பிரெஞ்சுக்காரர் களை விடுவிக்கும் சமரசப் பேச்சுவார்த்தைகளை மேற்கொண்டார். அந்தப் பாலைவனத் தனிமையில், தூக்கமற்ற இரவுகளில் தான் எழுதிய முதல் நாவலை பிரான்ஸுக்குத் திரும்பி வந்து 1929 ஜூலை மாதத்தில் வெளி யிட்டார். அவருடைய சேவைக்காக பிரான்ஸின் மிக உயர்ந்த விருதான லீஜியன் ஆஃப் ஆனர் (Legion of Honour) பிரிவின் செவாலியெ விருதைப் பெற்றார். உடனேயே தென் அமெரிக்கப் பகுதிகளில் புதிதாக விமானத் தடங்கள் அமைக்கும் பணியை ஏற்று, ஏரோ போஸ்டல் நிறுவனத்தின் அர்ஜன்டீனாக் கிளையின் பொறுப்பாளர் ஆனார். அப்போதுதான், ஆண் டிஸ் மலைத்தொடர் பகுதியில் விமானத்துடன் காணாமல் போன தன்

னுடைய மூத்த விமானியும், முன்னோடியுமான கியோமெமையைத் தேடுவதில் ஐந்து நாட்களைக் கழித்தார். இந்த நிகழ்வு இந்த நாவலில் இடம் பெறுகிறது. மேலும், இந்த நாவல் ஆன்ரி கியோமெயுக்கு அர்ப்பணிக்கப்பட்டிருக்கிறது.

சுயசரிதை அடிப்படையிலான நாவல் என்று இதைச் சொல்லலாமே தவிர, முற்றிலும் சுயசரிதை என்று சொல்ல முடியாது. தன் வாழ்க்கையின் வேறு பல முக்கிய அம்சங்கள் அல்லது நிகழ்ச்சிகளைப் பற்றி அவர் எதுவும் சொல்லவில்லை. அவற்றுக்கு அவசியம் இல்லை என்று கருதியதல்லாமல், எதிர்மறையான எண்ணங்கள், உணர்வுகள் இவற்றைப் பெருமளவு நிராகரித்து, ஆக்கபூர்வமான கருத்துகளையும் நம்பிக்கைகளையும் உள்ளடக்கி இந்த நாவலை எழுதியிருக்கிறார்.

செந்த்-எக்சுபெரியைவிட ஏழு வயது இளையவரும், இரண்டாம் உலகப் போரில் இங்கிலாந்தின் விமானப் படையில் விமானியாகவும் இருந்த முக்கியமான ஒரு பிரெஞ்சு எழுத்தாளர் ழூல் ர்வா (Jules Roy) சொல்கிறார்: ‘‘பிரபல எழுத்தாளர்கள் மெல்வில்லும், கோன்ராடும் வருவதற்கு முன்பேயே இந்தப் பூமியில் கடல் இருந்தது. பல்லாயிரக் கணக்கான ஆண்டுகளாக மனிதர்கள் கடலில் நீண்ட தொலைவு பயணம் செய்து, தங்களுடைய சாகசங்களை விவரிக்க முயற்சியும் செய்திருந்தார்கள். ...ஆனால் இவர்களுக்கு முன்பு வேறு எவருமே முற்றிலும் கடலைப் பற்றிய இலக்கியப் படைப்பை அளித்திருக்கவில்லை; கடல் என்ற பெரிய கருவியிலிருந்து மனிதர்களின் நெஞ்சைத் தொடும் பாடலை இயற்றியிருக்கவில்லை. யாருக்குமே இசைக்கத் தெரியாத ஒரு மாபெரும் வயலினைப் போல இருந்தது கடல். (...) அதைப் போலவே, விமானம் என்று ஒன்று இருந்திருக்காவிட்டால், செந்த்-எக்சுபெரி அதைக் கண்டுபிடித்திருப்பார் என்று நான் நம்புகிறேன். பனிப்பொழிவுகளும், புயல்களும், பயங்கர இரவுகளுடன் சற்றுப் புனிதத் தன்மையும் சேர்ந்திருந்த வானத்தின் கன்னிமையை ஆர்வமும் துடிப்பும் கொண்ட இந்த இளைஞருக்கு விமானம் புலப்படுத்தியது. அதுவே அவருடைய படைப்பாற்றலுக்கு உத்வேகம் அளித்து, அவருடைய ஆன்மாவின் மலர்ச்சியைத் துரிதப்படுத்தியது.’’

அர்ஜன்டீனாவில் இருந்தபோது அந்த நாட்டின் வெளியுறவுத் துறை அதிகாரியும், எழுத்தாளருமான என்ரிக் காரிலோ என்பவரின் மகள் கான்ஸுலோவைச் சந்தித்து, **1931**இல் பிரான்ஸுக்குத் திரும்பி வந்ததும் அவரைத் திருமணம் செய்துகொண்டார். தென் அமெரிக்காவில் ஆண்டிஸ் மலைத் தொடர்களின் மேல் பறந்து மேற்கொண்ட பல சாகசங்களின் அடிப்படையில் ‘இரவில் வான் பயணம்’ (Night Flight) என்ற தனது இரண்டாவது நாவலை வெளியிட்டு ‘ஃபெமினா விருது’ (Prix Femina) பெற்றார். பிரான்ஸின் இலக்கிய விருதுகளில் மிகவும் முக்கியமான ஒன்றாகக் கருதப்படும் இந்த விருதைத் தீர்மானிக்கும் குழுவின் நடுவர்கள் அனைவரும் பெண்

கள். பிற்காலத்தில் ஹாலிவுட்டில் திரைப்படமாக்கப்பட்ட இதில் கதாநாய கனாக நடித்தவர் க்லார்க் கேபில் (Clarke Gable). கெர்லென் என்ற பிரபல நிறுவனம் இந்த நாவலின் பெயர் கொண்ட விலை உயர்ந்த நறுமணத் திரவியம் ஒன்றை அறிமுகப்படுத்தியது. புகழுக்கும் பாராட்டுகளுக்கும் மத்தியில் இந்தப் புத்தகம், செந்த்-எக்சுபெரியின் சொந்த வாழ்க்கையில் பெரும் புயலையும் கிளப்பியது.

ஒரு அஞ்சல் விமான நிறுவனத் தலைவர், அவரிடம் பணிபுரியும் விமானி—இவர்களே இந்த நாவலின் பிரதான பாத்திரங்கள். அர்ஜன்டீ னாவின் புயுனோஸ்-ஐரெஸ் தலைமை அலுவலகத்துக்கு மூன்று திசைகளி லிருந்து விமானங்கள் மூலம் இரவில் அஞ்சல் கொண்டுவரப்பட வேண் டும். அவற்றில் இரண்டு விமானங்கள் வந்து சேர்கின்றன; மூன்றாவது வரவில்லை. அந்த நாட்களில் இரவில் விமானங்கள் பறப்பதற்கு உதவும் வகையில் தொழில்நுட்ப வளர்ச்சி இருக்கவில்லை. கப்பல் வழியாகவும், தரை மார்க்கமாகவும் செயல்பட்டு வந்த அஞ்சல் நிறுவனங்களுடன் பகலில் மட்டுமே பறக்க முடிந்த விமானங்கள் வர்த்தக ரீதியில் போட்டியிட முடியவில்லை என்பதால் நிறுவனத் தலைவர் ரிவியேர் (Riviére) இரவி லும் பறக்கும்படி தன் விமானிகளிடம் கட்டளையிடுகிறார். ஃபாபியன் என்ற விமானி இரவில் புயலில் சிக்கி மறைந்துபோகிறான். விமானிக்காகக் காத்திருக்கும் மனைவியின் பரிதவிப்பு ஒரு புறம், புயலைக் கண்டு திரும் பாமல் அதை ஊடுருவிச் சென்று வெல்ல முயற்சி செய்து, தன் உயிரையே பணயம் வைத்த ஃபாபியனின் தீர சாகசம் மறுபுறம்.

கட்டுப்பாடும் நிர்வாகத் திறனும் சிறந்து விளங்கும் ரிவியேர் நாவலில் மேலோங்கி நிற்கும் கதாபாத்திரம். நிஜ வாழ்வில் இவர் ஏரோ போஸ்டல் நிறுவனத் தலைவர் திதியெ தோராவை (Didier Daurat) ஒத்திருப்பதாகக் கருதினார்கள். அவருக்கே ஆசிரியர் அதிக முக்கியத்துவம் கொடுத்துவிட் டதாகச் சொன்னார்கள். செந்த்-எக்சுபெரியின் சக விமானிகள் சிலர் அவ ரைக் கடுமையாக விமர்சித்தார்கள். நிறுவனத்தின் வெற்றிக்கு இடர்ப்பாடு களை மீறி இயற்கையுடன் போராடும் விமானிகளின் பங்குதான் அதிகமே ஒழிய, இயக்குநரின் கண்டிப்பும் அதிகாரமும் அல்ல என்பது அவர்க ளுடைய வாதம். தன்னிடம் வேலை பார்த்த விமானிகளைச் சுயநல நோக் கில் கடமையின் பெயரால் ஆபத்துக்குள்ளாக்கும் வகையில் வேலைவாங்கி லாபம் சம்பாதிக்கும் அதிகார மனப்பான்மையில் பாசிசத் தொனி இருந்த தாகக் கோட்பாட்டு ரீதியிலும் விமர்சனங்கள் எழுந்தன.

இவற்றையெல்லாம் மீறி, புத்தக விற்பனையில் அந்த ஆண்டு இந்தப் புத்தகம் முன்னணியில் இருந்தது. விமானப் படையில் சேர ஆர்வம் தெரி வித்த பிரெஞ்சு இளைஞர்களின் எண்ணிக்கை அதிகரித்தது. திவாலாகும் நிலையில் இருந்த ஏரோ போஸ்டல் அஞ்சல் விமான நிறுவனம் விற்கப் பட்டு ஏர் ஃபிரான்ஸ் நிறுவனம் தோன்றியது. செந்த்-எக்சுபெரியின் பறக்

கும் சாதனைகள் குறையத் தொடங்கின. கடல்-விமானம் ஒன்றில் பறக்கும் போது, கடலில் விழுந்து மூழ்கிவிடுவதிலிருந்து அவர் தப்பினார். 1933இல் பாரிஸ்-ஸ்வார் பத்திரிகையின் நிருபராக சோவியத் யூனியனுக்குப் போய், சோவியத் புரட்சியின் ஆண்டுவிழாவைப் பற்றி இவர் எழுதிய கட்டுரை களின் தொனி மிகவும் பிரபலமாயிற்று. 1936இல் அவருடைய விமானம் பழுதடைந்து, லிபியா பாலைவனத்தில் மூன்று நாட்களாகக் குடிக்க நீர் கூட இல்லாமல் அவர் எதிர்கொண்ட சோதனை, 'காற்று, மணல், நட்சத் திரங்கள்' புத்தகத்தின் பெரிய அத்தியாயமாக உருவெடுத்தது.

அதையடுத்து, ஸ்பானிய உள்நாட்டுப் போரைப் பற்றி எழுத பாரிஸ்-ஸ்வார் பத்திரிகையின் நிருபராக ஸ்பெயின் நாட்டுக்குப் போனார். போரின் அபத்தத்துக்கிடையில் அதையும் மீறிப் போராளிகளிடையே தோன்றிய கடமையுணர்வு, வீரம், தோழமை, ஒற்றுமை போன்ற ஆக்க பூர்வமான குணங்களை மனிதநேயத்துடன் சித்தரித்தார். அப்போது இவர் தங்கியிருந்த அதே விடுதியில் இன்னும் இரண்டு அமெரிக்க இதழா ளர்-எழுத்தாளர்களும் போர்க்கால நிருபர்களாக செயல்பட்டுவந்தார்கள்: எர்னெஸ்ட் ஹெமிங்வே (Ernest Hemingway), ஜான் டாஸ் பாஸோஸ் (John Das Passos) ''சாகசச் செயல்களை மேற்கொள்வதின் மூலம்தான் சில மனிதர்கள் தங்களை அறிந்துகொள்வதிலும், தங்களை இனம்கண்டுகொள் வதிலும் வெற்றி பெறுகிறார்கள்'' என்று செந்த்-எக்சுபெரியைப் பற்றி ஆந்த்ரெ ழீத் சொன்னது அவருடைய எழுத்துகளில் வெளிப்படும். ''கண் பார்வையிலிருந்து கடற்கரை மறைவதைப் பார்க்கத் தைரியம் இல்லாதவர் களால் புதிய கடல்களைக் கண்டுபிடிக்க முடியாது'' (ஆந்த்ரெ ழீத்).

''கவித்துவ பிரெஞ்சு மொழியின் சிகரமாக உள்ளது இவருடைய உரைநடை'', என்றார் பிரபல பிரெஞ்சுக் கவிஞர் போல் க்லோதெல் (Paul Claudel). இவருடைய கவிஞர்-நண்பர், லியோன்-பால் ஃபார்ஜ் (Leon-Paul Farge) இவருக்கு எழுதிய கடிதத்தில், ''நாங்கள் குடிக்கும் சூப்பில் நட்சத் திரங்களை விழச் செய்கிறீர்கள்'' என்று குறிப்பிட்டார். ''இறக்கைகள் படைத்த நடை'' என்றார் ழூல் ர்வா. இவை போன்ற பல மதிப்பீடுகளை நியாயப்படுத்தும் வகையில் இருந்தது இவருடைய அடுத்த படைப்பு: 'குட்டி இளவரசன்'. பலவிதங்களிலும் 'குட்டி இளவரச'னின் ஊற்றுக் கண்ணை இந்தப் புத்தகத்தில் பார்க்கலாம்.

'குட்டி இளவரசன்' வெளிவந்த ஒரு ஆண்டிலேயே விமானம் ஓட்டு வதற்கு அவருடைய வயதும் உடல்நலமும் அனுமதிக்காவிட்டாலும் அவர் மீண்டும் பறப்பதற்கான பல முயற்சிகளை மேற்கொண்டார். இரண் டாம் உலகப் போர் முடிவுக்கு வரவிருந்த அந்தக் காலகட்டத்தில், நேச நாடுகள் சார்பாக அமெரிக்க விமானப் படை வட ஆப்பிரிக்காவில் வந் திறங்கியவுடன் II/33 என்ற போர் விமானப் படை அணியில் சேர்ந்தார். புதிதாகக் கண்டுபிடிக்கப்பட்டிருந்த 'P38 லைட்னிங்' என்ற போர் விமா

னத்தை ஓட்டக் கற்றுக்கொண்டார். அதன் அணித் தலைவர் பதவியும் இவருக்குக் கிடைத்தது. கார்ஸிகா தீவிலிருந்து கிளம்பி, தென் பிரான்ஸ் பகுதியில் தரையிறங்குவதற்காக வான் வழியாக நோட்டம் விடும் படை யெடுப்பில் ஈடுபட்டார். 1944 ஜூலை 31ஆம் தேதி, கார்ஸிகாவிலிருந்து கிளம்பிய அவருடைய விமானம், மத்தியதரைக் கடலின் மேல் பறந்த போது காணாமல்போய்விட்டது. நீண்ட தேடல்களுக்குப் பிறகு, அவரும் அந்த விமானத்துடன் மறைந்துவிட்டார் என்பதை 1945 செப்டம்பர் 8ஆம் தேதி பிரெஞ்சு அரசாங்கம் அதிகாரபூர்வமாக அறிவித்தது, ''நாட்டுச் சேவையில் உயிர்துறந்த சிறந்த பிரெஞ்சுக் குடிமகன்'' என்ற உயர்ந்த கௌரவத்தையும் அளித்தது.

பல ஆண்டுகளாக அவருடைய மறைவைப் பற்றிப் பல விதமான கருத்து களும், வதந்திகளும் நிலவின. 1998ஆம் ஆண்டு செப்டம்பர் மாதத்தில் ஒருநாள், பிரான்ஸின் மத்தியதரைக் கடல் பகுதித் துறைமுக நகரமான மார்செய்யை (Marseille) சேர்ந்த மீனவர் ஒருவர், ஆழ்கடலில் மீன் பிடிக்கும் போது தன்னுடைய வலையில் செந்த்-எக்சுபெரியின் காப்பு இருப்பதைப் பார்த்தார்: தன்னுடைய பெயரும் அடையாள எண்ணும் பொறிக்கப்பட்ட உலோகப் பட்டையால் ஆன காப்பு ஒன்றை அவர் அணிந்திருந்தார் என்று தெரியவந்தது. தொடர்ந்து மீண்டும் தீவிரத் தேடலில் இறங்கிய பிரெஞ்சு அரசாங்கம், 2003ஆம் ஆண்டு ரியு தீவின் அருகில் ஆழ்கடலிலிருந்து மீட் கப்பட்ட P38 விமானத்தின் சில பாகங்கள் அவர் பறந்துசென்ற விமா னத்தைச் சேர்ந்தவைதான் என்று ஊர்ஜிதம் செய்தது. ஆனாலும், அவ ருடைய மறைவின் காரணம் இன்னமும் புதிராகவே இருக்கிறது: ஜெர் மன் நாட்டுப் போர் விமானம் அவருடைய விமானத்தை நோக்கிச் சுட் டதா, அவருக்கு ஏற்பட்ட பல விபத்துகளில் இதுவும் ஒன்றா, அல்லது அவர் தற்கொலை செய்துகொண்டாரா? ''தன்னுடைய இறுதிப் பயணத் துக்குச் சில நாட்களுக்கு முன்பாக விமானப் படையைச் சேர்ந்த ஜெனரல் திருமதி மாஸ்ட் என்பவரிடம், ''ஒருநாள் நான் திரும்பி வர மாட்டேன், நீங்கள் என்னை மீண்டும் சந்திக்க முடியாது'' என்று சொல்லியிருந்திருக்கி றார் (...) மேலும், அல்ஜீரியாவில் தான் சந்தித்த ஆருடம் சொல்லும் ஒரு பெண் 'கடலலைகள் மத்தியில் உங்கள் வாழ்வு முடிந்துவிடும்'' என்று தன் னிடம் சொல்லியிருப்பதாக மாஸ்ட்டிடம் சொல்லியிருந்தார்'' என்று அவ ருடைய நண்பர் ரூல் ர்வா தன்னுடைய புத்தகத்தில் குறிப்பிட்டுள்ளார்.

தன்னுடைய இறுதி விமானப் பயணத்துக்கு முந்தைய தினம், அன்றையத் தற்காலிக பிரெஞ்சு அராசங்கத்தின் தகவல்துறை அமைச்ச ராக இருந்த ஜெனரல் ஷாம்புக்கு (General Chamb) செந்த்-எக்சுபெரி எழுதி, ஆனால் அனுப்பாமல் வைத்திருந்த நீண்ட கடிதம் பல நாட்களுக்குப் பிறகு தெரியவந்தது. புதிய போர் விமானம் P38 ஒரு நல்ல விமானம் என் றும், தன்னுடைய இருபதாவது வயதில் அது போன்ற விமானம் தனக்கு

மகிழ்ச்சி அளித்திருந்திருக்கும் என்றும், ஏற்கனவே 6,500 மணி நேரம் பறந்த அனுபவம் கொண்ட தனக்கு அதில் உற்சாகம் அடைய எதுவுமில்லை என்றும் குறிப்பிட்டார். அன்றைய தலைமுறையின் இன்னல்களிலிருந்து தான் ஒதுங்கியிருக்க முடியாது என்றும், போரில் ஈடுபடும் விமான சாகசங்களில் மனநிறைவைத் தேட முடியாது என்றும் சொன்னார்: மனிதத் தன்மை எதுவுமின்றி, வெறுமையாகிவிட்ட இன்றையத் தலைமுறை எனக்கு ஆழ்ந்த வருத்தமளிக்கிறது, என்றார். தன் மனதில் தோன்றியவற்றைத் தெளிவாக இக்கடிதத்தில் வெளிப்படுத்தியிருந்தார். "திரு. ஜெனரல் அவர்களே, இன்று இருப்பது ஒரே ஒரு பிரச்சினைதான். மனிதர்களுக்கு ஆன்மீக அர்த்தத்தை, ஆன்மீக அக்கறைகளைத் திரும்பத் தர வேண்டும்(...) குளிர்சாதனப் பெட்டியும், அரசியலும், குறுக்கெழுத்துப் போட்டிகளும் மட்டுமே வாழ்க்கை அல்ல; கவிதையும், வண்ணங்களும் நேசமும் இல்லாமல் மனிதன் வாழ முடியாது (...) இன்று இயந்திர மனிதனின் பிரச்சாரக் குரல் மட்டுமே கேட்கிறது. 100 கோடி மனிதர்கள் இயந்திர மனிதனை மட்டுமே கேட்கிறார்கள், அதை மட்டுமே புரிந்துகொள்கிறார்கள், இயந்திர மனிதர்களாகவே ஆகிவிடுகிறார்கள்..."

போர் முடிந்தவுடனேயே, 1919இல் நடந்தபடி அமெரிக்கப் பங்குச் சந்தை ஹேஷ்யங்கள் மேலோங்கி, உண்மையான பிரச்சினைகளிலிருந்து மனிதர்களைத் திசைதிருப்பிவிடும் என்றார். "வலுவான ஆன்மீக உணர்வு இல்லாததால், அவர்களிடையே முப்பத்தாறு இனப்பிரிவுகள் காளான்களைப் போலத் தோன்றி, தங்களுக்குள் பிரிவுகளை ஏற்படுத்தும்."

செந்-எக்சுபெரி மறைந்து ஒரு வருடம் ஆகியும் எதுவும் தெரியாமல் இருந்த நிலையில் அவருடைய தாய் 1945 ஏப்ரல் மாதம் எழுதிய கவிதை:

> "எங்கெல்லாம் தேடுகிறேன் என் குழந்தையை
>
> அவனை இந்த உலகுக்கு அளித்த
>
> பிரசவ நாளன்று நான் கத்தியிருக்கிறேன்
>
> அவனைப் பற்றித் தகவல் எதுவுமின்றி
>
> எதுவுமே, ஒரு கல்லறை கூட இல்லாத இன்றும்
>
> அழுதுகொண்டிருக்கிறேன்
>
> அவனோ "அளவு கடந்த ஒளிப் பசியினால்
>
> மேல்நோக்கிப் பயணித்துவிட்டான்"
>
> நட்சத்திர மண்டல யாத்திரிகனாய்
>
> விண்வெளியின் யாத்திரிகனாய்
>
> ஆண்டவரின் ஜோதியை அடைந்திருப்பானோ

ஆ, அது மட்டும் தெரிந்தாலே போதும்

முகத்திரைக்குள் என் அழுகை குறையும்...''

44 ஆண்டுகளே வாழ்ந்த செந்த்-எக்சுபெரி தன் செயல்களாலும் எழுத்தாலும் நாட்டுக்கும் இலக்கியத்துக்கும் செய்த சேவைக்காக அவருடைய 50ஆவது நினைவு ஆண்டில் பிரெஞ்சு அரசாங்கம் 50 ஃப்ராங்குத் தாளை, அவரை நினைவுகூரும் படங்களுடன், வெளியிட்டுக் கௌரவித்தது. (க்ரியாவின் 'குட்டி இளவரசன்' தமிழ்ப் பதிப்பில் பின்அட்டையில் இவை இருக்கின்றன.) 1926இல் தன் விமானி வாழ்க்கையைத் தூலூஸ் நகரத்தில் தொடங்கிய நாட்களிலிருந்தே 'க்ரான் பால்கோன்' (Hotel du Grand Balcon) என்ற விடுதியில்தான் அவர் எப்போதும் தங்குவார். 1985இல் பிரான்ஸில் 'இந்திய ஆண்டு' கொண்டாடப்பட்டபோது, மொழிபெயர்ப்பாளராகச் சென்றிருந்த நான், மூன்று மாதங்கள் பிரான்ஸில் இருந்தேன். பிரான்ஸில் அந்த ஆண்டு நடந்த சில கலை, இலக்கிய நிகழ்வுகளில் பங்கேற்கும்படி இந்தியத் தூதரகம் எனக்குப் பரிந்துரை செய்திருந்தது. தூலூஸ் நகரத்தில் இந்தியத் திரைப்படங்கள் குறித்து நடந்த இரண்டு நாள் கருத்தரங்கில் பேச என்னை அழைத்திருந்த நகராட்சிப் பண்பாட்டுத் துறை அதிகாரி, தூலூஸ் விமான நிலையத்தில் என்னை வரவேற்று நான் தங்குவதற்கு ஏற்பாடு செய்த விடுதிக்கு அழைத்துச்சென்றார். நான் அனுப்பியிருந்த தன்விவரக் குறிப்பிலிருந்து என் மொழிபெயர்ப்புகளைப் பற்றி அறிந்திருந்ததால் எனக்கு செந்த்-எக்சுபெரி தங்கிய அதே விடுதியில் அதே அறையை அளிப்பதாகச் சொன்னார். நெகிழ்ச்சி அடைந்த எனக்கு அவருக்கு நன்றி சொல்ல நேரமாகியது. என்னுடைய தாய் மொழியில் அவர்கள் தேசத்து எழுத்தாளரை மொழிபெயர்த்ததற்காக நன்றி சொன்னார்.

''பெரியவர்கள் எல்லோருமே முதலில் குழந்தைகளாக இருந்தவர்கள் தான்'' என்று எழுதிய செந்த்-எக்சுபெரி, மீண்டும் தன் குழந்தைப் பருவ நாட்களுக்குத் திரும்பிப் போக வேண்டும் என்ற ஆசையைப் பல முறை வெளிப்படுத்தியிருந்திருக்கிறார். இரண்டு உலகப் போர்களின் கசப்பான அனுபவங்கள் பெரியவர்களின் உலகத்தின் மேல் ஆழ்ந்த அவநம்பிக்கையாக இவருடைய மனதில் பதிந்துவிட்டிருந்தன. 1935இல் மத்திய ஐரோப்பாவில் பயணம் செய்த தன் அனுபவத்தைப் பற்றி பாரிஸ்-ஸ்வார் பத்திரிகையில் உருக்கமான ஒரு கட்டுரை எழுதினார். அதைச் செப்பனிட்டு அவர் வடிவமைத்ததுதான் 'மானிட பூமி'யின் கடைசிப் பக்கங்கள். அதில் அவர் காணும் குழந்தை மோஸார்ட், ஒவ்வொரு குழந்தையும் எதிர்காலத்தின், மனிதகுலத்தின் நம்பிக்கைச் சுடர் என்ற எண்ணம் அவரிடம் வேரூன்றி இருந்ததைக் காட்டுகிறது.

''ஒவ்வொரு தனி மனிதனும் ஒரு சாம்ராஜியம்'' —அந்த்வான் து செந்த்-எக்சுபெரி.